151 ಹಿತೋಪದೇಶದ ಕಥೆಗಳು

ಮೂಲ:
ಮನೋಜ್ ಪಬ್ಲಿಕೇಷನ್ಸ್

ಕನ್ನಡಕ್ಕೆ
ಜಿ.ಕೆ. ಮಧ್ಯಸ್ಥ

ವಸಂತ ಪ್ರಕಾಶನ
ವಸಂತ ಪ್ರಕಾಶನ
ನಂ. 360, 10ನೇ 'ಬಿ' ಮುಖ್ಯರಸ್ತೆ, 3ನೇ ಬ್ಲಾಕ್, ಜಯನಗರ, ಬೆಂಗಳೂರು – 560 011.

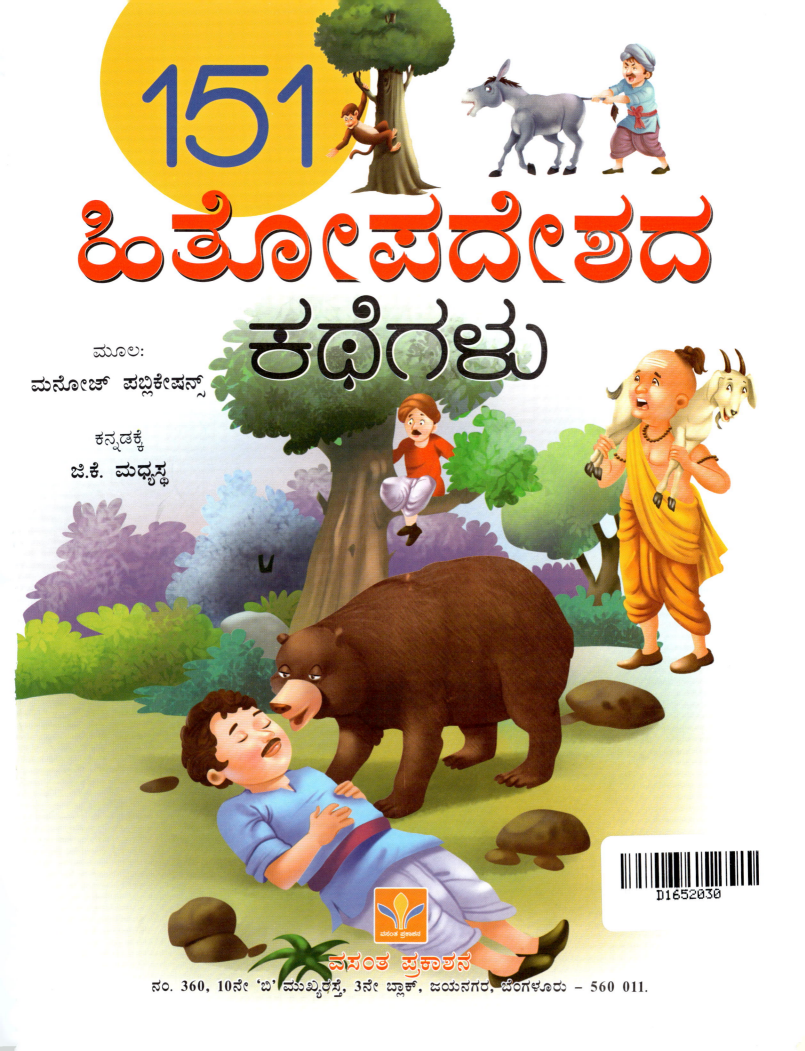

© All rights reserved

151 ಹಿತೋಪದೇಶದ ಕಥೆಗಳು

151 Hithopadeshada Kathegalu (Kannada): Translated version of '151 Hithopadesha Tales', Originally compiled in English by Manoj Publications Editorial Team, translated into Kannada by G.K. Madhyastha; published by Vasantha Prakashana, No. 360, 10th 'B' Main Road, 3rd Block, Jayanagar, Bangalore - 560 011, India; Ph: 080-40917099, Mob: 7892106719 email: vasantha_prakashana@yahoo.com, website: www.vasanthaprakashana.com

ಪ್ರಥಮ ಮುದ್ರಣ: **2021**

ಬಳಸಿದ ಕಾಗದ: **150 ಜಿಎಸ್ಎಂ ಆರ್ಟ್‌ಕಾಗದ**

ಪುಟಗಳು: **80**

All rights reserved. No part of this book may be reproduced in any form without the prior written permission of the publisher.

ಪರಿವಿಡಿ

1.	ಯಾರು ಈ ನೀಲಿ ರಾಜ?	5
2.	ಸಿಂಹ ಮತ್ತು ಮೊಲ	6
3.	ರಾಜನ ಮೂರ್ಖ ಸೇವಕ	6
4.	ಪಾರಿವಾಳಗಳೂ ಇಲಿಗಳೂ	7
5.	ಬಂಗಾರದ ಹಂಸಗಳು	7
6.	ಕಾಗೆಗಳೂ ಗೂಬೆಗಳೂ ಶತ್ರುಗಳಾಗಿದ್ದು ಏಕೆ?	8
7.	ಆನೆಯೂ ಮೊಲವೂ	8
8.	ಕೋತಿ ಮತ್ತು ಜಂಬದ ಹಕ್ಕಿ	9
9.	ಸಿಂಹದ ಕೋಪ	9
10.	ಬ್ರಾಹ್ಮಣನೂ ಮೋಸಗಾರರೂ	10
11.	ಎತ್ತು, ಸಿಂಹ ಹಾಗೂ ನರಿ	10
12.	ಕುತಂತ್ರಿ ಕೊಕ್ಕರೆ ಹಾಗೂ ಬುದ್ಧಿವಂತ ಏಡಿ	11
13.	ಕಾಗೆಗಳು ಮತ್ತು ಹಾವು	11
14.	ನೇರಳೆ ಮರದ ಕೋತಿ	12
15.	ಆನೆ ಪಾಠ ಕಲಿತದ್ದು	12
16.	ದಯಾಮಯಿ ಕೊಕ್ಕರೆ	13
17.	ಕಿರಾಣಿ ಅಂಗಡಿಕಾರ ಹಾಗೂ ಇಲಿಗಳು	13
18.	ಅಗಸನ ಕತ್ತೆ	14
19.	ಕುತಂತ್ರಿ ನರಿ ಹಾಗೂ ಬುದ್ಧಿವಂತ ನವಿಲು	14
20.	ಮೂರು ಮೀನುಗಳು	15
21.	ಬುದ್ಧಿವಂತ ಕಾಗೆ	15
22.	ಮಾತನಾಡುವ ಗವಿ	16
23.	ಮಾತಿನ ಮಲ್ಲ ಆಮೆ	16
24.	ಗರ್ಜಿಸುವ ಇಲಿ	17
25.	ಕತ್ತೆಯೂ ನರಿಯೂ	17
26.	ನರಿಯೂ ಸಿಂಹವೂ	18
27.	ರೈತನೂ ಅವನ ಮುದಿ ಕುದುರೆಯೂ	18
28.	ಸುಂಡಿಲಿಯೂ ಆನೆಗಳೂ	19
29.	ನಾಲ್ವರು ಬ್ರಾಹ್ಮಣರು	19
30.	ಹಳ್ಳಿಯ ಮೂಷಿಕ ಪೇಟೆಗೆ ಹೋದದ್ದು	20
31.	ಕಬ್ಬಿಣ ತಿನ್ನುವ ಮೂಷಿಕ	20
32.	ರೈತ ಮತ್ತು ಹಾವು	21
33.	ಆಪತ್ತಿಗಾದವನೇ ನಿಜವಾದ ಮಿತ್ರ	21
34.	ತುಂಟ ಕೋತಿಗಳು	22
35.	ಕೋತಿಯೂ ಬಡಗಿಯೂ	22
36.	ನರಿಯಣ್ಣನ ಊಟ	23
37.	ಕವುಜಗ ಹಕ್ಕಿ ಮತ್ತು ಮೊಲ	23
38.	ಗಂಟೆಯ ಒಂಟೆ	24
39.	ಚಿಗಟ ಮತ್ತು ತಿಗಣೆ	24
40.	ಬಡ ಬ್ರಾಹ್ಮಣನ ಕನಸು	25
41.	ಎರಡು ತಲೆಗಳ ಹಕ್ಕಿ	25
42.	ಗೂಬೆಯೂ ಹಂಸವೂ	26
43.	ಕಾಳಿಂಗ ಸರ್ಪವೂ ಬಲಶಾಲಿ ಇರುವೆಗಳೂ	26
44.	ರಾಜಕುಮಾರ ಮತ್ತು ಋಷಿ	27
45.	ನಡುಗುವ ಕೋತಿಗಳು	27
46.	ಆನೆಯೂ ಹೂ ಮಾರಾಟಗಾರನೂ	28
47.	ಸ್ವಾಮಿನಿಷ್ಠ ಮುಂಗುಸಿ	28
48.	ಸನ್ಯಾಸಿಯೂ ಅವನ ಹಣವೂ	29
49.	ಸಿಂಹದ ಆಸ್ಥಾನದಲ್ಲಿ ಒಂಟೆ	29
50.	ಆಸೆ ಬುರುಕನ ಪಾಡು	30
51.	ನರಿಯೂ ಮೂರ್ಖ ಕತ್ತೆಯೂ	30
52.	ಒಂಟೆ ಸವಾರಿ	31
53.	ಹೇಂಟೆ ಓಡುವುದೇಕೆ?	31
54.	ಕರಡಿಯ ರಹಸ್ಯ	32
55.	ಹೊಗಳುಭಟ್ಟ ನರಿ–ಮೂರ್ಖ ಕಾಗೆ	32
56.	ಬೆಕ್ಕುಗಳ ಜಗಳ	33
57.	ಆಸೆಬುರುಕ ಸಿಂಹ	33
58.	ಕರುಣಾಳು ಜಿಂಕೆ	34
59.	ನರಿ ಮತ್ತು ಡೋಲು	34
60.	ಬುದ್ಧಿಶಾಲಿ ಅಂಬಿಗ	35
61.	ಅರಚುವ ಹುಲಿ	35
62.	ಮೊಲದ ಬೇಟೆಗಾರ	36
63.	ಕಾಗೆಯ ಕುತಂತ್ರ	36
64.	ಕಾಡಿನಲ್ಲಿ ಗಂಟೆ	37
65.	ಕಪ್ಪೆ ರಾಕ್ಷಸನಾದೀತೇ?	37
66.	ತಿಂಡಿ ಕಳ್ಳ ಯಾರು?	38
67.	ಋಷಿಯ ಬುದ್ಧಿಮಾತು	38
68.	ಕತ್ತೆಯ ಪತನ	39
69.	ರಾಜವೈದ್ಯನ ಚಿಕಿತ್ಸೆ	39
70.	ಪ್ರಾರ್ಥನೆಯ ಬಲ	40
71.	ಅಪರಾಧಕ್ಕೆ ದಂಡನೆ	40
72.	ಮೊಲ ಚಂದ್ರನಲ್ಲಿಗೆ ಹೋದದ್ದು	41

73.	ಋಷಿ ಹೇಳಿದ ಸತ್ಯ	41
74.	ಬಡವ ಶ್ರೀಮಂತನಾದ	42
75.	ಮಾನವನಾದ ಹಾವು	42
76.	ನವಿಲಿನ ಜಂಬ	43
77.	ಟಗರುಗಳು ಹಾಗೂ ತೋಳ	43
78.	ಬೇಟೆಗಾರನ ದೂತ	44
79.	ಡುಮ್ಮಿ ಹೇಂಟೆ	44
80.	ಉಪಾಯಗಾರ ನರಿ	45
81.	ಹುಳಿ ದ್ರಾಕ್ಷಿ	45
82.	ಕ್ರೂರಿಯಾದ ತೋಳ	46
83.	ಸಿಂಹದ ಬೇಟೆಗಾರ	46
84.	ಅಂದ ಚಂದ ಮೇಲೋ ಬುದ್ಧಿ ಮೇಲೋ	47
85.	ನಾಯಿ ಕಡಿತ	47
86.	ಸಿಂಹದ ದುಃಖ	48
87.	ಬೊಗಳೆ ಬಿಡುವ ಕರಡಿ	48
88.	ನಿಕಟ ಪರಿಚಯದಿಂದ ಭಯ ದೂರ	49
89.	ಹುಂಜ ಮತ್ತು ಸರ	49
90.	ಜಾಣ ಕುರಿಮರಿ	50
91.	ಕತ್ತೆಯ ಹಾಡುವ ಆಸೆ	50
92.	ಹಲ್ಲಿಲ್ಲದ ಪ್ರೇಮ	51
93.	ಸಿಂಹ ಮಾಡುವ ಸಾರು	51
94.	ವೈದ್ಯನಾದ ಕಪ್ಪೆ	52
95.	ನಿಷ್ಠಾವಂತ ನಾಯಿ	52
96.	ಬುದ್ಧಿವಂತ ಕಾಡು ಹಂದಿ	53
97.	ಬಿಳಿ ಆಗಲು ಹೊರಟ ಹೊಳಪು ಕಪ್ಪಿನ ಕಾಗೆ	53
98.	ಅಂಗಡಿಯವನು ಮತ್ತು ಕತ್ತೆ	54
99.	ಆಜನ್ಮ ಸ್ವಾತಂತ್ರ್ಯ	54
100.	ಕುದುರೆಯ ವಿವೇಕ	55
101.	ಬಾವಿಗೆ ಬಿದ್ದ ನರಿ	55
102.	ಕೃತಘ್ನ ಕಡವೆ	56
103.	ಕಾಯಿಲೆ ಬಿದ್ದ ತಂದೆ ಡೇಗೆ	56
104.	ನಂಬಿಕೆಗೆ ಯೋಗ್ಯನಲ್ಲದ ಸ್ನೇಹಿತ	57
105.	ಎರಡು ಮೂರ್ಖ ಕೋತಿಗಳು	57
106.	ಚಿನ್ನದ ಮೊಟ್ಟೆ ಇಡುವ ಕೋಳಿ	58
107.	ಸಿಂಹಪಾಲು	58
108.	ಆಟವಾಡಿ, ಕೊಲ್ಲಬೇಡಿ	59
109.	ಕಮ್ಮಾರನ ನಾಯಿ	59
110.	ಪೂಜೆಗೊಂಡ ಕತ್ತೆ	60
111.	ದುಷ್ಟರಿಂದ ದೂರವಿರು	60
112.	ಕಳ್ಳರ ಕಳ್ಳ	61

113.	ಆಡಿನ ಕೋಡು	61
114.	ಹಗಲುಗನಸುಗಾತಿ	62
115.	ಬೆಕ್ಕಿನ ಮರಿ ಮತ್ತು ಮುಖವಾಡ	62
116.	ಹೋರಿಯ ದುರವಸ್ಥೆ	63
117.	ಬುದ್ಧಿವಂತೆಯಾದ ಹಳದಿ ಹೇಂಟೆ	63
118.	ಪುಟಾಣಿ ಹೆಸರಗಟ್ಟೆಗಳು	64
119.	ಸಮುದ್ರಯಾನ ಮಾಡಿದ ಕುರಿಗಾಹಿ	64
120.	ಸಣ್ಣ ಮೀನಿನ ದೊಡ್ಡ ವಾಗ್ದಾನ	65
121.	ಮಾತಿಗಿಂತ ಕೃತಿ ಮೇಲು	65
122.	ಜವುಗಿನ ಹುಲಿ	66
123.	ಯಾರ ಕಷ್ಟ ದೊಡ್ಡದು?	66
124.	ದಯಾಳು ದೊರೆ	67
125.	ಕಾಡುಕೋಣ ಮತ್ತು ಗುಂಗಾಡು	67
126.	ಸಿಂಹವನ್ನು ಬೆನ್ನಟ್ಟಿದ ಕತ್ತೆ	68
127.	ಬಾಯುಪದೇಶದಿಂದ ಫಲವಿಲ್ಲ	68
128.	ನಕ್ಷತ್ರ ವೀಕ್ಷಕ	69
129.	ಹೊಲ ಸುಟ್ಟ ನರಿ	69
130.	ಮರ ಕಡಿಯುವವನ ಪ್ರಾಮಾಣಿಕತೆ	70
131.	ವಂಚಕ ನರಿ	70
132.	ಬಂಗಾರದ ನಾಣ್ಯಗಳು	71
133.	ನಂಬಿಕೆಯೇ ಸಾಧನೆಗೆ ದಾರಿದೀಪ	71
134.	ಕುರಿಗಾಹಿಯ ಕುಚೇಷ್ಟೆ	72
135.	ಗುಡಿಸಲ ಪಕ್ಕದ ಅರಮನೆ	72
136.	ಮೂರ್ಖ ಸಹಾಯಕ	73
137.	ತೇಲುವ ಮಡಕೆಗಳು	73
138.	ಜವುಗಿಗೆ ಹೋದ ಆನೆ	74
139.	ರಾಜನೂ ಜ್ಯೋತಿಷಿಯೂ	74
140.	ಕೆಟ್ಟದ್ದರ ಮೇಲೆ ಒಳ್ಳೆಯದರ ವಿಜಯ	75
141.	ವಿನಿಮಯ	75
142.	ನಾಯಿಯ ಚೀಲ	76
143.	ಮರಗಳ ಕೋಪ	76
144.	ಜಾಣ ನ್ಯಾಯಾಧೀಶರು	77
145.	ಮೊಲ, ಆಮೆ ಓಟದ ಪಂದ್ಯ	77
146.	ಕತ್ತೆ ಕಲಿತ ಪಾಠ	78
147.	ದುರಾಸೆಯಿಂದ ನಷ್ಟ	78
148.	ಸ್ನೇಹಕ್ಕೊಂದು ಸೂತ್ರ	79
149.	ಯಾರು ಹಿರಿಯ?	79
150.	ಕ್ರೂರ ಹಾವಾಡಿಗ	80
151.	ಕಡೆಯ ಗೆಳೆಯರು	80

1. ಯಾರು ಈ ನೀಲಿ ರಾಜ?

ಒಂದು ರಾತ್ರಿ ಒಂದು ನರಿ ಜೀವ ಉಳಿಸಿಕೊಳ್ಳಲು ಓಡುತ್ತಿತ್ತು. ನಾಯಿಗಳ ಒಂದು ಗುಂಪು ಅದನ್ನು ಬೆನ್ನಟ್ಟಿ ಬರುತ್ತಿತ್ತು. ನರಿ ಓಡುತ್ತ ಹಳ್ಳಿಯೊಂದರ ಕೊನೆಯನ್ನು ತಲಪಿತು. ಅಲ್ಲಿ ಅಗಸನೊಬ್ಬನ ಮನೆ ಇತ್ತು. ನರಿ ಜೀವ ಉಳಿಸಿಕೊಳ್ಳಲು ಆ ಮನೆಯನ್ನು ಹೊಕ್ಕು ನೀಲಿ ಬಣ್ಣ ತುಂಬಿದ್ದ ಹಂಡೆಯೊಂದರಲ್ಲಿ ಧುಮುಕಿ ಬಚ್ಚಿಟ್ಟುಕೊಂಡಿತು. ನಾಯಿಗಳು ಬಲು ಹೊತ್ತು ಬೊಗಳುತ್ತಾ ಇದ್ದು ನಂತರ ಹೊರಟುಹೋದವು.

ಮರುದಿನ ನರಿ ಕಾಡಿಗೆ ಮರಳಿತು. ಆದರೆ ತನ್ನ ಮೈಬಣ್ಣ ಬದಲಾಗಿರುವುದು ಅದಕ್ಕೆ ಗೊತ್ತಿರಲಿಲ್ಲ. ಈ ನೀಲಿ ಬಣ್ಣದ ಪ್ರಾಣಿಯನ್ನು ನೋಡಿ ಕಾಡಿನ ಬೇರೆಲ್ಲ ಪ್ರಾಣಿಗಳಿಗೆ ಭಯವಾಯಿತು. ನದಿಯೊಂದರ ದಡದ ಮೇಲೆ ಹೋಗುತ್ತಿದ್ದಾಗ ನರಿಗೆ ನೀರಿನಲ್ಲಿ ತನ್ನ ಪ್ರತಿರೂಪ ಕಾಣಿಸಿತು. ಪ್ರಾಣಿಗಳೆಲ್ಲ ತನಗೆ ಭಯಪಟ್ಟದ್ದು ಯಾಕೆ ಎಂದು ಈಗ ಅದಕ್ಕೆ ತಿಳಿಯಿತು.

ಕಾಡಿಗೆ ಹಿಂದಿರುಗಿದ ನರಿ ಅಲ್ಲಿ ಪ್ರಾಣಿಗಳು ತನ್ನನ್ನು ಕಂಡು ಪಡುತ್ತಿದ್ದ ಭಯವನ್ನೇ ಬಳಸಿಕೊಂಡು ಕಾಡಿಗೆ ರಾಜನಾಯಿತು. ಒಂದು ರಾತ್ರಿ ನರಿಗಳ ಗುಂಪೊಂದು ದೊಡ್ಡದಾಗಿ ಊಳಿಡತೊಡಗಿದವು. ರಾಜನರಿಯೂ ತನ್ನ ನೈಸರ್ಗಿಕ ಸ್ವಭಾವದಂತೆ ಊಳಿಡತೊಡಗಿತು. ರಾಜನರಿಯ ಗವಿಯನ್ನು ಕಾಯುತ್ತಿದ್ದ ಸೇವಕ ನರಿಗಳಿಗೆ ತಮ್ಮ ರಾಜನೂ ಬರೀ ಒಬ್ಬ ನರಿ ಎಂದು ತಿಳಿಯಿತು. ಆ ನರಿ ತಮ್ಮನ್ನೆಲ್ಲ ಮೋಸ ಮಾಡಿದ್ದು ಅರ್ಥವಾಯಿತು. ಅವುಗಳೆಲ್ಲ ಒಟ್ಟಾಗಿ ನೀಲಿ ನರಿಯನ್ನು ಕಾಡಿನಿಂದ ಓಡಿಸಿದವು.

2. ಸಿಂಹ ಮತ್ತು ಮೊಲ

ಒಂದು ಕಾಡಿನಲ್ಲಿ ಒಂದು ಸಿಂಹ ಇತ್ತು. ಕ್ರೂರಿಯಾದ ಅದು ದಿನಾಲೂ ಪ್ರಾಣಿಗಳನ್ನು ಕೊಲ್ಲುತ್ತಿತ್ತು. ಒಂದು ದಿನ ಬೇರೆ ಪ್ರಾಣಿಗಳೆಲ್ಲ ಸೇರಿ ಸಿಂಹದ ಬಳಿ ಹೋಗಿ ಪ್ರಾಣಿಗಳನ್ನು ಕೊಲ್ಲಬಾರದು ಎಂದು ಹೇಳಿದವು.

ಸಿಂಹ ಹೇಳಿತು, "ಹಾಗಿದ್ದರೆ ಪ್ರತಿದಿನವೂ ನನ್ನ ಊಟಕ್ಕೆ ಒಂದು ಪ್ರಾಣಿ ಬರಬೇಕು, ಯಾರೂ ಬಾರದೇ ಇರುವ ದಿನ ನಾನು ಎಲ್ಲರನ್ನೂ ಕೊಲ್ಲುವೆ."

ಒಂದು ದಿನ ಸಿಂಹದ ಆಹಾರವಾಗಿ ಒಂದು ಜಾಣ ಮೊಲ ಹೋಗಬೇಕಿತ್ತು. ಅದು ಹೋಗುತ್ತಿರುವಾಗ ದಾರಿಯಲ್ಲಿ ಒಂದು ಬಾವಿ ಕಾಣಿಸಿತು. ಕೂಡಲೇ ಅದಕ್ಕೆ ಒಂದು ಉಪಾಯ ಹೊಳೆಯಿತು. ಮೊಲವು ಹಗಲೆಲ್ಲಾ ಕಾಡಿನಲ್ಲಿ ತಿರುಗಾಡಿ ಸಾಯಂಕಾಲದ ವೇಳೆಗೆ ಸಿಂಹದ ಗುಹೆಯ ಬಳಿ ಹೋಯಿತು.

ಸಿಂಹ ಗರ್ಜಿಸಿತು, "ಇಡೀ ದಿನ ನೀನು ಎಲ್ಲಿದ್ದೆ?"

ಮೊಲ ಹೇಳಿತು, "ನಾನು ಇತ್ತಕಡೆಯೇ ಬರುತ್ತಿದ್ದೆ, ಆದರೆ ಬೇರೊಂದು ಸಿಂಹ ನನ್ನನ್ನು ತಡೆಯಿತು."

ಸಿಂಹ ಕೇಳಿತು, "ಎಲ್ಲಿದ್ದಾನೆ ಅವನು?"

ಮೊಲ ಸಿಂಹವನ್ನು ಆ ಬಾವಿಯ ಬಳಿಗೆ ಕರೆದೊಯ್ದು "ಅವನು ಈ ಬಾವಿಯಲ್ಲಿ ಅಡಗಿದ್ದಾನೆ" ಎಂದಿತು.

ಸಿಂಹ ಬಾವಿಯಲ್ಲಿ ಇಣುಕಿ ನೋಡಿದಾಗ ಅದಕ್ಕೆ ಅದರ ಪ್ರತಿರೂಪವೇ ಕಂಡಿತು. ಅಲ್ಲಿರುವುದು ಬೇರೊಂದು ಸಿಂಹವೆಂದು ಬಗೆದ ಅದು ಕೋಪದಿಂದ ಗರ್ಜಿಸುತ್ತಾ ಬಾವಿಗೆ ನೆಗೆದು ಪ್ರಾಣ ತೊರೆಯಿತು.

3. ರಾಜನ ಮೂರ್ಖ ಸೇವಕ

ಒಂದು ರಾಜ್ಯದಲ್ಲಿ ಒಬ್ಬ ರಾಜನಿದ್ದ. ಅವನು ಒಂದು ಕೋತಿಯನ್ನು ಸಾಕಿದ್ದ. ಅವನು ಹೋದಲ್ಲೆಲ್ಲಾ ಕೋತಿಯನ್ನೂ ತನ್ನೊಡನೆ ಕರೆದೊಯ್ಯುತ್ತಿದ್ದ. ಆ ಕೋತಿ ಯಾವಾಗಲೂ ರಾಜನ ಮಲಗುವ ಕೋಣೆಯಲ್ಲೇ ಇದ್ದು ಅವನನ್ನು ಕಾಯುತ್ತಿತ್ತು.

ಒಂದು ರಾತ್ರಿ ರಾಜನು ಮಲಗಿ ನಿದ್ರಿಸುತ್ತಿದ್ದಾಗ ಕೋತಿಯು ಅವನಿಗೆ ಬೀಸಣಿಗೆಯಿಂದ ಗಾಳಿ ಬೀಸುತ್ತಿತ್ತು. ಆಗ ಕಿಟಕಿಯಿಂದ ಒಂದು ನೊಣ ಹಾರಿಬಂದು ರಾಜನ ಮೂಗಿನ ಮೇಲೆ ಕುಳಿತಿತು. ಕೋತಿ ಆ ನೊಣವನ್ನು ಹೊರಕ್ಕೋಡಿಸಲು ತುಂಬಾ ಪ್ರಯತ್ನಿಸಿತು. ಆದರೂ ನೊಣ ಹೋಗಲಿಲ್ಲ. ಕೋತಿಗೆ ಕೋಪ ಬಂತು. ಅದು ನೊಣವನ್ನು ಕೊಲ್ಲಲು ಖಡ್ಗವನ್ನು ಎತ್ತಿಕೊಂಡಿತು.

ಕೊತಿಯು ನೊಣವನ್ನು ಓಡಿಸಲು ಮಾಡಿದ ಪ್ರಯತ್ನಗಳಿಂದ ಶಬ್ದವುಂಟಾಗಿ ರಾಜನಿಗೆ ಎಚ್ಚರವಾಯಿತು. ಅವನು ಕಣ್ಣು ತೆರೆದು ನೋಡಿದ. ಖಡ್ಗವನ್ನು ಎತ್ತಿ ಹಿಡಿದು ನೊಣವನ್ನು ಕೊಲ್ಲಲು ಸಿದ್ಧವಾದ ಕೋತಿ ಅವನ ಕಣ್ಣಿಗೆ ಬಿದ್ದಿತು. ಅವನು ಕೂಡಲೇ ಕೋತಿಯ ಕೈಯಿಂದ ಖಡ್ಗವನ್ನು ಕಸಿದುಕೊಂಡ.

ದೇವರ ದಯೆಯಿಂದ ರಾಜನ ಪ್ರಾಣ ಉಳಿದಿತ್ತು. ಅವನು ತನ್ನ ಸೇವೆಗೆ ಮೂರ್ಖರನ್ನು ನೇಮಿಸಿಕೊಳ್ಳಬಾರದು, ಅದು ತನ್ನ ಪ್ರಾಣಕ್ಕೇ ಸಂಚಕಾರ ಎಂಬ ಅಮೂಲ್ಯ ಪಾಠವನ್ನು ಕಲಿತ.

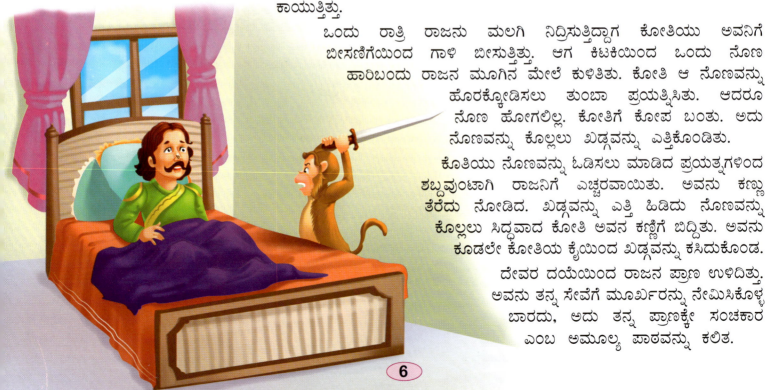

4. ಪಾರಿವಾಳಗಳೂ ಇಲಿಗಳೂ

ಒಂದು ದಿನ ಪಾರಿವಾಳಗಳ ಒಂದು ಹಿಂಡು ಆಹಾರವನ್ನು ಅರಸುತ್ತ ಹಾರಾಡುತ್ತಿತ್ತು. ಬೇಗನೇ ಆಲದ ಮರವೊಂದರ ಅಡಿಯಲ್ಲಿ ಧಾನ್ಯ ಹರಡಿರುವುದನ್ನು ಕಂಡ ಅವು ಕೆಳಗಿಳಿದು ಧಾನ್ಯವನ್ನು ತಿನ್ನಲು ತೊಡಗಿದವು. ಆದರೆ ತಾವು ಕುಳಿತಲ್ಲಿ ಬೇಟೆಗಾರನೊಬ್ಬ ಬಲೆ ಹರಡಿದ್ದಾನೆಂದು ಹಕ್ಕಿಗಳಿಗೆ ತಿಳಿಯಿತಾದರೂ ಕಾಲ ಮಿಂಚಿತ್ತು. ಪಾರಿವಾಳಗಳು ಬಲೆಯಲ್ಲಿ ಸಿಲುಕಿದವು.

ರಾಜ ಪಾರಿವಾಳ ಹೇಳಿತು, "ಮಿತ್ರರೇ, ಏಕತೆಯೇ ಶಕ್ತಿ. ನಾವೆಲ್ಲರೂ ಒಟ್ಟಿಗೇ ಬಲೆಯನ್ನು ಎತ್ತಿಕೊಂಡು ಕಾಡಿನ ಆಚೆ ಬದಿಗೆ ಹಾರಿಬಿಡೋಣ."

ಪಾರಿವಾಳಗಳ ಹಿಂಡು ಬಲೆಯನ್ನು ಎತ್ತಿಕೊಂಡು ಒಟ್ಟಿಗೇ ಹಾರಿತು. ಬೇಟೆಗಾರನಿಗೆ ಆಘಾತವಾಯಿತು.

ಸ್ವಲ್ಪ ದೂರ ಹೋದಾಗ ರಾಜ ಹೇಳಿತು, "ನಾವು ನನ್ನ ಮಿತ್ರನಾದ ಇಲಿಗಳ ರಾಜನಲ್ಲಿಗೆ ಹೋಗೋಣ. ಆತನು ನಮ್ಮನ್ನು ಬಲೆಯಿಂದ ಬಿಡಿಸುವನು." ಪಾರಿವಾಳಗಳು ಇಲಿಗಳು ವಾಸಮಾಡುವ ಬಿಲಗಳ ಬಳಿ ಬಲೆಯ ಸಮೇತ ಇಳಿದವು.

ಇವುಗಳನ್ನು ನೋಡಿ ರಾಜ ಇಲಿಗೆ ಆಶ್ಚರ್ಯವಾಯಿತು. ರಾಜ ಪಾರಿವಾಳವು ತಮಗೆ ಬಂದ ಕಷ್ಟವೇನೆಂದು ತಿಳಿಸಿತು. ಇಲಿರಾಜನೂ ಆತನ ಪ್ರಜೆಗಳೂ ಸೇರಿ ಬೇಗನೇ ಬಲೆಯನ್ನು ತಮ್ಮ ಹಲ್ಲುಗಳಿಂದ ಕತ್ತರಿಸಿ ಸ್ನೇಹಿತರಾದ ಪಾರಿವಾಳಗಳನ್ನು ಬಿಡುಗಡೆ ಮಾಡಿದವು. ಅವುಗಳು ಸಂತೋಷದಿಂದ ಕೂಗುಹಾಕುತ್ತಾ ಇಲಿಗಳಿಗೆ ಧನ್ಯವಾದ ಹೇಳಿದವು.

5. ಬಂಗಾರದ ಹಂಸಗಳು

ಒಂದಾನೊಂದು ಕಾಲದಲ್ಲಿ ಒಬ್ಬ ರಾಜನಿದ್ದ. ಅವನ ಅರಮನೆಯು ಒಂದು ದೊಡ್ಡದಾದ ಕೆರೆಯ ಮಧ್ಯೆ ಇತ್ತು. ಅರಮನೆಯ ಸುತ್ತಲೂ ವಿಶಾಲವಾದ ಉದ್ಯಾನವಿತ್ತು. ಕೆರೆಯಲ್ಲಿ ಬಂಗಾರದ ಹಲವಾರು ಹಂಸಗಳು ಜೀವಿಸುತ್ತಿದ್ದವು. ರಾಜನು ದಿನಾಲೂ ಬೆಳಿಗ್ಗೆ ತೋಟದಲ್ಲಿ ಸಂಚರಿಸುತ್ತ ಹಂಸಗಳಿಂದ ಕಳಚಿಬಿದ್ದ ಬಂಗಾರದ ರೆಕ್ಕೆಗಳನ್ನು ಎತ್ತಿಕೊಂಡು ಬರುತ್ತಿದ್ದ.

ಒಂದು ದಿನ ಬೆಳಿಗ್ಗೆ ರಾಜನು ಉದ್ಯಾನದಲ್ಲಿ ನಡೆಯುತ್ತಿದ್ದಾಗ ಯಾವುದೋ ಒಂದು ಪಕ್ಷಿ ಬಂದು ಅವನ ಭುಜದ ಮೇಲೆ ಕುಳಿತು ಇಂಪಾಗಿ ಹಾಡತೊಡಗಿತು. ಅದರ ಕೂಗಿಗೆ ಮಾರುಹೋದ ರಾಜನು "ಹಕ್ಕಿಯೇ, ನೀನು ಸದಾಕಾಲ ಇಲ್ಲಿಯೇ ವಾಸಮಾಡು" ಎಂದ.

ಆ ಹಕ್ಕಿಗೆ ಬಂಗಾರದ ಹಂಸಗಳ ಬಗ್ಗೆ ಅಸೂಯೆ ಇದ್ದಿತು. ಅದು ಸುಳ್ಳೊಂದನ್ನು ಹೇಳಿತು, "ನಾನು ಇಲ್ಲಿ ವಾಸ ಮಾಡಿದರೆ ನನ್ನನ್ನು ಕೊಲ್ಲುವುದಾಗಿ ಬಂಗಾರದ ಹಂಸಗಳು ಬೆದರಿಕೆ ಹಾಕಿವೆ ಒಡೆಯಾ."

ಬಂಗಾರದ ಹಂಸಗಳನ್ನೆಲ್ಲ ಕೊಂದುಬಿಡುವಂತೆ ರಾಜ ತನ್ನ ಯೋಧರಿಗೆ ಆಜ್ಞಾಪಿಸಿದ. ಅವರು ಆಯುಧಗಳನ್ನು ತೆಗೆದುಕೊಂಡು ಬಂದಾಗ ಹಂಸಗಳೆಲ್ಲ ಆಕಾಶಕ್ಕೆ ಹಾರಿದವು.

ಆ ಹಂಸಗಳು ರಾಜನತ್ತ ಹೀಗೆ ಕೂಗಿ ಹೇಳಿದವು, "ಓ ರಾಜ, ಅಪರಿಚಿತನ ಮಾತನ್ನು ನಂಬಿದ ನೀನು ಒಬ್ಬ ಮೂರ್ಖ, ನಿನಗೆ ಇದೋ ವಿದಾಯ." ರಾಜನಿಗೆ ತನ್ನ ತಪ್ಪು ಅರಿವಾಗುವಾಗುವಷ್ಟರಲ್ಲಿ ಬಂಗಾರದ ಹಂಸಗಳು ಬಲುದೂರ ಹಾರಿಹೋಗಿದ್ದವು.

6. ಕಾಗೆಗಳೂ ಗೂಬೆಗಳೂ ಶತ್ರುಗಳಾಗಿದ್ದು ಏಕೆ?

ಒಂದು ದಿನ ಕಾಡಿನ ಹಕ್ಕಿಗಳೆಲ್ಲ ರಾಜನನ್ನು ಆಯ್ಕೆ ಮಾಡಲು ಸಭೆಸೇರಿದವು. ಪಕ್ಕದಲ್ಲೇ ಮರವೊಂದರಲ್ಲಿ ಗೂಬೆಯೊಂದು ಕುಳಿತಿತ್ತು. ಚರ್ಚೆ ತುಂಬಾ ಸಮಯ ನಡೆಯಿತು. ಕೊನೆಗೆ ಒಂದು ಗಿಳಿ ಸಲಹೆಯೊಂದನ್ನು ಮಂಡಿಸಿತು, "ಗೂಬೆಯು ನಮ್ಮ ರಾಜನಾಗಲಿ."

ಗೂಬೆಗೆ ಹಗಲು ಕಣ್ಣು ಕಾಣಿಸುತ್ತಿರಲಿಲ್ಲ; ಆದರೆ ಅದು ಆ ಸಭೆಯ ಎಲ್ಲ ಮಾತುಗಳನ್ನೂ ಸ್ಪಷ್ಟವಾಗಿ ಕೇಳಿಸಿಕೊಂಡಿತ್ತು. ಅದಕ್ಕೆ ಸಂತೋಷವಾಯಿತು. ಗೂಬೆಯ ಪಟ್ಟಾಭಿಷೇಕಕ್ಕೆ ಸಿದ್ಧತೆಗಳು ಪ್ರಾರಂಭವಾದವು. ಆದರೆ ಒಂದು ಕಾಗೆ ಬೇರೆಲ್ಲ ಹಕ್ಕಿಗಳ ಕಿವಿಯಲ್ಲಿ ಹೀಗೆ ಉಸುರಿತು, "ನಾವು ಗೂಬೆಯನ್ನು ರಾಜನಾಗಿ ಮಾಡುವುದೆಂತು? ಅವನಿಗೆ ಹಗಲು ಕಣ್ಣು ಕಾಣಿಸದು, ಅಲ್ಲದೆ ಅವನು ಕುರೂಪಿಯೂ ಆಗಿದ್ದಾನೆ." ಹಕ್ಕಿಗಳು ಈ ವಿಷಯ ಆಲೋಚನೆ ಮಾಡಿದವು. ನಂತರ ಪಟ್ಟಾಭಿಷೇಕವನ್ನು ಮುಂದಕ್ಕೆ ಹಾಕಿದವು.

ಎಲ್ಲ ಹಕ್ಕಿಗಳೂ ಹಾರಿಹೋದವು. ಅಲ್ಲಿ ಗಿಳಿ ಮತ್ತು ಗೂಬೆ ಮಾತ್ರ ಉಳಿದವು. ಪಟ್ಟಾಭಿಷೇಕ ಇನ್ನೂ ಯಾಕೆ ಪ್ರಾರಂಭವಾಗಿಲ್ಲ ಎಂದು ಗೂಬೆಗೆ ಆತಂಕವಾಯಿತು. ಅದು ಗಿಳಿಯನ್ನು ಕೇಳಿತು, "ತಮ್ಮಾ, ಯಾಕೆ ಯಾರೂ ಮಾತನಾಡುತ್ತಿಲ್ಲ?" ಗಿಳಿಗೂ ಬೇಸರವಾಗಿತ್ತು. ಅದು ನಡೆದ ವಿಷಯವನ್ನು ಗೂಬೆಗೆ ಹೇಳಿತು. "ನೀನು ಕುರುಡನೂ ಕುರೂಪಿಯೂ ಆಗಿರುವೆ ಎಂದು ಕಾಗೆ ಹೇಳಿತು. ಅದಕ್ಕೆ ಹಕ್ಕಿಗಳೆಲ್ಲ ಹೊರಟುಹೋದವು."

ಗೂಬೆಗೆ ಭಯಂಕರ ಕೋಪ ಬಂತು. ಅಂದಿನಿಂದ ಗೂಬೆಯೂ ಕಾಗೆಯೂ ಪರಮ ಶತ್ರುಗಳಾದವು.

7. ಆನೆಯೂ ಮೊಲವೂ

ಅದು ಕಡುಬೇಸಗೆಯ ದಿನ. ಕೆರೆಯಲ್ಲಿ ನೀರು ಬತ್ತಿಹೋಗಿತ್ತು. ಕಾಡಿನ ರಾಜನಾದ ಆನೆ ಪ್ರಜೆಗಳನ್ನೆಲ್ಲ ಕರೆದು ಹೀಗೆ ಹೇಳಿತು, "ದೂರದ ಕಾಡೊಂದರಲ್ಲಿ ತುಂಬಾ ನೀರಿರುವ ದೊಡ್ಡ ಕೆರೆ ಇದೆ, ಅಲ್ಲಿಗೆ ಹೋಗೋಣ." ಎಲ್ಲ ಪ್ರಾಣಿಗಳೂ ಹೊರಟು ಐದು ದಿನ ನಡೆದು ಆ ಕೆರೆಯ ಬಳಿ ಬಂದವು.

ನೀರು ನೋಡಿ ಆನೆಗಳು ಆನಂದಾತಿರೇಕದಿಂದ ಘೀಳಿಟ್ಟವು. ಗಡಿಬಿಡಿಯಲ್ಲಿ ಅವುಗಳು ಕೆರೆಯ ದಾರಿಯ ಪಕ್ಕದ ಮೊಲದ ಬಿಲಗಳನ್ನೆಲ್ಲ ತುಳಿದು ಹಾಳುಮಾಡಿದವು. ಆನೆಗಳ ಸಂಚಾರದಿಂದ ಅನೇಕ ಮೊಲಗಳು ಸತ್ತೇಹೋದವು. ಆನೆಗಳ ಸಂಚಾರ ಹೀಗೆ ದಿನಾಲು ನಡೆದಿತ್ತು. ಆದರೆ ಬಿಲಗಳು ನಾಶವಾದುದು ಆನೆಗಳ ಗಮನಕ್ಕೆ ಬಂದಿರಲಿಲ್ಲ.

ಒಂದು ದಿನ ಮೊಲಗಳ ನಾಯಕ ಆನೆ ರಾಜನ ಬಳಿ ಹೋಗಿ, "ದೊರೆಯೇ, ಮಹಾ ಬಲಶಾಲಿಯಾದ ನಮ್ಮ ರಾಜ ಚಂದ್ರನು ಈ ಕೆರೆಯ ನೀರನ್ನು ಆನೆಗಳು ಕುಡಿಯಬಾರದೆಂದು ಆಜ್ಞೆ ಮಾಡಿದ್ದಾನೆ" ಎಂದು ಹೇಳಿತು.

ನಂತರ, ಮೊಲವು ಆನೆಯನ್ನು ಸುತ್ತು ಬಳಸು ದಾರಿಯಿಂದ ಕೆರೆಯತ್ತ ಕರೆದೊಯ್ದಿತು. ಅವರು ಕೆರೆ ತಲಪಿದಾಗ ಆಕಾಶದಲ್ಲಿ ಮೇಲೆ ಬಂದಿದ್ದ ಚಂದ್ರನ ಪ್ರತಿಫಲನ ಕೆರೆಯ ನೀರಿನಲ್ಲಿ ಕಾಣಿಸುತ್ತಿತ್ತು. ಮೊಲವು ಆನೆಗೆ ಆ ಪ್ರತಿಫಲನವನ್ನು ತೋರಿಸಿ, "ನೋಡು, ನಮ್ಮ ರಾಜನು ಕೋಪದಿಂದ ನಡುಗುತ್ತಿದ್ದಾನೆ" ಎಂದಿತು. ಅಲೆಗಳಿಂದಾಗಿ ನಡುಗಿದಂತೆ ಕಾಣಿಸುತ್ತಿದ್ದ ಚಂದ್ರನ ಪ್ರತಿಬಿಂಬ ನೋಡಿ ಆನೆಗೆ ನಿಜಕ್ಕೂ ಭಯವಾಯಿತು. ಅದು ಮೊಲದೊಂದಿಗೆ ಕ್ಷಮೆ ಯಾಚಿಸಿ ನಂತರ ತನ್ನ ಬಳಗದವರನ್ನು ಕರೆದುಕೊಂಡು ಅಲ್ಲಿಂದ ಹೊರಟುಹೋಯಿತು. ಮೊಲಗಳು ನಂತರ ಸುಖದಿಂದ ಇದ್ದವು.

8. ಕೋತಿ ಮತ್ತು ಜಂಬದ ಹಕ್ಕಿ

ನದಿಯೊಂದರ ದಂಡೆಯಲ್ಲಿ ಒಂದು ಮಾವಿನ ಮರ ಇತ್ತು. ಆ ಮರದ ರೆಂಬೆ-ಕೊಂಬೆಗಳಲ್ಲಿ ಹಲವಾರು ಹಕ್ಕಿಗಳು ಗೂಡುಕಟ್ಟಿಕೊಂಡು ವಾಸಮಾಡುತ್ತಿದ್ದವು. ಅಲ್ಲಿ ಒಂದು ಪುಟ್ಟ ಹಕ್ಕಿಯೂ ವಾಸ ಮಾಡುತ್ತಿತ್ತು. ಅದು ತುಂಬಾ ಕೆಲಸ ಮಾಡಿ ಕಸ-ಕಡ್ಡಿ-ಎಲೆಗಳನ್ನು ಕೂಡಿ ಹಾಕಿ ಚಂದದ ಗೂಡನ್ನು ಕಟ್ಟಿಕೊಂಡಿತ್ತು. ತನ್ನ ಗೂಡಿನ ಬಗ್ಗೆ ಅದಕ್ಕೆ ತುಂಬಾ ಜಂಬವಿತ್ತು.

ಒಂದು ಸಾಯಂಕಾಲ ಜೋರಾಗಿ ಮಳೆ ಬಂತು. ಎಲ್ಲಾ ಹಕ್ಕಿಗಳೂ ಇತರ ಪ್ರಾಣಿಗಳೂ ತಂತಮ್ಮ ಮನೆಗಳಲ್ಲಿ ಆಶ್ರಯ ಪಡೆದವು. ಮಾವಿನ ಮರದ ಕೆಳಗಡೆ ಆಟವಾಡುತ್ತಿದ್ದ ಒಂದು ಕೋತಿಯೂ ಆ ಮರದ ಕೊಂಬೆಯನ್ನೇರಿ ಆಶ್ರಯ ಪಡೆಯಿತು. ಆದರೂ ಅದರ ಮೈ ಒದ್ದೆಯಾಗಿತ್ತು.

ಕೋತಿಯನ್ನು ನೋಡಿ ಆ ಜಂಬದ ಹಕ್ಕಿ ಹೇಳಿತು, "ಮಂಗಣ್ಣಾ, ನೀನು ಮಳೆಗಾಲಕ್ಕೆ ಮೊದಲೇ ಯಾಕೆ ಮನೆ ಕಟ್ಟಿಕೊಳ್ಳಲಿಲ್ಲ?"

ಹಕ್ಕಿಯ ಮಾತು ಕೋತಿಗೆ ಇಷ್ಟವಾಗಲಿಲ್ಲ. ಅದು "ಹಕ್ಕಿಯೇ, ಸುಮ್ಮನಿರುತ್ತೀಯಾ?" ಎಂದು ಗದರಿತು.

ಜಂಬದ ಹಕ್ಕಿ ಸುಮ್ಮನಾಗಲಿಲ್ಲ. "ನೀನು ಹಿಂದೆ ಬೆವರಿಳಿಸಿ ಕೆಲಸ ಮಾಡಿದ್ದರೆ, ಇಂದು ಈ ಸ್ಥಿತಿ ಬರುತ್ತಿರಲಿಲ್ಲ. ಆದರೆ ನಿಮಗೆ, ಆಲಸಿ ಕೋತಿಗಳಿಗೆ ದುಡಿಮೆ ಅಂದರೆ ಏನೆಂದು ಗೊತ್ತಿದ್ದರೆ ತಾನೇ?" ಎಂದು ಅದು ಕುಟುಕಿತು.

ಕೋತಿಗೆ ಕೋಪದಿಂದ ತಲೆಯೇ ಕೆಟ್ಟಂತೆ ಆಯಿತು. ಅದು ಒಂದೇ ಏಟಿಗೆ ಆ ಹಕ್ಕಿಯ ಗೂಡನ್ನು ಹೊಡೆದು ನೆಲಕ್ಕೆ ಬೀಳಿಸಿತು. ಜಂಬದ ಹಕ್ಕಿಗೆ ಆಕಾಶವೇ ತಲೆಯ ಮೇಲೆ ಬಿದ್ದಂತೆ ಆಯಿತು.

9. ಸಿಂಹದ ಕೋಪ

ಒಂದು ದಿನ ಬೆಳಗ್ಗೆ ರಾಜ ಸಿಂಹಕ್ಕೆ ತುಂಬಾ ಕೋಪ ಬಂದಿತ್ತು. "ನಿನ್ನ ಬಾಯಿ ವಾಸನೆ ಬರುತ್ತಿದೆ" ಎಂದು ರಾಣಿ ಸಿಂಹ ಹೇಳಿದ್ದು ಅದಕ್ಕೆ ಕಾರಣವಾಗಿತ್ತು. ಅದು ನಿಜವೇ ಎಂದು ತಿಳಿಯಲು ಬಯಸಿ ರಾಜ ತನ್ನ ಸಲಹೆಗಾರರಾದ ಕುರಿ, ತೋಳ ಮತ್ತು ನರಿಯನ್ನು ಕರೆಯಿತು.

ಮೊದಲು ಸಿಂಹವು ಕುರಿಯನ್ನು ಕೇಳಿತು, "ನನ್ನ ಬಾಯಿ ವಾಸನೆ ಬರುತ್ತಿದೆಯೇ?"

ಕುರಿ ತಲೆಬಾಗಿ ವಂದಿಸಿ ಹೀಗೆ ಹೇಳಿತು, "ಮಹಾರಾಜ, ನಿನ್ನ ಬಾಯಿಯಿಂದ ತುಂಬಾ ಕೆಟ್ಟ ವಾಸನೆ ಬರುತ್ತಿದೆ."

ಸಿಂಹವು ಕೋಪದಿಂದ ಕುರಿಯ ಮೇಲೆ ಜಿಗಿದು ಅದನ್ನು ಕೊಂದುಹಾಕಿತು.

ಅದೇ ಪ್ರಶ್ನೆಯನ್ನು ಸಿಂಹವು ತೋಳನಿಗೆ ಕೇಳಿತು. ತೋಳನು ಭಯದಿಂದ, "ಮಹಾರಾಜ, ನಿನ್ನ ಬಾಯಿ ಮಲ್ಲಿಗೆ ಹೂವಿನಂತಹ ಸುವಾಸನೆಯನ್ನು ಸೂಸುತ್ತಿದೆ" ಎಂದಿತು.

ಅದು ಸುಳ್ಳು ಹೇಳುತ್ತಿದೆ ಎಂದು ಸಿಂಹಕ್ಕೆ ಅರಿವಾಯಿತು. ಅದು ಕೂಡಲೇ ತೋಳನನ್ನೂ ಕೊಂದುಹಾಕಿತು.

ಈಗ ನರಿಯ ಪಾಳಿ. ನರಿಗೂ ಸಿಂಹ ಅದೇ ಪ್ರಶ್ನೆ ಕೇಳಿತು.

ನರಿ ಕೆಮ್ಮಿ, ಸೀನಿ, ಮೂಗು ಸರಿಪಡಿಸುತ್ತ ಪಿಸುಮಾತಿನಲ್ಲಿ ಹೇಳಿತು, "ಮಹಾರಾಜ, ನನಗೆ ತುಂಬಾ ಶೀತಬಾಧೆ, ಮೂಗು ಕಟ್ಟಿದೆ, ಯಾವ ವಾಸನೆಯೂ ತಿಳಿಯುತ್ತಿಲ್ಲ. ಕ್ಷಮಿಸು."

ಸಿಂಹಕ್ಕೆ ನರಿಯ ಮೇಲೆ ನಂಬಿಕೆಯುಂಟಾಯಿತು. ಅದು "ಆಯಿತು, ಹೋಗು" ಎಂದಿತು. ನರಿಯ ಜೀವ ಅದರ ಬುದ್ಧಿವಂತಿಕೆಯಿಂದ ಉಳಿಯಿತು.

10. ಬ್ರಾಹ್ಮಣನೂ ಮೋಸಗಾರರೂ

ಒಂದು ಊರಿನಲ್ಲಿ ಒಬ್ಬ ಬ್ರಾಹ್ಮಣ ಇದ್ದ. ಅವನು ಪೌರೋಹಿತ್ಯದಿಂದ ಜೀವನ ನಿರ್ವಹಣೆ ಮಾಡುತ್ತಿದ್ದ. ಒಮ್ಮೆ ಒಬ್ಬ ಶ್ರೀಮಂತನು ಅವನಿಗೆ ಹಾಲು ಕೊಡುವ ಒಂದು ಆಡನ್ನು ಕೊಟ್ಟ. ಬ್ರಾಹ್ಮಣನು ಆಡನ್ನು ಹೆಗಲಿಗೇರಿಸಿಕೊಂಡು ತನ್ನ ಮನೆಯತ್ತ ಹೊರಟ.

ದಾರಿಯಲ್ಲಿ ಇಬ್ಬರು ಮೋಸಗಾರರು ಬ್ರಾಹ್ಮಣನನ್ನು ನೋಡಿದರು. ಬ್ರಾಹ್ಮಣನಿಗೆ ಮೋಸಮಾಡಿ ಆಡನ್ನು ಲಪಟಾಯಿಸಲು ಅವರು ತಂತ್ರ ಮಾಡಿದರು. ಇಬ್ಬರೂ ಬ್ರಾಹಣನ ದಾರಿಯಲ್ಲಿ ಬೇರೆ ಬೇರೆ ಸ್ಥಳಗಳಲ್ಲಿ ಬಚ್ಚಿಟ್ಟುಕೊಂಡು ಅವನಿಗಾಗಿ ಕಾದುಕುಳಿತರು.

ಬ್ರಾಹ್ಮಣನು ಹತ್ತಿರ ಬಂದಾಗ ಮೊದಲನೆ ವಂಚಕ ಅವನ ಎದುರಿಗೆ ಬಂದು, "ಪೂಜ್ಯರೇ, ನಾಯಿಯನ್ನು ಹೆಗಲ ಮೇಲೆ ಯಾಕೆ ಹೊತ್ತುಕೊಂಡಿದ್ದೀರಿ?" ಎಂದು ಕೇಳಿದ. ಬ್ರಾಹ್ಮಣನಿಗೆ ಸಿಟ್ಟು ಬಂತು. ಆದರೆ ಅವನು ಉತ್ತರವೇನೂ ಕೊಡದೆ ಮುಂದಕ್ಕೆ ಹೋದ.

ಸ್ವಲ್ಪ ದೂರ ಹೋಗುತ್ತಲೇ ಎರಡನೇ ಮೋಸಗಾರನು ಬ್ರಾಹ್ಮಣನಿಗೆ ಎದುರಾಗಿ, "ಪೂಜ್ಯರೇ, ಹೆಗಲ ಮೇಲೆ ಕತ್ತೆಯನ್ನು ಯಾಕೆ ಹೊತ್ತುಕೊಂಡಿದ್ದೀರಿ?" ಎಂದು ಪ್ರಶ್ನಿಸಿದ. ಬ್ರಾಹ್ಮಣನಿಗೆ ಭಯವಾಯಿತು. "ನಾನು ಹೊತ್ತುಕೊಂಡಿರುವುದು ಆಡೇ ಇಲ್ಲ ಭೂತವೇ?" ಎಂದು ಅವನು ಆಲೋಚಿಸಿದ.

ಅದು ಭೂತವೇ ಇರಬೇಕು ಅಂದುಕೊಂಡ ಅವನು ಅದನ್ನು ಕೆಳಗೆ ಹಾಕಿ ಮನೆಗೆ ಓಡಿದ. ಮೋಸಗಾರರು ಆಡನ್ನು ಎತ್ತಿಕೊಂಡು ಹೋಗಿ ಮಾಂಸದಡುಗೆ ಮಾಡಿ ಉಂಡರು.

11. ಎತ್ತು, ಸಿಂಹ ಹಾಗೂ ನರಿ

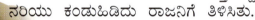

ಒಮ್ಮೆ ಒಬ್ಬ ರೈತ ಎತ್ತಿನ ಗಾಡಿಯಲ್ಲಿ ಒಂದು ಕಾಡಿನ ದಾರಿಯಲ್ಲಿ ಹೋಗುತ್ತಿದ್ದ. ಗಾಡಿಯನ್ನು ಎರಡು ಎತ್ತುಗಳು ಎಳೆಯುತ್ತಿದ್ದವು. ಹಟಾತ್ತನೆ ಗಾಡಿಯ ಒಂದು ಎತ್ತು ಗುಂಡಿಯೊಂದರೊಳಗೆ ಬಿದ್ದುಹೋಯಿತು. ಎತ್ತನ್ನು ಗುಂಡಿಯಿಂದ ಎತ್ತಲು ರೈತನಿಗೆ ಸಾಧ್ಯವಾಗಲಿಲ್ಲ. ಅವನು ಅದನ್ನು ಅಲ್ಲೇ ಬಿಟ್ಟು ಹೊರಟುಹೋದ. ಎಷ್ಟೋ ಸಮಯದ ಮೇಲೆ ಎತ್ತು ಹೇಗೋ ಗುಂಡಿಯಿಂದ ಮೇಲೆ ಬಂತು. ಅದು ನದಿಯ ನೀರು ಕುಡಿದು ಹುಲ್ಲುಗಾವಲಿನಲ್ಲಿ ಮೇದು ಹೆಚ್ಚು ಶಕ್ತಿಯುತವಾಯಿತು. ಅದು ಕೂಗಿ ಗುಟುರು ಹಾಕಿದರೆ ಸಿಂಹದ ಗರ್ಜನೆಯಂತೆಯೇ ಕೇಳಿಸುತ್ತಿತ್ತು.

ಒಂದು ದಿನ ನೀರು ಕುಡಿಯಲು ನದಿಗೆ ಬಂದ ಕಾಡಿನ ರಾಜನಾದ ಸಿಂಹನಿಗೆ ಈ ಎತ್ತಿನ ಗುಡುಗಿನಂತಹ ಕೂಗು ಕೇಳಿ ಭಯವಾಯಿತು. ಆ ಕೂಗು ಒಂದು ಎತ್ತಿನದ್ದು ಎಂದು ಸಿಂಹರಾಜನ ಮಂತ್ರಿಯಾದ ನರಿಯು ಕಂಡುಹಿಡಿದು ರಾಜನಿಗೆ ತಿಳಿಸಿತು.

ಸಿಂಹವು ಆ ಎತ್ತಿನೊಡನೆ ಸ್ನೇಹ ಬೆಳೆಸಿತು. ಅದು ಬೇರೆ ಪ್ರಾಣಿಗಳನ್ನು ಕೊಲ್ಲುವುದನ್ನೂ ನಿಲ್ಲಿಸಿತು. ಇದರಿಂದ ನರಿಗೆ ಮಾಂಸ ಸಿಗುವುದು ನಿಂತುಹೋಯಿತು.

ತಂತ್ರಗಾರ ನರಿ ಒಂದು ಉಪಾಯ ಮಾಡಿತು. ಅದು ಸಿಂಹಕ್ಕೆ "ಒಡೆಯಾ, ಎತ್ತು ನಿಮ್ಮನ್ನು ಕೊಲ್ಲಲು ಬಯಸಿದೆ" ಎಂದಿತು. ಆಮೇಲೆ ಎತ್ತಿನ ಬಳಿ ಹೋಗಿ, "ನಿನ್ನನ್ನು ಸಿಂಹ ಕೊಲ್ಲಬಯಸಿದೆ" ಎಂದಿತು.

ಎತ್ತು ಸಿಂಹದ ಗುಹೆಯ ಬಳಿ ಬಂದು ಅಬ್ಬರಿಸಿ ಗರ್ಜಿಸಿತು. ಎತ್ತು ತನ್ನನ್ನು ಕೊಲ್ಲಲು ಬಂದಿದೆ ಎಂದು ಭಾವಿಸಿ ಸಿಂಹವು ಭಯಂಕರವಾಗಿ ಗರ್ಜಿಸುತ್ತ ಹೊರಬಂದು ಎತ್ತಿನ ಮೇಲೆ ದಾಳಿಮಾಡಿತು. ಇಬ್ಬರೊಳಗೆ ತೀವ್ರ ಹೋರಾಟ ನಡೆಯಿತು. ಕೊನೆಯಲ್ಲಿ ಸಿಂಹವು ಎತ್ತನ್ನು ಕೊಂದುಹಾಕಿತು.

12. ಕುತಂತ್ರಿ ಕೊಕ್ಕರೆ ಹಾಗೂ ಬುದ್ಧಿವಂತ ಏಡಿ

ಒಂದು ಕೊಕ್ಕರೆಯು ಒಂದು ಕೆರೆಯ ಪಕ್ಕದಲ್ಲಿ ವಾಸ ಮಾಡುತ್ತಿತ್ತು. ಆ ಕೆರೆಯಲ್ಲಿ ತುಂಬಾ ಮೀನುಗಳಿದ್ದವು. ಆ ಕೊಕ್ಕರೆಗೆ ವಯಸ್ಸು ತುಂಬಾ ಆಗಿದ್ದು ಮೀನು ಹಿಡಿಯಲು ಕಷ್ಟವಾಗುತ್ತಿತ್ತು. ಆದ್ದರಿಂದ ಅದು ಒಂದು ಉಪಾಯ ಮಾಡಿತು. ಅದು ಕೆರೆಯ ದಂಡೆಯಲ್ಲಿ ನಿಂತು ಗೋಳಾಡುವಂತೆ ನಟಿಸುತ್ತಾ ಹೀಗೆ ಹೇಳಿತು, “ಓ ದೇವರೇ, ಈ ಕೆರೆ ಬೇಗ ಬತ್ತಿಹೋಗಲಿದೆ. ಇದರಲ್ಲಿರುವ ಯಾವ ಜೀವಿಯೂ ಬದುಕಿ ಉಳಿಯಲಾರ. ನಾನು ಆಹಾರ ಹುಡುಕಿಕೊಂಡು ನದಿಗೆ ಹೋಗಬೇಕಷ್ಟೆ.”

ಕೊಕ್ಕರೆಯ ಮಾತು ಒಂದು ಏಡಿಗೆ ಕೇಳಿಸಿತು. ಅದು ವಿಷಯವನ್ನು ಮೀನುಗಳಿಗೆ ತಿಳಿಸಿತು. ಅವುಗಳಿಗೆ ಭಯವಾಯಿತು. ಮೀನುಗಳನ್ನು ಪ್ರತಿದಿನವೂ ಒಂದೊಂದಾಗಿ ತಾನು ನದಿಗೆ ಕರೆದೊಯ್ಯುವುದಾಗಿ ಕೊಕ್ಕರೆ ಮುಂದೆ ಬಂತು.

ಮರುದಿನದಿಂದ ಕೊಕ್ಕರೆ ದಿನಾಲೂ ಒಂದು ಮೀನನ್ನು ಕೊಕ್ಕಿನಲ್ಲಿ ಹಿಡಿದು ನದಿಯತ್ತ ಹಾರತೊಡಗಿತು. ಸ್ವಲ್ಪ ದೂರ ಹಾರಿದೊಡನೆಯೇ ಅದು ಬಂಡೆಯೊಂದರ ಮೇಲೆ ಕುಳಿತು ಮೀನನ್ನು ತಿನ್ನುತ್ತಿತ್ತು. ಒಂದರ ನಂತರ ಒಂದರಂತೆ ಮೀನು ಮಾಯವಾಗಲು ತೊಡಗಿದವು. ಒಂದು ದಿನ ಕೊಕ್ಕರೆ ಏಡಿಯನ್ನು ಎತ್ತಿಕೊಂಡು ಬಂಡೆಯತ್ತ ಹೊರಟಿತು. ಆ ಬಂಡೆಯ ಮೇಲೆ ಮೀನಿನ ಎಲುಬುಗಳು ಚೆಲ್ಲಾಪಿಲ್ಲಿಯಾದುದನ್ನು ನೋಡಿದ ಏಡಿಗೆ ಕೊಕ್ಕರೆಯ ಕುತಂತ್ರ ಅರ್ಥವಾಯಿತು. ಏಡಿಯು ಕೂಡಲೇ ಕೊಕ್ಕರೆಯ ಕುತ್ತಿಗೆಯನ್ನು ಬಲವಾಗಿ ಕಡಿದು ಸಾಯಿಸಿ ಬಾಕಿಯುಳಿದ ಮೀನುಗಳು ಸಾಯುವುದನ್ನು ತಪ್ಪಿಸಿತು.

13. ಕಾಗೆಗಳು ಮತ್ತು ಹಾವು

ಒಂದು ಆಲದ ಮರದಲ್ಲಿ ಕಾಗೆಗಳ ಒಂದು ಜೋಡಿ ಗೂಡು ಕಟ್ಟಿಕೊಂಡು ವಾಸಿಸುತ್ತಿತ್ತು. ಆ ಮರದ ಬುಡದಲ್ಲಿ ಒಂದು ಪೊಟರೆ ಇದ್ದಿತು. ಅದರೊಳಗೆ ಒಂದು ಹಾವು ವಾಸಿಸುತ್ತಿತ್ತು. ಹಾವು ಮರವನ್ನು ಏರಿ ಕಾಗೆ ದಂಪತಿಗಳ ಎಳೆಯ ಮರಿಗಳನ್ನು ತಿನ್ನಲು ಪ್ರಯತ್ನಿಸುತ್ತಿತ್ತು. ಆದರೆ ಹೆಣ್ಣು ಕಾಗೆ ಕೊಕ್ಕಿನಿಂದ ಕುಕ್ಕಿ ಹಾವನ್ನು ಓಡಿಸುತ್ತಿತ್ತು. ಕಾಗೆ ದಂಪತಿಗಳು ದಿನಾಲೂ ಆಹಾರ ಅರಸಿಹೋಗುತ್ತಿದ್ದವು. ಒಂದು ದಿನ ಅವುಗಳು ವಾಪಸು ಬಂದಾಗ ಗೂಡಿನಲ್ಲಿ ಮರಿಗಳು ಇರಲಿಲ್ಲ; ಹಾವು ಅವುಗಳನ್ನು ನುಂಗಿಹಾಕಿತ್ತು.

ಕಾಗೆಗಳು ಪಕ್ಕದಲ್ಲೇ ವಾಸಿಸುತ್ತಿದ್ದ ನರಿ ಬಳಿ ಹೋದವು. ಹಾವನ್ನು ಓಡಿಸುವುದಕ್ಕೆ ಒಂದು ಉಪಾಯವನ್ನು ನರಿಯಣ್ಣ ಹೇಳಿಕೊಟ್ಟ.

ಕಾಗೆಗಳು ಮರುದಿನ ಅರಮನೆಯ ಬಳಿ ರಾಣಿಯರು ಸ್ನಾನ ಮಾಡುತ್ತಿದ್ದ ಕೆರೆಗೆ ಹೋದವು. ತಾಯಿ ಕಾಗೆಯು ರಾಣಿ ಬಿಚ್ಚಿಟ್ಟಿದ್ದ ಮುತ್ತಿನ ಮಾಲೆಯನ್ನು ಕಚ್ಚಿಕೊಂಡು ಹಾರಿತು. ರಾಜಭಟರು ಕೂಡಲೇ ಅದನ್ನು ಹಿಂಬಾಲಿಸಿದರು. ಕಾಗೆಯು ಸರವನ್ನು ಹಾವಿನ ಪೊಟರೆಯೊಳಕ್ಕೆ ಹಾಕಿತು. ರಾಜಭಟರು ಓಡಿಬಂದು ಆ ಪೊಟರೆಯನ್ನು ಜಾಲಾಡಿದರು, ಈಟಿಯಿಂದ ಹುಡುಕಿದರು.

ಆಗ ಹಾವು ಹೊರಗೆ ಬಂತು. ಅದನ್ನು ಭಟರು ಕೊಂದರು. ಅವರು ಸರವನ್ನು ಎತ್ತಿಕೊಂಡು ಹೋದರು. ಕಾಗೆ ದಂಪತಿಗಳಿಗೆ ಆನಂದವಾಯಿತು. ಆಮೇಲೆ ಕಾಗೆ ಮೊಟ್ಟೆಯಿಟ್ಟು ಕಾವು ಕೊಟ್ಟಿತು. ಮರಿಗಳ ಜನನಕ್ಕಾಗಿ ಕಾದು ಕುಳಿತಿತು.

14. ನೇರಳೆ ಮರದ ಕೋತಿ

ಒಂದು ನದಿ ದಡದಲ್ಲಿನ ಒಂದು ನೇರಳೆ ಮರದಲ್ಲಿ ಒಂದು ಕೋತಿಯು ವಾಸವಿತ್ತು. ಒಂದು ದಿನ ದೂರದಿಂದ ಬಂದ ಒಂದು ಮೊಸಳೆಯು ಕೇಳಿತು, "ಮಂಗಣ್ಣಾ, ನನಗೆ ತುಂಬಾ ಹಸಿವಾಗುತ್ತಿದೆ, ತಿನ್ನಲು ಏನಾದರೂ ಕೊಡುವೆಯಾ?" ಕೋತಿಯು ನೇರಳೆ ಹಣ್ಣುಗಳನ್ನು ಕೊಟ್ಟಿತು. ಹೀಗೆ ದಿನಾಲೂ ನಡೆಯಿತು. ಅವರಿಬ್ಬರೂ ಉತ್ತಮ ಸ್ನೇಹಿತರಾದರು.

ಒಂದು ದಿನ ಮೊಸಳೆ ಕೆಲವು ನೇರಳೆ ಹಣ್ಣುಗಳನ್ನು ತನ್ನ ಹೆಂಡತಿಗೆಂದು ಒಯ್ದಿತು. ಅದರ ಹೆಂಡತಿ ಹೇಳಿತು, "ಈ ಹಣ್ಣುಗಳು ಎಷ್ಟು ಸಿಹಿಯಾಗಿವೆ, ಇವುಗಳನ್ನು ತಿಂದು ಬೆಳೆದ ಆ ಕೋತಿಯ ಹೃದಯ ಇನ್ನೆಷ್ಟು ಸಿಹಿಯಾಗಿರಬಹುದು."

ನಂತರ, ಅದು ತನಗೆ ಕೋತಿಯ ಹೃದಯವನ್ನು ತಂದು ಕೊಡುವಂತೆ ಗಂಡನನ್ನು ಪೀಡಿಸಿತು. ಗಂಡು ಮೊಸಳೆ ಒಲ್ಲದ ಮನಸ್ಸಿನಿಂದಲೇ ಒಪ್ಪಿಕೊಂಡಿತು. ಮರುದಿನ ಕೋತಿಯ ಬಳಿ ಹೋಗಿ, "ಮಿತ್ರಾ, ಈ ದಿನ ನನ್ನ ಹೆಂಡತಿ ನಿನ್ನನ್ನು ಊಟಕ್ಕೆ ಬರ ಹೇಳಿದ್ದಾಳೆ. ನೀನು ಖಂಡಿತಾ ಬರಬೇಕು" ಎಂದಿತು.

ದಾರಿಯಲ್ಲಿ ಹೋಗುತ್ತಾ ಮೊಸಳೆಯು ತಡೆಯಲಾರದೆ ಕೋತಿಗೆ ಸತ್ಯ ಸಂಗತಿಯನ್ನು ಹೇಳಿತು. ಬುದ್ಧಿವಂತ ಕೋತಿ, ಆ ಕೂಡಲೇ ಯೋಚಿಸಿ, "ಅಯ್ಯೋ, ನಾನು ಹೃದಯವನ್ನು ಮರದಲ್ಲಿಯೇ ಬಿಟ್ಟು ಬಂದೆನಲ್ಲಾ, ಬೇಗ ಹೋಗಿ ತಂದು ಬಿಡೋಣ" ಎಂದಿತು.

ಎರಡೂ ಪ್ರಾಣಿಗಳು ಮತ್ತೆ ನದಿಯ ದಂಡೆಗೆ ಹೋದವು. ಕೋತಿ ಮರದ ಮೇಲೆ ಛಂಗನೆ ನೆಗೆದು, "ನೀನು ನಂಬಿಕೆದ್ರೋಹಿ, ದೂರ ಹೋಗು. ಇನ್ನೆಂದೂ ನನ್ನತ್ತ ಸುಳಿಯಬೇಡ" ಎಂದಿತು.

ಮೊಸಳೆಯು ಉತ್ತಮ ಸ್ನೇಹಿತನನ್ನು ಕಳೆದುಕೊಂಡಿತು.

15. ಆನೆ ಪಾಠ ಕಲಿತದ್ದು

ಕಾಡಿನಲ್ಲಿ ಒಂದು ದೊಡ್ಡದಾದ ಆಲದ ಮರ ಇತ್ತು. ಅದರ ಕೆಳಗೆ ಅನೇಕ ಪ್ರಾಣಿಗಳು ಆಶ್ರಯ ಪಡೆದುಕೊಂಡಿದ್ದವು. ಒಂದು ಗುಬ್ಬಚ್ಚಿ ಜೋಡಿಯೂ ಆ ಮರದಲ್ಲಿ ವಾಸ ಮಾಡುತ್ತಿತ್ತು. ಹೆಣ್ಣು ಗುಬ್ಬಚ್ಚಿ ಮೊಟ್ಟೆಯನ್ನೂ ಇಟ್ಟಿತ್ತು. ಒಂದು ದಿನ ಸಾಯಂಕಾಲ ಒಂದು ದುಷ್ಟ ಆನೆ ಆ ಜೋಡಿ ಗುಬ್ಬಚ್ಚಿಗಳು ವಾಸಿಸುತ್ತಿದ್ದ ಮರದ ಕೊಂಬೆಯನ್ನು ಮುರಿದು ಹಾಕಿತು. ಹಕ್ಕಿ ಗೂಡು ಕೆಳಗೆ ಬಿದ್ದು ಮೊಟ್ಟೆಗಳು ಒಡೆದುಹೋದವು.

ಗುಬ್ಬಚ್ಚಿಗಳು ಮರಕುಟಿಗನ ಬಳಿ ಹೋದವು. ತನ್ನ ಸ್ನೇಹಿತರಾದ ನೊಣ ಹಾಗೂ ಕಪ್ಪೆ ಸಹಾಯ ಮಾಡುವವೆಂದು ಮರಕುಟಿಗ ಹೇಳಿತು.

ಮರುದಿನ ಆನೆ ಅದೇ ದಾರಿಯಾಗಿ ಬರುತ್ತಿರುವಾಗ ನೊಣವು ಆನೆಯ ಕಿವಿಯಲ್ಲಿ ಝೇಂಕಾರ ಮಾಡಿತು. ಅದೇ ಕಾಲಕ್ಕೆ ಮರಕುಟಿಗ ಆನೆಯ ಕಣ್ಣುಗಳನ್ನು ಕುಕ್ಕಿತು. ಆನೆಯು ನೋವಿನಿಂದ ಘೀಳಿಟ್ಟಿತು. ಎಲ್ಲಿಂದಾದರೂ ಬೇಗನೇ ಮುಖದ ಮೇಲೆ ನೀರು ಹಾಕಿಕೊಳ್ಳಬೇಕೆಂದು ಅದಕ್ಕೆ ಅನಿಸಿತು. ಅದೇ ವೇಳೆಗೆ ಕಪ್ಪೆ ಕೂಗುವುದನ್ನು ಕೇಳಿಸಿಕೊಂಡ ಅದು ಅಲ್ಲಿ ಕೆರೆ ಇದೆ ಎಂದು ಭಾವಿಸಿ ಮುಂದಕ್ಕೆ ಚಲಿಸಿತು. ಕಪ್ಪೆ ಕೂಗುತ್ತಾ ಸಾಗಿ ಆನೆಯನ್ನು ಜವುಗಿನ ಹೊಂಡಕ್ಕೆ ಕರೆದೊಯ್ದಿತು. ಆನೆ ಜವುಗಿನ ಹೊಂಡದಲ್ಲಿ ಬಿದ್ದು ಒದ್ದಾಡುತ್ತ "ನನಗೆ ಸಹಾಯ ಮಾಡಿರಿ. ನಾನೇನು ತಪ್ಪು ಮಾಡಿದೆ?" ಎಂದು ಗೋಳಾಡಿತು.

ಕಪ್ಪೆಯು ಆನೆಗೆ ಗುಬ್ಬಚ್ಚಿ ಮೊಟ್ಟೆಗಳು ನಾಶವಾದುದನ್ನು ತಿಳಿಸಿತು. ಆನೆಗೆ ವಿಷಾದವಾಯಿತು. ಅದು ಬೇಸರ ಪಟ್ಟುಕೊಂಡು, "ಮುಂದೆ ಹೀಗೆ ಮಾಡುವುದಿಲ್ಲ" ಎಂದು ಭಾಷೆ ಕೊಟ್ಟಿತು. ಎಲ್ಲರಿಗೂ ಸಂತೋಷವಾಯಿತು.

16. ದಯಾಮಯಿ ಕೊಕ್ಕರೆ

ಒಂದಾನೊಂದು ಕಾಲದಲ್ಲಿ, ಒಂದು ಕಾಡಿನಲ್ಲಿ ಒಂದು ಕುತಂತ್ರಿ ತೋಳ ವಾಸಿಸುತ್ತಿತ್ತು. ಒಂದು ದಿನ ಕಾಡಿನಲ್ಲಿ ಅಲೆಯುತ್ತಿರುವಾಗ ಅದಕ್ಕೆ ಒಂದು ಸತ್ತ ಕುರಿಮರಿ ಸಿಕ್ಕಿತು. ಅದನ್ನು ತಿನ್ನುವಾಗ ಒಂದು ಎಲುಬಿನ ತುಂಡು ಅದರ ಗಂಟಲಲ್ಲಿ ಸಿಲುಕಿಕೊಂಡಿತು. ಗಂಟಲಿನಲ್ಲಿ ಸಿಲುಕಿದ ಎಲುಬನ್ನು ಯಾರಾದರೂ ತೆಗೆಯದೇ ಹೋದರೆ ತಾನು ಸಾಯುವುದೇ ಖಂಡಿತ ಎಂದು ಅದಕ್ಕೆ ಖಾತ್ರಿಯಾಯಿತು.

ಅದು ಕೊಕ್ಕರೆ ಬಳಿ ಹೋಗಿ, “ಗೆಳೆಯಾ, ನನ್ನ ಗಂಟಲಲ್ಲಿ ಒಂದು ಎಲುಬಿನ ತುಂಡು ಸಿಲುಕಿಕೊಂಡಿದೆ. ದಯವಿಟ್ಟು ಅದನ್ನು ಹೊರಗೆ ತೆಗೆದು ಬಿಡು. ನಾನು ನಿನಗೆ ಜೀವಮಾನವಿಡೀ ಕೃತಜ್ಞನಾಗಿರುತ್ತೇನೆ. ಅಲ್ಲದೆ ಬಹುಮಾನವನ್ನೂ ಕೊಡುತ್ತೇನೆ.” ಎಂದು ಹೇಳಿತು.

ಕೊಕ್ಕರೆ ತನ್ನ ಉದ್ದನೆಯ ಕೊಕ್ಕನ್ನು ತೋಳನ ಬಾಯೊಳಗೆ ಹಾಕಿ ಗಂಟಲಿನಿಂದ ಎಲುಬನ್ನು ಹೊರ ತೆಗೆಯಿತು. ನಂತರ, ಕೊಕ್ಕರೆ ಕೇಳಿತು, “ತೋಳಣ್ಣ, ನನ್ನ ಬಹುಮಾನ ಎಲ್ಲಿ?”

“ಲೋ, ಏನು ಬಹುಮಾನವೋ? ನನ್ನ ಬಾಯೊಳಗೆ ಹಾಕಿದ ನಿನ್ನ ತಲೆಯನ್ನು ಅಲ್ಲೇ ಅಮುಕಿ ಬಿಡದೆ ಸುರಕ್ಷಿತವಾಗಿ ಹೊರಗೆ ಬಿಟ್ಟದ್ದೇ ನಾನು ನಿನಗೆ ಕೊಟ್ಟ ದೊಡ್ಡ ಬಹುಮಾನ. ಈಗ ಇಲ್ಲಿಂದ ಹೋಗುವೆಯೋ ಇಲ್ಲ ನಾನು ನಿನ್ನನ್ನು ಕೊಲ್ಲಲೋ?” ಎಂದು ಕುಂತಂತ್ರಿ ತೋಳ ಗದರಿತು. ಕೊಕ್ಕರೆಯು ತನ್ನ ಜೀವಕ್ಕೆ ಅಪಾಯವಿರುವುದನ್ನೂ ಲೆಕ್ಕಿಸದೆ ತೋಳದ ಪ್ರಾಣ ಉಳಿಸಿತ್ತು, ಆದರೆ ಅದಕ್ಕೆ ಪ್ರತಿಯಾಗಿ ದೊರಕಿದ್ದು ತಿರಸ್ಕಾರ ಮಾತ್ರ.

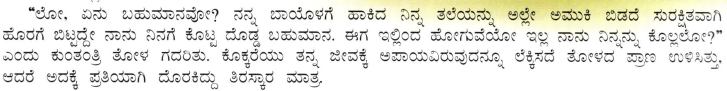

17. ಕಿರಾಣಿ ಅಂಗಡಿಕಾರ ಹಾಗೂ ಇಲಿಗಳು

ಒಂದು ಕಿರಾಣಿ ಅಂಗಡಿಯಲ್ಲಿ ಕೆಲವಾರು ಇಲಿಗಳು ವಾಸ ಮಾಡುತ್ತಿದ್ದವು. ಅವು ಕಣ್ಣಿಗೆ ಕಾಣಿಸಿದ್ದನ್ನೆಲ್ಲ ತಿನ್ನುತ್ತಿದ್ದವು. ತನ್ನ ಅಂಗಡಿಯಲ್ಲಿ ಪ್ರತಿದಿನವೂ ಇಲಿಗಳು ಹಾವಳಿ ಮಾಡುತ್ತಿರುವುದರಿಂದ ಅಂಗಡಿಕಾರ ತುಂಬಾ ಬೇಸರಗೊಂಡಿದ್ದ.

ಒಂದು ದಿನ ಅವನು ಅಂಗಡಿಗೆ ಒಂದು ಬೆಕ್ಕನ್ನು ತಂದ. ಆ ಬೆಕ್ಕು ಇಲಿಗಳನ್ನು ಒಂದರ ನಂತರ ಒಂದರಂತೆ ಕೊಲ್ಲತೊಡಗಿತು. ಇಲಿಗಳು ತುಂಬಾ ಭಯಗೊಂಡು ತಂತಮ್ಮ ಬಿಲಗಳಲ್ಲಿ ಬಚ್ಚಿಟ್ಟುಕೊಂಡವು.

ಬೆಕ್ಕನ್ನು ಓಡಿಸುವುದು ಹೇಗೆ ಎಂಬ ಕುರಿತು ಇಲಿಗಳು ಸಭೆ ಮಾಡಿದವು. ಎಳೆವಯಸ್ಸಿನ ಇಲಿಯೊಂದು ಒಂದು ಯೋಜನೆಯನ್ನು ಮಂಡಿಸಿತು, “ನಾವು ಬೆಕ್ಕಿನ ಕುತ್ತಿಗೆಗೆ ಒಂದು ಗಂಟೆಯನ್ನು ಕಟ್ಟೋಣ. ಆಗ ಬೆಕ್ಕು ಬರುವಾಗಲೆಲ್ಲ ಗಂಟೆ ಸದ್ದು ಮಾಡುವುದು, ನಾವು ಕೂಡಲೇ ತಪ್ಪಿಸಿಕೊಳ್ಳಬಹುದು.”

“ಹೌದು, ಹೌದು” ಎಂದು ಇಲಿಗಳು ಕೇಕೆ ಹಾಕಿದವು. ಗಂಟೆಯನ್ನು ಎಲ್ಲಿಂದ ತರುವುದು ಎಂದೂ ಚರ್ಚೆ ಆಯಿತು.

ಮೂಲೆಯಲ್ಲಿ ಕುಳಿತ ಮುದಿ ಇಲಿಯೊಂದು ಕೇಳಿತು, “ಮಕ್ಕಳೇ, ಬೆಕ್ಕಿನ ಕೊರಳಿಗೆ ಯಾರು ಗಂಟೆ ಕಟ್ಟುತ್ತೀರಿ?”

ಎಲ್ಲಾ ಇಲಿಗಳೂ ಮಾತನಾಡದೆ ಕುಳಿತವು. ಯಾರಲ್ಲೂ ಉತ್ತರ ಇರಲಿಲ್ಲ. ಬೆಕ್ಕಿಗೆ ಗಂಟೆ ಕಟ್ಟುವವರು ಯಾರೂ ಇರಲಿಲ್ಲ. ಇಲಿಗಳು ಬೇರೆ ಉಪಾಯಗಳನ್ನು ಹುಡುಕತೊಡಗಿದವು.

18. ಅಗಸನ ಕತ್ತೆ

ಒಂದು ಊರಿನಲ್ಲಿ ಒಬ್ಬ ಅಗಸ ಇದ್ದ. ಅವನು ಒಂದು ಕತ್ತೆಯನ್ನೂ ಒಂದು ನಾಯಿಯನ್ನೂ ಸಾಕಿದ್ದ. ಅವನು ಅವೆರಡನ್ನೂ ತುಂಬಾ ಪ್ರೀತಿಸುತ್ತಿದ್ದ. ಆದರೆ ಅವನು ಸಾಯಂಕಾಲ ನಾಯಿಯೊಂದಿಗೆ ಆಟವಾಡುತ್ತಿದ್ದ.

ಇದು ಕತ್ತೆಗೆ ಆಶ್ಚರ್ಯ ತರುವ ವಿಷಯವೇ ಸರಿ. ಒಡೆಯನು ಹೇರುವ ಬಟ್ಟೆಗಳ ದೊಡ್ಡ ಗಂಟನ್ನು ತಾನು ಹೊರುವುದಿದ್ದರೂ ತನಗಿಂತ ನಾಯಿಯೇ ಅಚ್ಚುಮೆಚ್ಚಿನದ್ದಾಗಿರುವುದೇಕೆ ಎಂದು ಅದಕ್ಕೆ ಅರ್ಥವಾಗಲಿಲ್ಲ. ಮರುದಿನ ಅದು ಒಡೆಯ ಮನೆಗೆ ಬರುವಾಗ ನಾಯಿ ಮಾಡುವುದನ್ನೆಲ್ಲ ಗಮನಿಸಿತು. ನಾಯಿ ಒಡೆಯನ ಬಳಿಗೋಡಿ ಬೊಗಳಿತು, ಅವನನ್ನು ಮೂಸಿಮೂಸಿ ನೋಡಿತು, ಬಾಲ ಅಲ್ಲಾಡಿಸಿ ಅತ್ತಿಂದಿತ್ತ ಜಿಗಿಯಿತು. ಒಡೆಯನು ಪ್ರೀತಿಯಿಂದ ಅದರ ಮೈ ಸವರಿದ. ಒಡೆಯನ ಪ್ರೀತಿಯನ್ನು ಸಂಪಾದಿಸಲು ತಾನೂ ಹೀಗೆಯೇ ಮಾಡಬೇಕೆಂದು ಕತ್ತೆ ನಿರ್ಧರಿಸಿತು.

ಮರುದಿನ ಅಗಸ ಕೆಲಸ ಮುಗಿಸಿ ಬಂದಾಗ ಕತ್ತೆ ಅವನ ಬಳಿಗೆ ಓಡಿತು. ಒಡೆಯನಿಗೆ ಭಯವಾಯಿತು. ಕತ್ತೆ ಸುಮ್ಮನಿರಲಿಲ್ಲ. ಮುಂಗಾಲುಗಳನ್ನೆತ್ತಿ ದೊಡ್ಡದಾಗಿ ಕಿರುಚಿತು. ಬಾಲವನ್ನು ಅಲ್ಲಾಡಿಸಿತು. ಒಡೆಯನ ಮೈಯನ್ನು ಮೂಸಿಮೂಸಿ ನೋಡಿತು.

ಕತ್ತೆಗೆ ಹುಚ್ಚು ಹಿಡಿದಿದೆ ಎಂದು ಅವನು ತೀರ್ಮಾನಿಸಿ ಒಂದು ದೊಡ್ಡ ಬಾರುಕೋಲಿನಿಂದ ಅದಕ್ಕೆ ಚೆನ್ನಾಗಿ ಬಾರಿಸಿದ.

ಏಟು ತಿಂದ ಕತ್ತೆಗೆ ಜ್ಞಾನೋದಯವಾಯಿತು. ಮುಂದೆ ಎಂದೂ ಅದು ಈ ರೀತಿಯ ಹುಚ್ಚಾಟಗಳನ್ನು ಮಾಡಲಿಲ್ಲ.

19. ಕುತಂತ್ರಿ ನರಿ ಹಾಗೂ ಬುದ್ಧಿವಂತ ನವಿಲು

ಒಂದು ದಿನ ಒಂದು ಕುಟಿಲೋಪಾಯಗಳ ನರಿ ಆಹಾರವನ್ನು ಅರಸುತ್ತ ತಿರುಗಾಡುತ್ತಿತ್ತು. ಸ್ವಲ್ಪ ದೂರದಲ್ಲಿ ಒಂದು ಮರದಲ್ಲಿ ಒಂದು ನವಿಲು ಕುಳಿತಿರುವುದು ಅದಕ್ಕೆ ಕಾಣಿಸಿತು. 'ಈ ದಿನ ಮಧ್ಯಾಹ್ನಕ್ಕೆ ಈ ನವಿಲೇ ನನಗೆ ಊಟ. ಆದರೆ ಹೇಗೆ ಹಿಡಿಯುವುದು? ನಾನಂತೂ ಮರ ಹತ್ತಲಾರೆ' ನರಿ ಆಲೋಚಿಸಿತು.

ನರಿ ಕುತಂತ್ರಿ ಅಲ್ಲವೇ, ಅದು ನವಿಲಿಗೆ ಹೇಳಿತು, "ನವಿಲಣ್ಣಾ, ಈವತ್ತು ಬೆಳಿಗ್ಗೆ ಪ್ರಾಣಿಗಳ ಸಭೆ ಆಯಿತು. ನಿನಗೆ ತಿಳಿದಿಲ್ಲವೆ? ಇನ್ನು ಮುಂದೆ ಪ್ರಾಣಿ, ಪಕ್ಷಿಗಳೆಲ್ಲ ಪರಸ್ಪರ ಕೊಲ್ಲುವಂತಿಲ್ಲ ಎಂದು ತೀರ್ಮಾನ ಆಗಿದೆ."

"ಓ ಹೌದೇ, ಹಾಗಿದ್ದರೆ ಇನ್ನು ಮುಂದೆ ರಾಜನಾದ ಸಿಂಹ, ಹುಲಿ, ಚಿರತೆ ಎಲ್ಲರೂ ಹುಲ್ಲು ತಿಂದು ಬದುಕಬಹುದಲ್ಲವೆ?" ಕೇಳಿತು ನವಿಲು.

ನರಿ ಅದಕ್ಕೆ ಉತ್ತರ ಕೊಡದೆ ಹೀಗೆ ಹೇಳಿತು, "ಬಾ ಕೆಳಗೆ, ನಾವು ಕುಳಿತು ಮಾತನಾಡೋಣ."

ನವಿಲು ಹೇಳಿತು, "ಖಂಡಿತಾ. ಮಾತನಾಡಲು ನಿನ್ನ ಕೆಲವು ಸ್ನೇಹಿತರೂ ಬರುತ್ತಿದ್ದಾರೆ, ನೋಡು."

"ಯಾರು?" ಆಶ್ಚರ್ಯದಿಂದ ಕೇಳಿತು ನರಿ.

"ಸೀಳುನಾಯಿಗಳು" ಉತ್ತರಿಸಿತು ನವಿಲು.

ನರಿ ಛಂಗನೆ ಎದ್ದು ನಿಂತಿತು. ಓಡಲು ಸಿದ್ಧವಾಯಿತು. ನವಿಲು ಹೇಳಿತು, "ನೆನಪಿಲ್ಲವೆ? ಎಲ್ಲಾ ಪ್ರಾಣಿಗಳೂ ಪಕ್ಷಿಗಳೂ ಪರಸ್ಪರ ಮಿತ್ರರಾಗಿದ್ದಾರೆ."

"ಇರಬಹುದು, ಆದರೆ ಆ ವಿಷಯ ಸೀಳು ನಾಯಿಗಳಿಗೆ ಗೊತ್ತಿರಲಾರದು." ಹೀಗೆ ಹೇಳಿದ ನರಿ ಅಲ್ಲಿಂದ ಕಾಲುಕಿತ್ತಿತು.

20. ಮೂರು ಮೀನುಗಳು

ಒಂದು ದೊಡ್ಡದಾದ ಸರೋವರದಲ್ಲಿ ಮೂರು ದೊಡ್ಡ ಮೀನುಗಳಿದ್ದವು. ಅವು ಮೂರೂ ಸ್ನೇಹಿತರಾಗಿದ್ದವು.

ಮೊದಲನೇ ಮೀನಿಗೆ ವಿಧಿಯ ಮೇಲೆ ನಂಬಿಕೆ ಇತ್ತು. ಎರಡನೆಯದು ಬುದ್ಧಿವಂತನಾಗಿದ್ದು ಪ್ರತಿಯೊಂದು ಸಮಸ್ಯೆಗೂ ಏನಾದರೊಂದು ಪರಿಹಾರ ಇದೆಯೆಂದು ತಿಳಿದಿತ್ತು. ಮೂರನೆಯದು ತುಂಬಾ ಜ್ಞಾನಿಯಾಗಿದ್ದು ಕಷ್ಟಗಳನ್ನು ಮೊದಲೇ ಊಹಿಸಬಲ್ಲುದಾಗಿತ್ತು.

ಒಂದು ದಿನ ಸರೋವರದ ದಂಡೆಯ ಮೇಲೆ ಇಬ್ಬರು ಮೀನುಗಾರರು "ಈ ಸರೋವರದಲ್ಲಿ ತುಂಬಾ ಮೀನುಗಳಿವೆ ಅಲ್ಲವೇ" ಎಂದು ಮಾತನಾಡಿಕೊಳ್ಳುವುದನ್ನು ಜ್ಞಾನಿ ಮೀನು ಕೇಳಿಸಿಕೊಂಡಿತು.

ಜ್ಞಾನಿ ಮೀನು ತನ್ನ ಮಿತ್ರರೊಡನೆ, "ಮೀನುಗಾರರು ನಮ್ಮನ್ನು ಹಿಡಿಯುವ ಮೊದಲು ನಾವು ತಪ್ಪಿಸಿಕೊಳ್ಳೋಣ" ಎಂದಿತು. "ಇಲ್ಲಿಂದ ಬೇರೊಂದು ಕೆರೆಗೆ ಹೋಗಲು ಕಾಲುವೆಯ ಮೂಲಕ ದಾರಿ ಇದೆ" ಎಂದು ಬುದ್ಧಿವಂತ ಮೀನು ಹೇಳಿತು.

ಆದರೆ ವಿಧಿಯಾಟವನ್ನು ನಂಬುವ ಮೀನು "ಏನೇನು ಆಗಲಿದೆಯೋ ಅದೆಲ್ಲಾ ಆಗಿಯೇ ತೀರುವುದು. ನಾನಂತೂ ಇಲ್ಲಿಯೇ ಹುಟ್ಟಿ ಬೆಳೆದವನು, ನಾನು ಎಲ್ಲಿಗೂ ಬರುವುದಿಲ್ಲ" ಎಂದಿತು. ಇತರ ಎರಡು ಮೀನುಗಳು ಕಾಲುವೆ ಮೂಲಕ ಹೊರಟುಹೋದವು.

ಮರುದಿನ ಬೆಳಿಗ್ಗೆ ಮೀನುಗಾರರು ಬಂದು ಬಲೆಬೀಸಿದರು. ವಿಧಿಯನ್ನು ನಂಬುತ್ತಿದ್ದ ಮೀನಿನ ಸಹಿತ ಅನೇಕ ಮೀನುಗಳು ಬಲೆಯಲ್ಲಿ ಸಿಕ್ಕು ಸತ್ತುಹೋದವು. ಆದರೆ ಸಕಾಲದಲ್ಲಿ ತಪ್ಪಿಸಿಕೊಂಡಿದ್ದರೆ ಈ ಗತಿ ಬರುತ್ತಿರಲಿಲ್ಲವೆಂದು ಅದಕ್ಕೆ ಬಲೆಯಲ್ಲಿ ಸಿಲುಕಿದಾಗ ಮನವರಿಕೆಯಾಯಿತು.

21. ಬುದ್ಧಿವಂತ ಕಾಗೆ

ಕಡು ಬೇಸಗೆಯ ಒಂದು ದಿನ ಬಾಯಾರಿದ ಒಂದು ಕಾಗೆ ಕುಡಿಯಲು ನೀರು ಹುಡುಕುತ್ತಾ ಸಂಚರಿಸುತ್ತಿತ್ತು. ಅದಕ್ಕೆ ಎಲ್ಲೂ ಒಂದೇ ಒಂದು ಹನಿ ನೀರು ಕೂಡಾ ಕಾಣಿಸಲಿಲ್ಲ.

ಬಾಯಾರಿಕೆಯಿಂದಲೂ ಆಯಾಸದಿಂದಲೂ ಬಳಲಿದ ಕಾಗೆ ಒಂದು ಆಲದ ಮರದ ಕೊಂಬೆಯಲ್ಲಿ ಕುಳಿತಿತು.

ಅದಕ್ಕೆ ಮರದ ಇನ್ನೊಂದು ಬದಿಯಲ್ಲಿ ಒಂದು ಮಡಕೆಯಲ್ಲಿ ಸ್ವಲ್ಪ ನೀರು ಕಾಣಿಸಿತು. ಆನಂದದಿಂದ ಕಾಗೆ ಅಲ್ಲಿ ಹೋಗಿ ನೋಡಿತು. ಸ್ವಲ್ಪವೇ ನೀರು ಮಡಕೆಯ ಆಳದಲ್ಲಿತ್ತು. ಕಾಗೆಯ ಕೊಕ್ಕಿಗೆ ಸಿಗುವಂತೆ ಇರಲಿಲ್ಲ.

ಕಾಗೆ ಸುತ್ತಲೂ ನೋಡುತ್ತ ಆಲೋಚಿಸಿತು. ಸುತ್ತಲೂ ಚಿಕ್ಕಚಿಕ್ಕ ಕಲ್ಲುಗಳನ್ನು ನೋಡಿದ ಅದಕ್ಕೆ ಒಂದು ಉಪಾಯ ಹೊಳೆಯಿತು.

ಕಾಗೆ ಒಂದು ಕಲ್ಲನ್ನು ಕೊಕ್ಕಿನಿಂದ ಎತ್ತಿ ಮಡಕೆಯೊಳಗೆ ಹಾಕಿತು. ನೀರು ಸ್ವಲ್ಪ ಮೇಲಕ್ಕೆ ಬಂತು. ಹೀಗೆ ಅದು ಒಂದರ ನಂತರ ಒಂದರಂತೆ ಕಲ್ಲುಗಳನ್ನು ನೀರಿಗೆ ಹಾಕತೊಡಗಿತು. ಕೊನೆಗೆ ನೀರು ಕಾಗೆಯ ಕೊಕ್ಕಿಗೆ ಸಿಗುವ ಮಟ್ಟವನ್ನು ತಲಪಿತು.

ಬುದ್ಧಿವಂತ ಕಾಗೆ ಕೊನೆಗೂ ಸಂತೋಷದಿಂದ ನೀರು ಕುಡಿದು ಬಾಯಾರಿಕೆಯನ್ನು ತಣಿಸಿಕೊಂಡಿತು.

ಬುದ್ಧಿವಂತಿಕೆಯಿದ್ದರೆ ಎದುರಾಗುವ ಸಮಸ್ಯೆಗಳಿಂದ ಪಾರಾಗಲು ಏನಾದರೊಂದು ಮಾರ್ಗ ಸಿಗುತ್ತದೆ ಎಂಬುದು ಕಾಗೆಗೆ ಅರಿವಾಯಿತು.

22. ಮಾತನಾಡುವ ಗವಿ

ದಟ್ಟವಾದ ಒಂದು ಕಾಡಿನ ಮಧ್ಯದಲ್ಲಿ ಇದ್ದ ಒಂದು ಗವಿಯಲ್ಲಿ ಒಂದು ನರಿ ವಾಸಮಾಡುತ್ತಿತ್ತು. ಅದು ಯಾವಾಗಲೂ ಬೆಳಿಗ್ಗೆ ಹೊರಟು ಆಹಾರ ಹುಡುಕುತ್ತಿತ್ತು. ಸಾಯಂಕಾಲ ಗವಿಗೆ ವಾಪಸು ಬರುತ್ತಿತ್ತು.

ಒಂದು ದಿನ ಆ ಗವಿಯಲ್ಲಿ ಒಂದು ಮುದಿ ಸಿಂಹ ಬಚ್ಚಿಟ್ಟುಕೊಂಡಿತು. 'ಈ ಗವಿಯಲ್ಲಿ ಯಾರೋ ವಾಸಿಸುತ್ತಿದ್ದಾರೆ. ಆ ಪ್ರಾಣಿ ಬರುವವರೆಗೂ ಕಾಯುತ್ತೇನೆ, ಬಂದಾಗ ಅದನ್ನು ಕೊಂದು ತಿನ್ನುತ್ತೇನೆ' ಎಂದು ಆ ಸಿಂಹ ಯೋಚಿಸಿತು.

ಸಾಯಂಕಾಲ ನರಿಯು ವಾಪಸು ಬಂದಾಗ ಅದಕ್ಕೆ ಗವಿಯ ಹೊರಗೆ ದೊಡ್ಡ ದೊಡ್ಡ ಪಾದಗಳ ಗುರುತು ಕಾಣಿಸಿದವು. ಆದರೆ ಗವಿಯಿಂದ ಹೊರಗೆಹೋದ ಗುರುತು ಇರಲಿಲ್ಲ. ಕೂಡಲೇ ಅದು ಜಾಗ್ರತವಾಯಿತು. ಸ್ವಲ್ಪ ಹೊತ್ತು ಯೋಚನೆ ಮಾಡಿದ ನರಿ ದೊಡ್ಡ ದನಿಯಲ್ಲಿ ಹೀಗೆ ಹೇಳಿತು, "ಗವಿಯೇ, ಗವಿಯೇ, ನೀನು ಯಾಕೆ ಇಂದು ಮಾತನಾಡುತ್ತಿಲ್ಲ?"

ಇದನ್ನು ಕೇಳಿಸಿಕೊಂಡ ಸಿಂಹವು 'ಓ ದಿನಾಲೂ ಗವಿ ಮಾತನಾಡುತ್ತಿರಬೇಕು. ಈವತ್ತು ನಾನು ಇರುವುದರಿಂದ ಮಾತನಾಡುತ್ತಿಲ್ಲವೇನೋ?' ಎಂದು ಯೋಚಿಸಿತು.

ಮತ್ತೆ ನರಿಯು "ಗವಿಯೇ, ನೀನು ನನ್ನನ್ನು ಸ್ವಾಗತಿಸದೇ ಹೋದರೆ ನಾನು ಬೇರೆ ಕಡೆ ಹೋಗಿಬಿಡುತ್ತೇನೆ." ಎಂದು ಕೂಗಿ ಹೇಳಿತು. ತನಗೆ ಇಂದು ಊಟ ಕೈತಪ್ಪಿ ಹೋದೀತು ಎಂಬ ಆತಂಕದಿಂದ ಸಿಂಹವು ಗವಿಯೊಳಗಿಂದ ನರಿಗೆ ಸ್ವಾಗತ ಎಂಬಂತೆ ಗರ್ಜಿಸಿತು. ಗವಿಯಲ್ಲಿ ಸಿಂಹ ಇರುವುದು ಜಾಣ ನರಿಗೆ ತಿಳಿಯಿತು. ಕೂಡಲೇ ಅದು ಜೀವ ಉಳಿಸಿಕೊಳ್ಳಲು ಅಲ್ಲಿಂದ ಓಟಕಿತ್ತಿತು.

23. ಮಾತಿನ ಮಲ್ಲ ಆಮೆ

ಒಂದು ಕೆರೆಯಲ್ಲಿ ಎರಡು ಹಂಸಗಳು ಹಾಗೂ ಮಾತಿನ ಮಲ್ಲನಾದ ಒಂದು ಆಮೆ ವಾಸಿಸುತ್ತಿದ್ದವು. ಅವು ಮೂರೂ ಸಹ ಅತ್ಯುತ್ತಮ ಸ್ನೇಹಿತರಾಗಿದ್ದವು. ಬೇಸಿಗೆ ಬಂದಾಗ ಆ ಕೆರೆ ಬತ್ತತೊಡಗಿತು. ಆಗ ಬೇರೆ ಕಡೆ ಹೋಗಲು ಹಂಸಗಳು ತೀರ್ಮಾನಿಸಿದವು. ಆದರೆ ಆಮೆಗೆ ಹಾರಲು ಬಾರದೆ ಇರುವುದು ಒಂದು ಅಡ್ಡಿಯಾಗಿತ್ತು.

ಇದಕ್ಕೆ ಆಮೆ ಒಂದು ಉಪಾಯ ಹುಡುಕಿತು. ಒಂದು ಬಲವಾದ ಕಟ್ಟಿಗೆಯ ಕೋಲನ್ನು ತರುವಂತೆ ಹಂಸಗಳಿಗೆ ಹೇಳಿತು, "ನೀವು ನಿಮ್ಮ ಬಾಯಿಗಳಿಂದ ಈ ಕೋಲನ್ನು ಒಂದೊಂದು ಬದಿಯಲ್ಲಿ ಕಚ್ಚಿಕೊಳ್ಳಿರಿ. ನಾನು ಮಧ್ಯೆ ಕೋಲನ್ನು ಕಚ್ಚಿಕೊಳ್ಳುತ್ತೇನೆ. ಹೀಗೆ ಹಾರುತ್ತ ನಾವು ಮೂವರೂ ಹೊಸ ಕೆರೆಗೆ ಹೋಗಬಹುದು." ಹಂಸಗಳಿಗೆ ಒಂದು ಅನುಮಾನ ಕಾಡಿ ಅವು ಹೇಳಿದವು. "ನೀನು ಮಾತಿನ ಮಲ್ಲ. ಮಾರ್ಗ ಮಧ್ಯೆ ನೀನು ಬಾಯಿ ಬಿಟ್ಟರೆ ಏನು ಗತಿ?" ಮಾತೇ ಆಡುವುದಿಲ್ಲವೆಂದು ಆಮೆ ಭರವಸೆ ನೀಡಿತು.

ಮರುದಿನ ಬೆಳಿಗ್ಗೆ ಈ ಮೂವರ ಪ್ರಯಾಣ ಆರಂಭವಾಯಿತು. ಆಕಾಶದಿಂದ ಕಾಣಿಸುವ ಅದ್ಭುತವಾದ ದೃಶ್ಯಗಳನ್ನು ನೋಡಿ ಆಮೆಯು ತುಂಬಾ ಉತ್ತೇಜಿತವಾಯಿತು. ಅವು ಒಂದು ಕೆರೆಯ ಮೇಲೆ ಬರುತ್ತಿರುವಾಗ ಆಮೆ "ಓ ಅದೋ ಏನದ್ಭುತ!" ಎಂದು ಉದ್ಗರಿಸಿತು. ಆದರೆ ಅದರ ಉದ್ಗಾರ ಮುಗಿಯುವ ಮೊದಲೇ ಅದು ಆಕಾಶದಿಂದ ಭೂಮಿಗೆ ಬಿದ್ದಿತ್ತು. ಆದರೆ ಅದೃಷ್ಟವಶಾತ್ ಆಮೆ ಕೆರೆಯಲ್ಲಿ ಬಿದ್ದುದರಿಂದ ಅದರ ಜೀವ ಉಳಿಯಿತು. ಆದರೆ ಅದು ಪಾಠವೊಂದನ್ನು ಕಲಿಯಿತು.

24. ಗರ್ಜಿಸುವ ಇಲಿ

ಒಂದಾನೊಂದು ಕಾಲದಲ್ಲಿ ಒಂದು ದಟ್ಟ ಕಾಡಿನೊಳಗೆ ಆಶ್ರಮದಲ್ಲಿ ಒಬ್ಬ ಋಷಿ ವಾಸಮಾಡುತ್ತಿದ್ದ. ಅವನು ಅನೇಕ ವರ್ಷಕಾಲ ತಪಸ್ಸು ಮಾಡಿ ದೇವರನ್ನು ಒಲಿಸಿಕೊಂಡು ದೈವೀ ಶಕ್ತಿಯನ್ನು ಪಡೆದುಕೊಂಡಿದ್ದ. ಒಂದು ದಿನ ಇಲಿಯೊಂದು ಆಹಾರವನ್ನರಸಿ ಅಲೆಯುತ್ತಿದ್ದಾಗ ಅದರ ಮೇಲೆ ಒಂದು ನರಿ ದಾಳಿ ಮಾಡಿತು. ಇಲಿಯು ತನ್ನ ಜೀವ ಉಳಿಸಿಕೊಳ್ಳಲು ಋಷಿಯ ಆಶ್ರಮಕ್ಕೆ ಓಡಿತು. ನರಿಯೂ ಇಲಿಯನ್ನು ಬೆನ್ನಟ್ಟಿ ಆಶ್ರಮಕ್ಕೆ ಬಂತು.

ಆ ಋಷಿ ಪ್ರಾಣಭಿಕ್ಷೆ ಕೇಳಿದ ಇಲಿಯನ್ನು ಮಂತ್ರದ ಬಲದಿಂದ ಹುಲಿಯನ್ನಾಗಿ ಮಾಡಿದ. ನರಿ ಕೂಡಲೇ ಅಲ್ಲಿಂದ ಪಲಾಯನ ಮಾಡಿತು.

ಹುಲಿಯಾಗಿ ಬದಲಾದ ಇಲಿಯು ಬೇರೆ ಪ್ರಾಣಿಗಳನ್ನು ಮನಬಂದಂತೆ ಕೊಲ್ಲತೊಡಗಿತು. ಬೇರೆ ಸಣ್ಣ ಪ್ರಾಣಿಗಳಿಗೆಲ್ಲ ಅನಗತ್ಯವಾಗಿ ಕಿರುಕುಳವನ್ನೂ ಕೊಡತೊಡಗಿತು.

ಆದರೆ ಆ ಋಷಿ ತನ್ನನ್ನು ಮತ್ತೆ ಇಲಿಯಾಗಿ ಮಾಡಬಹುದೆಂಬ ಆತಂಕವು ಆ ಇಲಿಯನ್ನು ಸದಾ ಕಾಡುತ್ತಿತ್ತು. ಅದು ಕೊನೆಗೂ ಒಂದು ನಿರ್ಧಾರಕ್ಕೆ ಬಂತು. ಅದೆಂದರೆ ಋಷಿಯನ್ನೇ ಕೊಂದುಬಿಡುವುದು.

ಒಂದು ದಿನ ಋಷಿ ಧ್ಯಾನ ಮಾಡುತ್ತಿದ್ದಾಗ ಹುಲಿಯಾಕಾರದ ಇಲಿ ಅವನನ್ನು ಕೊಲ್ಲಲು ಸಮೀಪಕ್ಕೆ ಬಂತು. ಆದರೆ ಈ ವಿಚಾರವನ್ನು ತಿಳಿದುಕೊಂಡ ಋಷಿ ಕೂಡಲೇ ಅದನ್ನು ಮತ್ತೆ ಇಲಿಯನ್ನಾಗಿ ಮಾಡಿದ.

"ಇಲಿಯೇ, ನಾನು ನಿನ್ನ ಜೀವವನ್ನು ಉಳಿಸಿದೆ. ಆದರೆ ನೀನು ಕೃತಜ್ಞತೆ ತೋರಿಸುವ ಬದಲು ನನ್ನನ್ನೇ ಕೊಲ್ಲಬಯಸಿದೆ" ಎಂದು ಋಷಿ ಹೇಳಿದ. ಇಲಿಗೆ ತನ್ನ ತಪ್ಪಿನ ಅರಿವಾಯಿತು. ಅದು ಪಶ್ಚಾತ್ತಾಪ ಪಟ್ಟಿತು.

25. ಕತ್ತೆಯೂ ನರಿಯೂ

ಒಂದೂರಿನಲ್ಲಿ ಒಬ್ಬ ಅಗಸನಿದ್ದ. ಅವನಿಗೆ ಒಂದು ಕತ್ತೆ ಇದ್ದಿತು. ಅವನು ಜಿಪುಣನಾಗಿದ್ದ. ಅವನು ಕತ್ತೆಯ ಮೇಲೆ ತುಂಬಾ ಭಾರವನ್ನು ಹೇರುತ್ತಿದ್ದ; ಆದರೆ ಅದಕ್ಕೆ ಸಾಕಾಗುವಷ್ಟು ತಿನ್ನಲು ಕೊಡುತ್ತಿರಲಿಲ್ಲ. ಆ ಕತ್ತೆ ರಾತ್ರಿ ವೇಳೆಯಲ್ಲಿ ಆಸುಪಾಸಿನಲ್ಲಿ ಸುತ್ತಾಡಿ ಸಿಕ್ಕಿದುದನ್ನು ತಿಂದು ಹೊಟ್ಟೆ ತುಂಬಿಸಿಕೊಳ್ಳುತ್ತಿತ್ತು.

ಒಂದು ರಾತ್ರಿ ಕತ್ತೆಯು ಒಂದು ನರಿಯನ್ನು ಭೇಟಿಯಾಯಿತು. ನರಿಯು ಕತ್ತೆಯನ್ನು ಕಲ್ಲಂಗಡಿ ಹಣ್ಣು ಬೆಳೆದಿದ್ದ ಹೊಲಕ್ಕೆ ಕರೆದೊಯ್ದಿತು. ಅತ್ಯುತ್ತಮ ಭೋಜನ ದೊರಕಿತೆಂದು ಕತ್ತೆಗೆ ಆನಂದವಾಯಿತು. ಇಬ್ಬರು ಮಿತ್ರರೂ ಅಲ್ಲಿ ಹೊಟ್ಟೆ ತುಂಬಾ ಕಲ್ಲಂಗಡಿ ತಿಂದು ಬೆಳಕು ಹರಿಯುವುದರೊಳಗೆ ಸದ್ದಿಲ್ಲದೆ ಹೊರಟುಬಿಟ್ಟರು. ಹೀಗೆಯೇ ಕೆಲವು ದಿನ ಕಳೆಯಿತು. ಕತ್ತೆ ದಷ್ಟಪುಷ್ಟವಾಯಿತು.

ಒಂದು ರಾತ್ರಿ ಹೊಟ್ಟೆ ತುಂಬಿದ ಮೇಲೆ ಕತ್ತೆ ನರಿಯೊಡನೆ, "ನಾನು ಒಂದು ಹಾಡು ಹಾಡಲೆ?" ಎಂದು ಕೇಳಿತು.

"ಈಗ ಬೇಡ, ಕಾವಲುಗಾರ ಎಚ್ಚರಗೊಳ್ಳುವನು" ಎಂದು ಹೇಳಿತು ನರಿ.

ಆದರೆ ಕತ್ತೆ ಇದನ್ನು ಲೆಕ್ಕಿಸಲಿಲ್ಲ. ಅದಕ್ಕೆ ಹಾಡಲೇ ಬೇಕೆಂಬ ಆಸೆ ತುಂಬಿಬಂದಿತ್ತು. ಅದು ಗಟ್ಟಿದನಿಯಲ್ಲಿ ಅರಚತೊಡಗಿತು. ಕೂಡಲೇ ನರಿ ಅಲ್ಲಿಂದ ಓಟಕಿತ್ತಿತು.

ಎಚ್ಚರಗೊಂಡ ಕಾವಲುಗಾರ ಬಡಿಗೆಯೊಂದಿಗೆ ಬಂದು ಕತ್ತೆಗೆ ಚೆನ್ನಾಗಿ ಬಾರಿಸಿದ. ಕತ್ತೆ ನೋವಿನಿಂದ ನರಳಿತು. ಸ್ನೇಹಿತನಾದ ನರಿಯ ಹಿತವಚನ ಕೇಳಬೇಕಿತ್ತೆಂದು ಅದಕ್ಕೆ ಅನಿಸಿತು.

26. ನರಿಯೂ ಸಿಂಹವೂ

ಹಸಿದು ಕಂಗಾಲಾಗಿದ್ದ ನರಿಯೊಂದು ಆಹಾರವನ್ನು ಹುಡುಕುತ್ತಿತ್ತು. ಆಗ ಅದಕ್ಕೆ ಕಾಡಿನ ಮಧ್ಯೆ ಒಂದು ಮರದ ಕೆಳಗೆ ಒಂದು ಡೋಲು ಕಾಣಿಸಿತು. ಅದೇನೆಂದು ನೋಡಲು ನರಿ ಹತ್ತಿರ ಹೋದಾಗ ಡೋಲಿನ ಮೇಲೆ ಮರದ ಕಾಯಿಯೊಂದು ಬಿದ್ದು 'ಡಂ' ಎಂದು ಶಬ್ದ ಮಾಡಿತು. ಆ ಡೋಲಿನೊಳಗೆ ಯಾವುದೋ ಪ್ರಾಣಿಯಿದೆ ಎಂದು ಭಾವಿಸಿದ ನರಿ ಅದನ್ನು ತಿನ್ನಲು ಬಯಸಿತು.

ನರಿಯು ಡೋಲನ್ನು ಕೈಯಿಂದ ಗುದ್ದಿ ಹರಿಯಲು ಪ್ರಯತ್ನಿಸಿತು. ಡೋಲು ಹರಿಯುವ ಬದಲು ದೊಡ್ಡದಾಗಿ 'ಡುಂಡುಂಡುಂ' ಎಂದು ಶಬ್ದ ಮಾಡಿತು. ಈ ಶಬ್ದದಿಂದ ಅಲ್ಲಿಯೇ ನಿದ್ರಿಸುತ್ತಿದ್ದ ರಾಜನಾದ ಸಿಂಹಕ್ಕೆ ಎಚ್ಚರವಾಗಿ ಅದು ನರಿಯತ್ತ ಕೋಪದಿಂದ ನೋಡಿತು. "ಮಹಾರಾಜ, ಈ ಡೋಲಿನೊಳಗೆ ಒಂದು ಪ್ರಾಣಿ ಇದೆ. ಇದರ ಮೇಲ್ಭಾಗವನ್ನು ಕಿತ್ತು ತೆಗೆದು ನಿನ್ನ ಊಟವನ್ನು ತೆಗೆದುಕೊ" ನರಿ ಹೇಳಿತು. ಸಿಂಹ ಹಸಿದಿತ್ತು. ಅದು ಡೋಲನ್ನು ತನ್ನ ಪಂಜದಿಂದ ಕಿತ್ತುಹಾಕಿತು. ಒಳಗೆ ಏನೂ ಇರಲಿಲ್ಲ.

ಕಾಡಿನ ರಾಜ ಅಬ್ಬರಿಸಿತು, "ನೀನು ನನ್ನ ನಿದ್ರೆ ಹಾಳು ಮಾಡಿದೆ. ನಾನೀಗ ಹಸಿದಿದ್ದೇನೆ. ಡೋಲು ಖಾಲಿ ಇದೆ. ನಾನು ಈಗ ನಿನ್ನನ್ನೇ ತಿನ್ನುವೆ."

ಹೀಗೆ ಹೇಳಿದ ಸಿಂಹ ನರಿಯನ್ನು ಕೊಂದು ತಿಂದಿತು.

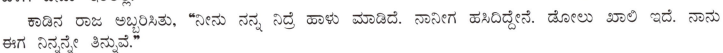

27. ರೈತನೂ ಅವನ ಮುದಿ ಕುದುರೆಯೂ

ಒಂದೂರಿನಲ್ಲಿ ಒಬ್ಬ ರೈತನಿದ್ದ. ಅವನಲ್ಲಿ ಒಂದು ಕುದುರೆ ಇತ್ತು. ಅದು ಮುದಿಯಾಗಿದ್ದುದರಿಂದ ಅವನು ಅದಕ್ಕೆ ಮನೆಯನ್ನು ತೊರೆದು ಹೋಗುವುದಕ್ಕೆ ಹೇಳಿದ. ಕುದುರೆ ಹೇಳಿತು, "ಒಡೆಯಾ ನನ್ನನ್ನು ನಿನ್ನೊಂದಿಗೆ ಇರಲು ಬಿಡು."

ರೈತ ಹೇಳಿದ, "ಬಿಡುತ್ತೇನೆ, ಆದರೆ ಒಂದು ಶರತ್ತು ಇದೆ; ನೀನು ನನಗೆ ಒಂದು ಸಿಂಹದ ಚರ್ಮ ತಂದುಕೊಡಬೇಕು."

ಕುದುರೆ ದಟ್ಟ ಕಾಡಿಗೆ ಹೋಯಿತು. ಅಲ್ಲಿ ಅದಕ್ಕೆ ಒಂದು ನರಿಯ ಪರಿಚಯವಾಯಿತು. ಅದು ತನ್ನ ಕಥೆಯನ್ನು ನರಿಗೆ ವಿವರಿಸಿತು. ನರಿ ಕುದುರೆಗೆ ಸಹಾಯ ಮಾಡುವುದಾಗಿ ಭರವಸೆ ನೀಡಿತು. ಅದು ಹೇಳಿತು, "ಸಿಂಹದ ಗವಿಯ ಬಾಗಿಲಲ್ಲಿ ಬಿದ್ದು ಸತ್ತವನಂತೆ ನಟಿಸು."

ನಂತರ ನರಿ ಸಿಂಹದ ಬಳಿ ಹೋಗಿ ಹೇಳಿತು, "ದೊರೆಯೇ, ಗವಿಯ ಹೊರಗೆ ಒಂದು ಕುದುರೆ ಬಿದ್ದು ಸತ್ತಿದೆ. ಒಮ್ಮೆ ಬಂದು ನೋಡು."

ಸಿಂಹವು ಹೊರಗೆ ಬಂದು ನೋಡಿತು. ನರಿಯಣ್ಣ "ದೊರೆಯೇ ಕುದುರೆಯ ಬಾಲವನ್ನು ನಾನು ನಿನ್ನ ಬಾಲಕ್ಕೆ ಕಟ್ಟುವೆ, ನೀನು ಅದನ್ನು ಎಳೆದು ಗವಿಯೊಳಗೆ ಹಾಕಿಕೊ, ಆಮೇಲೆ ತಿನ್ನಬಹುದು."

"ಆಗಲಿ" ಎಂದಿತು ಸಿಂಹರಾಜ. ನರಿಯು ಕುದುರೆಯ ಬಾಲವನ್ನು ಸಿಂಹದ ಬಾಲದ ಬದಲು ಅದರ ಹಿಂದಿನ ಕಾಲಿಗೆ ಕಟ್ಟಿತು. ಹೀಗೆ ಕಟ್ಟಿದೊಡನೆಯೇ ಕುದುರೆ ಎದ್ದು ನಾಗಾಲೋಟದಿಂದ ಧಾವಿಸಿತು. ಓಡುವ ದಾರಿಯಲ್ಲಿ ಸಿಂಹವು ಕಲ್ಲುಬಂಡೆಗಳಿಗೆ ಬಡಿದು ಜರ್ಜರಿತವಾಗಿ ಸತ್ತುಹೋಯಿತು.

ಕುದುರೆಯು ಸಿಂಹವನ್ನು ಎಳೆದುಕೊಂಡು ರೈತನ ಮನೆಯನ್ನು ತಲಪಿತು. ಅವನು ಕುದುರೆಯನ್ನು ಸಂತೋಷದಿಂದ ಸ್ವಾಗತಿಸಿದ.

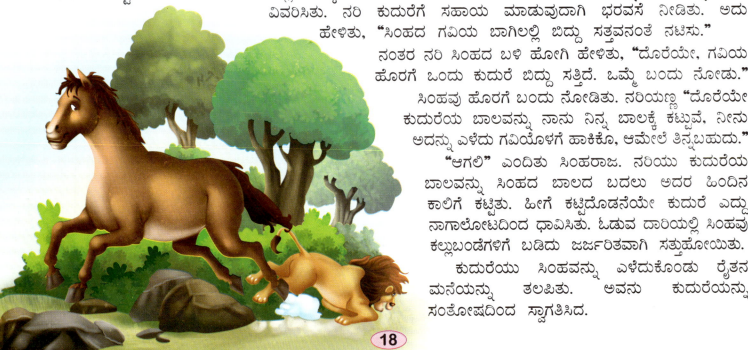

28. ಸುಂಡಿಲಿಯೂ ಆನೆಗಳೂ

ಒಂದು ಪಾಳುಬಿದ್ದ ಹಳ್ಳಿಯಲ್ಲಿ ಕೆಲವು ಸುಂಡಿಲಿಗಳು ವಾಸಮಾಡುತ್ತಿದ್ದವು.

ಆ ಊರಿನ ಕೆರೆಯಲ್ಲಿ ಸ್ನಾನಮಾಡಲು ಪಕ್ಕದ ಕಾಡಿನಿಂದ ಆನೆಗಳ ಹಿಂಡೊಂದು ಬರುತ್ತಿತ್ತು. ಹೀಗೆ ಬರುವಾಗ ಆನೆಗಳ ಕಾಲುಗಳಿಗೆ ಸಿಕ್ಕಿ ನೂರಾರು ಸುಂಡಿಲಿಗಳು ಸಾಯುತ್ತಿದ್ದವು.

ಸುಂಡಿಲಿಗಳ ರಾಜನು ಆನೆಗಳ ರಾಜನನ್ನು ಭೇಟಿಯಾಗಿ ಹೀಗೆ ಹೇಳಿತು, "ದೊರೆಗಳೇ, ದಯವಿಟ್ಟು ನಿಮ್ಮ ದಾರಿಯನ್ನು ಬದಲಾಯಿಸಿರಿ. ನಿಮ್ಮ ಹಿಂಡಿನವರ ಕಾಲುಗಳಿಗೆ ಸಿಕ್ಕಿ ನಮ್ಮವರು ದಿನಾಲೂ ನೂರಾರು ಮಂದಿ ಸಾಯುತ್ತಿದ್ದಾರೆ."

ಆನೆಗಳ ರಾಜ ಒಪ್ಪಿತು. ಸುಂಡಿಲಿ ರಾಜ ಹೇಳಿದ, "ಎಂದಾದರೂ ನಿಮಗೆ ನಮ್ಮ ಸಹಾಯವೇನಾದರೂ ಬೇಕಿದ್ದರೆ ನಮ್ಮನ್ನು ಕರೆಯಿರಿ."

ಆನೆಗಳು ಮರುದಿನದಿಂದಲೇ ಕೆರೆಗೆ ಬರಲು ಬೇರೆ ದಾರಿಯನ್ನು ಹುಡುಕಿಕೊಂಡವು.

ಕೆಲವು ದಿನಗಳಾದುವು. ಒಂದು ದಿನ ಆನೆಗಳು ಬೇಟೆಗಾರರು ಹೂಡಿದ ಬಲೆಯಲ್ಲಿ ಸಿಲುಕಿಕೊಂಡವು. ಈ ಸಂಕಟದಲ್ಲಿ ತಮಗೆ ಸಹಾಯಮಾಡುವಂತೆ ಆನೆಗಳ ರಾಜ ಸುಂಡಿಲಿಗಳ ರಾಜನಿಗೆ ಕರೆ ಕಳಿಸಿತು.

ಆನೆಗಳ ರಾಜ ಮತ್ತು ಅದರ ಹಿಂಡನ್ನು ರಕ್ಷಣೆ ಮಾಡುವುದಕ್ಕಾಗಿ ಸುಂಡಿಲಿಗಳ ರಾಜ ತನ್ನ ಗುಂಪಿನ ಸಮೇತ ಕೂಡಲೇ ಹೊರಟಿತು. ಎಲ್ಲಾ ಸುಂಡಿಲಿಗಳೂ ತಮ್ಮ ಹರಿತವಾದ ಹಲ್ಲುಗಳಿಂದ ಬಲೆಗಳನ್ನು ಕತ್ತರಿಸಿ ಆನೆಗಳನ್ನು ಬಿಡುಗಡೆ ಮಾಡಿದವು. ಸುಂಡಿಲಿಗಳ ಸಹಾಯಕ್ಕೆ ಆನೆಗಳು ಕೃತಜ್ಞತೆ ತೋರಿದವು; ಅಲ್ಲದೆ ಎರಡೂ ಸಮುದಾಯಗಳು ಬಹುಕಾಲ ಪರಸ್ಪರ ಸ್ನೇಹಿತರಾಗಿ ಜೀವಿಸಿದವು.

29. ನಾಲ್ವರು ಬ್ರಾಹ್ಮಣರು

ಒಂದು ಊರಿನಲ್ಲಿ ನಾಲ್ವರು ಬ್ರಾಹ್ಮಣರಿದ್ದರು. ಅವರು ಪರಸ್ಪರ ಸ್ನೇಹಿತರಾಗಿದ್ದರು. ಗುರುಕುಲದಲ್ಲಿ ವಿದ್ಯಾಭ್ಯಾಸವನ್ನು ಮುಗಿಸಿದ ಅವರು ಗುರುವಿನ ಅಪ್ಪಣೆ ಪಡೆದು ಹಿಂದಕ್ಕೆ ಊರಿಗೆ ಹೊರಟರು. ಅವರ ಮಾರ್ಗದಲ್ಲಿ ಒಂದು ದಟ್ಟ ಕಾಡು ಇತ್ತು. ಸ್ವಲ್ಪ ದೂರ ನಡೆದಾಗ ಅವರಿಗೆ ಎಲುಬುಗಳ ಒಂದು ರಾಶಿ ಎದುರಾಯಿತು. ಅವರು ನಾಲ್ವರಿಗೂ ತಾವು ಪಡೆದ ವಿದ್ಯೆಯನ್ನು ಪ್ರಯೋಗಿಸಬೇಕೆಂಬ ಮನಸ್ಸಾಯಿತು.

ಒಂದನೇ ಬ್ರಾಹ್ಮಣನು ಯಾವುದೋ ಮಂತ್ರವೊಂದನ್ನು ಪ್ರಯೋಗಿಸಿದಾಗ ಆ ಎಲುಬುಗಳೆಲ್ಲಾ ಒಟ್ಟು ಸೇರಿ ಒಂದು ಅಸ್ಥಿಪಂಜರವಾಯಿತು. ಎರಡನೇ ಬ್ರಾಹ್ಮಣ ಇನ್ನೊಂದು ಮಂತ್ರವನ್ನು ಪ್ರಯೋಗಿಸಿದಾಗ ಆ ಅಸ್ಥಿಪಂಜರವು ಒಂದು ಸಿಂಹದ ಆಕಾರವನ್ನು ಪಡೆಯಿತು.

ಮೂರನೇ ಬ್ರಾಹ್ಮಣ ಹೇಳಿದ, "ಈ ಸಿಂಹದ ಎಲುಬುಗೂಡಿನಲ್ಲಿ ಜೀವ ಇಲ್ಲ; ನಾನು ಅದಕ್ಕೆ ಜೀವ ಕೊಡುವೆ." ಅಷ್ಟರಲ್ಲಿ ತಲೆ ಹಾಕಿದ ನಾಲ್ಕನೆಯವನು ಹೇಳಿದ, "ಗೆಳೆಯಾ, ಜೀವಂತ ಸಿಂಹವು ನಮ್ಮೆಲ್ಲರನ್ನೂ ಕೊಲ್ಲಬಹುದು." ಮೂರನೆಯವನು "ಅದು ಹೇಗೆ ನಮ್ಮನ್ನು ಕೊಲ್ಲುತ್ತದೆ, ಅದಕ್ಕೆ ಜೀವ ಕೊಡುವವರು ನಾವೇ ಅಲ್ಲವೆ?" ಎಂದು ಲೇವಡಿಯ ದನಿಯಲ್ಲಿ ಮಾತನಾಡಿ ನಕ್ಕ. ಮೊದಲ ಇಬ್ಬರು ಗೆಳೆಯರೂ ನಗಾಡಿದರು.

ತನ್ನ ಗೆಳೆಯರಿಗೆ ವ್ಯವಹಾರ ಜ್ಞಾನವೇ ಇಲ್ಲದುದನ್ನು ತಿಳಿದು ನಾಲ್ಕನೇ ಬ್ರಾಹ್ಮಣನಿಗೆ ದುಃಖವಾಯಿತು. ಅವನು ಮರುಮಾತನಾಡದೆ ಪಕ್ಕದಲ್ಲಿನ ಮರವನ್ನು ಏರಿ ಕುಳಿತ. ಮೂರನೇ ಬ್ರಾಹ್ಮಣ ಸಿಂಹದ ಅಸ್ಥಿಪಂಜರಕ್ಕೆ ಪ್ರಾಣವಾಯುವನ್ನು ತುಂಬಿದ. ಕೂಡಲೇ ಸಿಂಹವು ಗರ್ಜಿಸಿ, ಹಸಿವಿನಿಂದಲೋ ಎಂಬಂತೆ ಕೆಳಗಿದ್ದ ಆ ಮೂರು ಬ್ರಾಹ್ಮಣರನ್ನೂ ಕೊಂದು ತಿಂದಿತು.

30. ಹಳ್ಳಿಯ ಮೂಷಿಕ ಪೇಟೆಗೆ ಹೋದದ್ದು

ಒಂದು ಹಳ್ಳಿಯಲ್ಲಿ ಒಂದು ಇಲಿ ವಾಸ ಮಾಡುತ್ತಿತ್ತು. ಒಂದು ದಿನ ಆ ಇಲಿಯ ಬಂಧು ಇನ್ನೊಂದು ಇಲಿ ಪೇಟೆಯಿಂದ ಇದರ ಮನೆಗೆ ಬಂದಿತು.

ಪೇಟೆಯ ಇಲಿ ಹಳ್ಳಿಯ ಇಲಿಯೊಡನೆ ಹೇಳಿತು, "ನಿಮ್ಮ ಹಳ್ಳಿಯೆಂದರೆ ಬೇಜಾರು. ಇಲ್ಲಿ ಏನೂ ಇಲ್ಲ. ನಮ್ಮ ಪೇಟೆಯಲ್ಲಿ ದೊಡ್ಡ ದೊಡ್ಡ ಕಟ್ಟಡಗಳಿವೆ, ದೊಡ್ಡ ಅಂಗಡಿಗಳಿವೆ. ಅಲ್ಲಿ ಎಷ್ಟು ಬೇಕಿದ್ದರೂ ತಿನಿಸು ಸಿಗುತ್ತದೆ."

ಬಂಧು ಇಲಿ ವಾಪಸು ಹೊರಟಾಗ, "ನೀನು ಒಮ್ಮೆ ಪೇಟೆಗೆ ಬಾ. ನಮ್ಮ ಜೀವನ ಎಷ್ಟು ಅದ್ಭುತ ಇದೆ, ನೋಡುವಿಯಂತೆ" ಎಂದು ಹೇಳಿತು. ಕೆಲ ದಿನಗಳಲ್ಲೇ ಹಳ್ಳಿಯ ಮೂಷಿಕ ಪೇಟೆಗೆ ಹೋಯಿತು. ಬಂಧುವಿನ ವಾಸಸ್ಥಳ ಒಬ್ಬ ಭಾರೀ ವರ್ತಕನ ಮನೆಯಲ್ಲಿನ ಅಡುಗೆ ಮನೆ. ಇಬ್ಬರೂ ಸೇರಿ ತಿಂಡಿ ತಿನ್ನಲು ತೊಡಗಿದರು. ಅಷ್ಟರಲ್ಲಿ ನಾಯಿಗಳು ಬೊಗಳಲು ಶುರುಮಾಡಿದವು. ಎರಡೂ ಇಲಿಗಳು ಕೂಡಲೆ ತಮ್ಮ ಬಿಲವನ್ನು ಸೇರಿಕೊಂಡವು.

"ಅದು ಏನು ಗಲಾಟೆ?" ಹಳ್ಳಿ ಇಲಿ ಕೇಳಿತು. "ಅದು ನಮ್ಮ ಒಡೆಯನ ನಾಯಿಗಳು" ಹೇಳಿತು ಪೇಟೆಯ ಇಲಿ.

ನಾಯಿಗಳು ಹೋದ ಮೇಲೆ ಇಲಿಗಳು ತಿಂಡಿ ತಿನ್ನುವ ಕಾರ್ಯ ಮುಂದುವರಿಸಿದವು.

ಹಳ್ಳಿಯ ಇಲಿ ಹೇಳಿತು, "ಇದೇನು ಜೀವನ ನಿನ್ನದು, ಇಲ್ಲಿ ಭಯದಿಂದ ಬದುಕಬೇಕು. ಎಂತಹ ಮೃಷ್ಟಾನ್ನ ಇದ್ದರೇನು, ನಮ್ಮ ಹಳ್ಳಿಯ ಸಾದಾ ಆಹಾರವೇ ಉತ್ತಮ. ಎಷ್ಟು ಒಳ್ಳೆ ಗೆಡ್ಡೆ-ಗೆಣಸುಗಳು ಇವೆ ಅಲ್ಲಿ. ಶಾಂತವಾದ ಪರಿಸರವೂ ಇದೆ."

ಹೀಗೆಂದು ಹೇಳಿದ್ದೇ ತಡ ಅದು ಹಳ್ಳಿಗೆ ವಾಪಸು ಹೊರಟಿತು.

31. ಕಬ್ಬಿಣ ತಿನ್ನುವ ಮೂಷಿಕ

ಒಂದು ಊರಿನಲ್ಲಿ ಒಬ್ಬ ವ್ಯಾಪಾರಿ ಇದ್ದ. ಅವನು ಹೆಚ್ಚು ಲಾಭದ ವ್ಯಾಪಾರಕ್ಕಾಗಿ ಬೇರೆ ಊರಿಗೆ ಹೊರಟು ನಿಂತ. ಹೋಗುವ ಮೊದಲು ಅವನು ತನ್ನ ಸ್ನೇಹಿತನಿಗೆ ಭಾರವಾದ ಕಬ್ಬಿಣದ ತಕ್ಕಡಿಯೊಂದನ್ನು ಕೊಟ್ಟು, "ನಾನು ಬರುವ ತನಕ ಇದು ನಿನ್ನಲ್ಲಿ ಇರಲಿ" ಎಂದ.

ಒಂದು ವರ್ಷ ನಂತರ ವಾಪಸು ಬಂದ ವ್ಯಾಪಾರಿಯು ಸ್ನೇಹಿತನ ಮನೆಗೆ ಹೋಗಿ ತನ್ನ ತಕ್ಕಡಿ ವಾಪಸು ಕೊಡುವಂತೆ ಕೇಳಿದ. ಮಿತ್ರನು "ಅಯ್ಯೋ, ನಮ್ಮ ಮನೆಯಲ್ಲಿನ ಇಲಿಗಳು ತಕ್ಕಡಿಯನ್ನು ತಿಂದುಹಾಕಿದವು" ಎಂದು ಸಬೂಬು ಹೇಳಿದ. 'ಇಲಿಗಳು ಕಬ್ಬಿಣ ತಿನ್ನುವುದೆಂದರೇನು?' ವ್ಯಾಪಾರಿಗೆ ಮಿತ್ರನು ಮೋಸ ಮಾಡುತ್ತಿದ್ದಾನೆಂಬುದು ಅರಿವಿಗೆ ಬಂದು, ಅವನಿಗೆ ಬುದ್ಧಿ ಕಲಿಸಲು ಮುಂದಾದ. ಅವನು ಮಿತ್ರನಿಗೆ ಹೇಳಿದ, "ಓಹೋ! ಹೀಗೋ! ಇರಲಿ. ನಿನ್ನ ಮಗನನ್ನು ನನ್ನ ಜತೆ ಕಳಿಸು; ನಾನು ನಿನಗಾಗಿ ತಂದಿರುವ ಪಾರಿತೋಷಕವನ್ನು ಕೊಡುತ್ತೇನೆ." ಮಿತ್ರನು ಒಪ್ಪಿದ. ತನ್ನ ಮಗನನ್ನು ವ್ಯಾಪಾರಿ ಜತೆ ಕಳಿಸಿದ. ರಾತ್ರಿ ಬಲು ಹೊತ್ತಾದರೂ ಮಗ ಬಾರದೆ ಇದ್ದಾಗ ಮಿತ್ರನಿಗೆ ಆತಂಕವಾಯಿತು. ಅವನು ವ್ಯಾಪಾರಿಯ ಮನೆಗೆ ಹೋಗಿ ತನ್ನ ಮಗ ಎಲ್ಲಿ ಎಂದು ಕೇಳಿದ.

ವ್ಯಾಪಾರಿ ಹೇಳಿದ, "ಓ! ಮಗನೋ? ದಾರಿಯಲ್ಲಿ ಗಿಡುಗ ಬಂದು ಅವನನ್ನು ಎತ್ತಿಕೊಂಡು ಹೋಯಿತು." ಮಿತ್ರನಿಗೆ ತನ್ನ ತಪ್ಪಿನ ಅರಿವಾಯಿತು. ಅವನು ಕಬ್ಬಿಣದ ತಕ್ಕಡಿಯನ್ನು ಕೊಟ್ಟು ಮಗನನ್ನು ಕರೆದೊಯ್ದ.

32. ರೈತ ಮತ್ತು ಹಾವು

ಒಂದೂರಿನಲ್ಲಿ ಒಬ್ಬ ಬಡ ರೈತನಿದ್ದ. ಅವನು ಕಷ್ಟಪಟ್ಟು ಕೆಲಸ ಮಾಡುತ್ತಿದ್ದ; ಆದರೂ ಅವನ ಹೊಲಗದ್ದೆಗಳು ಬಂಜರಾಗಿದ್ದವು. ಒಂದು ದಿನ ಅವನು ಮರವೊಂದರ ಕೆಳಗೆ ವಿಶ್ರಮಿಸುತ್ತಿದ್ದಾಗ ಆ ಮರದ ಪೊಟರೆಯಲ್ಲಿ ಒಂದು ಹಾವು ಇರುವುದನ್ನು ನೋಡಿದ.

'ಈ ಹಾವು ಹೊಲದ ರಕ್ಷಕನಿರಬೇಕು. ನಾನು ಇದನ್ನು ಪೂಜಿಸಿದರೆ ಹೊಲವು ಫಲವತ್ತಾಗುವುದು' ಎಂದು ರೈತ ಆಲೋಚಿಸಿದ. ಮರುದಿನ ಒಂದು ಬಟ್ಟಲಲ್ಲಿ ಹಾಲನ್ನು ತಂದು ಹಾವಿಗೆ ನೀಡಿ, "ಓ ನಾಗದೇವತೆಯೇ, ನನಗೆ ಆಶೀರ್ವಾದ ಮಾಡು" ಎಂದು ಬೇಡಿಕೊಂಡ.

ಹಾವು ಹಾಲನ್ನು ಕುಡಿದು ರೈತನಿಗೆ ಒಂದು ಬಂಗಾರದ ನಾಣ್ಯವನ್ನು ನೀಡಿತು. ಹೀಗೆ ದಿನಾಲೂ ನಡೆಯಿತು.

ಒಂದು ದಿನ ರೈತ ಪಟ್ಟಣಕ್ಕೆ ಹೋಗಬೇಕಾಗಿ ಬಂತು. ಆಗ ಅವನು ಮಗನಿಗೆ "ಮಗಾ ದಿನಾಲೂ ಹಾವಿಗೆ ಹಾಲೆರೆದು ಪ್ರಾರ್ಥನೆ ಮಾಡು" ಎಂದು ಸೂಚಿಸಿ ಹೊರಟ.

ದುಷ್ಟ ಬುದ್ಧಿಯ ಮಗ ಮರುದಿನ ಹಾವಿಗೆ ಹಾಲೆರೆದನಾದರೂ, 'ನಾಳೆ ನಾನು ಈ ಹಾವನ್ನು ಕೊಂದು ಎಲ್ಲಾ ನಾಣ್ಯಗಳನ್ನೂ ತೆಗೆದುಕೊಳ್ಳಬೇಕು' ಎಂದು ಯೋಚಿಸಿದ.

ಅಂತೆಯೇ ಅವನು ಹಾಲು ಕೊಡುವುದಕ್ಕೆ ಹೋದಾಗ ದೊಣ್ಣೆಯಿಂದ ಹಾವಿನ ತಲೆಗೆ ಹೊಡೆದ. ಆದರೆ ಏಟು ಪಕ್ಕಕ್ಕೆ ಬಿತ್ತು. ಹಾವಿನ ಜೀವ ಉಳಿಯಿತು. ಅದು ಕೋಪದಿಂದ ಅವನನ್ನು ಕಡಿದು ಸಾಯಿಸಿತು. ಅವಿವೇಕಿ ಮಗ ತಪ್ಪಿಗೆ ದಂಡನೆ ಅನುಭವಿಸಿದ.

33. ಆಪತ್ತಿಗಾದವನೇ ನಿಜವಾದ ಮಿತ್ರ

ಒಂದು ಕಾಡಿನಲ್ಲಿ ನಾಲ್ವರು ಆಪ್ತ ಮಿತ್ರರಿದ್ದರು–ಅವರೆಂದರೆ ಒಂದು ಜಿಂಕೆ, ಒಂದು ಇಲಿ, ಒಂದು ಆಮೆ ಹಾಗೂ ಒಂದು ಕಾಗೆ. ಇವುಗಳೆಲ್ಲ ಪ್ರತಿ ಸಾಯಂಕಾಲ ಕೆರೆಯ ದಂಡೆಯಲ್ಲಿ ಸೇರಿ ಮಾತುಕತೆಯಾಡುತ್ತಿದ್ದವು.

ಒಂದು ದಿನ ಜಿಂಕೆ ಬರಲಿಲ್ಲ. ಜಿಂಕೆಯನ್ನು ಹುಡುಕಲು ಕಾಗೆ ಹೊರಟಿತು. ಅದಕ್ಕೆ ಜಿಂಕೆಯು ಬೇಟೆಗಾರನ ಬಲೆಗೆ ಸಿಲುಕಿರುವುದು ತಿಳಿಯಿತು.

ವಿಷಯ ತಿಳಿದು ಇಲಿಯು ಆ ಸ್ಥಳಕ್ಕೆ ಹೊರಟಿತು. ಆಮೆ ಅದನ್ನು ಹಿಂಬಾಲಿಸಿತು. ಇಲಿಯು ಬಲೆಯನ್ನು ಕತ್ತರಿಸಿ ಜಿಂಕೆಯನ್ನು ಬಿಡುಗಡೆಗೊಳಿಸಿತು.

ಅಷ್ಟರಲ್ಲಿ ಬೇಟೆಗಾರ ಅಲ್ಲಿಗೆ ಬಂದ. ಜಿಂಕೆ ತಪ್ಪಿಸಿಕೊಂಡಾಗ ಅವನಿಗೆ ಬೇಸರವಾಯಿತು. ಆದರೆ ಅಲ್ಲಿ ಆಮೆಯನ್ನು ಕಂಡು ಅದನ್ನು ಹಿಡಿದುಕೊಂಡ.

ಆಮೆಯನ್ನು ಬಿಡಿಸಲು ಮಿಕ್ಕ ಮೂವರು ತಂತ್ರ ಹೂಡಿದರು.

ಬೇಟೆಗಾರ ನಡೆಯುತ್ತಾ ಕೆರೆ ದಂಡೆಯ ಮೇಲೆ ಬಂದಾಗ ಅವನಿಗೆ ಒಂದು ಜಿಂಕೆ ಸತ್ತು ಬಿದ್ದಿರುವುದು ಕಾಣಿಸಿತು. ಅವನು ಅದರತ್ತ ಹೋಗುವುದಕ್ಕಾಗಿ ಆಮೆಯನ್ನು ದಂಡೆಯ ಮೇಲೆ ಇರಿಸಿದ. ಅವನು ಜಿಂಕೆಯನ್ನು ಸಮೀಪಿಸುತ್ತಲೇ ಕಾಗಕ್ಕನು ಒಂದು ಕೂಗು ಹಾಕಿದಳು. ಈ ಸಂಕೇತ ದೊರೆತೊಡನೆಯೇ ಜಿಂಕೆಯು ಭಂಗನೆ ಎದ್ದು ಓಡಿಹೋಯಿತು.

ಇತ್ತ ಆಮೆ ಸದ್ದಿಲ್ಲದೆ ಕೆರೆಯ ನೀರಿಗೆ ಇಳಿದು ತಪ್ಪಿಸಿಕೊಂಡಿತು.

34. ತುಂಟ ಕೋತಿಗಳು

ಒಂದು ಕಾಡಿನಲ್ಲಿ ಕೋತಿಗಳ ಒಂದು ಗುಂಪು ಆಟವಾಡುತ್ತಿತ್ತು. ಪಕ್ಕದಲ್ಲೇ ಒಬ್ಬ ಮರಕಡಿಯುವವನು ಒಂದು ಮರವನ್ನು ಕಡಿಯುತ್ತಿದ್ದ.

ಮಧ್ಯಾಹ್ನ ಆತ ಕೊಡಲಿಯನ್ನು ಒಂದು ಬಟ್ಟೆಯಲ್ಲಿ ಸುತ್ತಿ ಮರದ ಬುಡದಲ್ಲಿ ಇರಿಸಿ ಊಟ ಮಾಡಲು ಹೋದ.

ಒಂದು ತುಂಟ ಮಂಗ ಮರದಿಂದ ಇಳಿದು ಅಲ್ಲಿ ಬಂತು. ಅದು ಬಟ್ಟೆಯಲ್ಲಿ ಸುತ್ತಿದ ಕೊಡಲಿಯನ್ನು ಎತ್ತಿಕೊಂಡು ಓಡಾಡಿತು. ಇನ್ನೊಂದು ಮಂಗವೂ ಅದರ ಜತೆ ಸೇರಿತು. "ಅದರೊಂದಿಗೆ ಆಟ ಬೇಡ. ಅದು ಅಪಾಯಕಾರಿ ಆಯುಧ" ಎಂದು ಹಿರಿಯ ಕೋತಿ ಬುದ್ಧಿ ಹೇಳಿದರೂ ಅವು ಲೆಕ್ಕಿಸಲಿಲ್ಲ.

ಎರಡೂ ಸೇರಿ ಮರವೊಂದನ್ನು ಏರಿದವು.

ಕೊಂಬೆಯೊಂದನ್ನು ಹತ್ತಿ ಅದನ್ನು ಆ ಕೊಡಲಿಯಿಂದ ಕಡಿಯತೊಡಗಿದವು. ಒಂದು ಕೋತಿಗೆ ಆಯಾಸವಾದಾಗ ಇನ್ನೊಂದು ಕೋತಿ ಕೊಡಲಿ ಹಿಡಿದು ಕಡಿಯುತ್ತಿತ್ತು.

ಕೊನೆಗೂ ಕೊಂಬೆ ತುಂಡಾಗಿ ಕೆಳಗೆ ಬಿದ್ದಿತು. ಅದರ ಜತೆಗೆ ಆ ಎರಡು ತುಂಟ ಕೋತಿಗಳೂ ಬಿದ್ದವು. ಅವುಗಳಿಗೆ ಪೆಟ್ಟಾಯಿತು. ಅವು ಅಳತೊಡಗಿದವು.

ಹಿರಿಯ ಕೋತಿ "ಹಿರಿಯರ ಮಾತು ಕೇಳುತ್ತಿದ್ದರೆ ಇದೆಲ್ಲ ಆಗುತ್ತಿರಲಿಲ್ಲ" ಎಂದು ಬುದ್ಧಿ ಹೇಳಿತು.

35. ಕೋತಿಯೂ ಬಡಗಿಯೂ

ಒಂದು ಊರಿನ ಒಂದು ದೇವಸ್ಥಾನದ ಅಂಗಣದಲ್ಲಿ ಒಬ್ಬ ಬಡಗಿಯು ಮರವನ್ನು ಸೀಳುತ್ತಿದ್ದ.

ಬಡಗಿಯ ಕೆಲಸವನ್ನು ಒಂದು ತರುಣ ಕೋತಿಯು ಗಮನವಿಟ್ಟು ನೋಡುತ್ತಿತ್ತು. ಮಧ್ಯಾಹ್ನದ ವೇಳೆ ಬಡಗಿ ಊಟಕ್ಕೆ ಹೋದಾಗ ಆ ಕೋತಿಗೆ ತಾನೂ ಮರವನ್ನು ಸೀಳಬೇಕೆಂದು ಮನಸ್ಸಾಗಿ ಅದನ್ನು ಇತರ ಕೋತಿಗಳೊಂದಿಗೆ ಹೇಳಿಕೊಂಡಿತು.

ಆದರೆ ಅವು, "ಆ ಉಪಕರಣಗಳೆಲ್ಲಾ ಅಪಾಯಕಾರಿ, ಅವುಗಳನ್ನು ಮುಟ್ಟಲು ಹೋಗಬೇಡ" ಎಂದು ಎಚ್ಚರಿಕೆ ಹೇಳಿದವು. ತರುಣ ಕೋತಿ ಲೆಕ್ಕಿಸಲಿಲ್ಲ.

ಅದು ಮರ ಸೀಳುವ ಸ್ಥಳಕ್ಕೆ ಹೋಯಿತು. ಬಡಗಿಯ ಚೀಲವನ್ನು ಬಿಚ್ಚಿತು. ಅದರಲ್ಲಿದ್ದ ಅನೇಕ ಉಪಕರಣಗಳನ್ನು ನೋಡಿತು. ನಂತರ ಮರವೊಂದರ ಮೇಲೆ ಕುಳಿತು ಅದರ ಸೀಳಿಗೆ ಬಡಗಿಯು ತಗುಲಿಸಿ ಇರಿಸಿದ್ದ ಕೀಲನ್ನು ಪರಿಶೀಲಿಸಿತು. ಅದನ್ನು ಎಳೆದು ತೆಗೆಯಲು ಪ್ರಯತ್ನಿಸಿತು. ಕೀಲು ಭದ್ರವಾಗಿತ್ತು.

ಕೋತಿ ಕೀಲನ್ನು ಬಲವಾಗಿ ಎಳೆಯಿತು. ಆಗ ಕೀಲು ಕೋತಿಯ ಕೈಗೆ ಬಂತು. ಕೂಡಲೇ ಮರದ ಸೀಳುಗಳು ಕೂಡಿಕೊಂಡವು. ಕೋತಿಯ ಬಾಲ ಅಲ್ಲಿ ಸಿಕ್ಕಿಕೊಂಡಿತು. ಕೋತಿ ಕಿಟಾರನೆ ಕಿರುಚಿತು.

ಇದನ್ನು ಕೇಳಿ ಬಡಗಿ ಓಡೋಡಿ ಬಂದು ಕೋತಿಯ ಬಾಲವನ್ನು ಸೀಳಿನಿಂದ ಹೊರಗೆ ತೆಗೆದ. ಕೋತಿ ಎದ್ದೆನೋ ಬಿದ್ದೆನೋ ಎಂದು ಓಡಿಹೋಯಿತು. ಯಾವುದೇ ಕೆಲಸವಾದರೂ ಯೋಚಿಸಿದ ನಂತರವೇ ಅದನ್ನು ಮಾಡಬೇಕು ಎಂಬುದನ್ನು ಕಲಿಯಿತು.

36. ನರಿಯಣ್ಣನ ಊಟ

ದಟ್ಟವಾದ ಕಾಡಿನೊಳಗೆ ಒಂದು ಆನೆ ಸತ್ತುಹೋಯಿತು. ಆಗ ಅಲ್ಲಿಗೆ ಬಂದ ಒಂದು ನರಿಗೆ ಅದರ ಮಾಂಸವನ್ನು ತಿನ್ನಬೇಕೆಂಬ ಆಸೆ ಆಯಿತು. ಆದರೆ ಆನೆಯ ಚರ್ಮ ದಪ್ಪವಾದುದರಿಂದ ನರಿಗೆ ಅದನ್ನು ಕತ್ತರಿಸಲು ಆಗಲಿಲ್ಲ.

ಆಗ ಅಲ್ಲಿಗೆ ಒಂದು ಸಿಂಹ ಬಂತು. ನರಿಯು "ಸಿಂಹರಾಜ, ನಾನು ಆಗಿನಿಂದಲೂ ನಿನ್ನ ಭೋಜನವನ್ನು ಕಾಯುತ್ತಿದ್ದೇನೆ" ಎಂದಿತು.

"ನಾನು ಬೇರೆಯವರು ಕೊಂದ ಪ್ರಾಣಿಗಳನ್ನು ತಿನ್ನುವುದಿಲ್ಲ. ನೀನೇ ತಿಂದುಬಿಡು." ಎಂದು ಹೇಳಿದ ಸಿಂಹ ಹೊರಟು ಹೋಯಿತು. ನರಿಗೆ ಆನೆ ಚರ್ಮ ಕತ್ತರಿಸುವವರು ಯಾರೂ ಸಿಗಲಿಲ್ಲ. ಅದು ನಿರಾಶೆಯಿಂದ ಕುಳಿತಿರುವಾಗ ಅಲ್ಲಿಗೆ ಒಂದು ಹುಲಿ ಬಂತು.

ನರಿ ಹೇಳಿತು, "ಸಿಂಹ ರಾಜನು ಈ ಆನೆಯನ್ನು ಕೊಂದು ತನ್ನ ಮನೆಯವರನ್ನು ಕರೆತರಲು ಹೋಗಿದ್ದಾನೆ. ಅವನು ಬರುವ ತನಕ ನೀನು ಮಾಂಸವನ್ನು ತಿನ್ನು."

"ಸಿಂಹ ನನ್ನನ್ನು ಕೊಂದುಬಿಟ್ಟೀತು." ಹುಲಿ ಹೇಳಿತು.

"ಹೆದರಬೇಡ, ತಿನ್ನು. ಸಿಂಹ ಬರುವಾಗ ನಾನು ಸೂಚನೆ ಕೊಡುತ್ತೇನೆ, ಆಗ ದೂರ ಹೋಗು." ನರಿ ಹೇಳಿತು. ಹುಲಿಗೂ ಆಸೆಯಾಯಿತು.

ಸರಿ, ಹುಲಿಯು ಆನೆಯ ಚರ್ಮವನ್ನು ಹಲ್ಲುಗಳಿಂದಲೂ ಉಗುರುಗಳಿಂದಲೂ ಕತ್ತರಿಸತೊಡಗಿತು. ಇನ್ನೇನು ಮಾಂಸವನ್ನು ಹೊರಗೆಳೆಯಬೇಕು, ಅಷ್ಟರಲ್ಲಿ ನರಿ ಸಂಜ್ಞೆ ಮಾಡಿತು.

ಹುಲಿ ಓಡಿಹೋಯಿತು. ಉಪಾಯಗಾರ ನರಿ ಆನೆ ಮಾಂಸವನ್ನು ಹೊಟ್ಟೆತುಂಬಾ ತಿಂದಿತು.

37. ಕವುಜಗ ಹಕ್ಕಿ ಮತ್ತು ಮೊಲ

ಒಮ್ಮೆ ಒಂದು ಮರದ ಕೆಳಗೆ ಚಂದವಾದ ಮನೆಯನ್ನು ಕಟ್ಟಿಕೊಂಡು ಒಂದು ಕವುಜುಗ ಹಕ್ಕಿಯು ವಾಸಮಾಡುತ್ತಿತ್ತು. ಒಂದು ದಿವಸ ಅದಕ್ಕೆ ಧಾನ್ಯ ತುಂಬಿದ ಒಂದು ಹೊಲ ಕಾಣಿಸಿತು. ಹೀಗಾಗಿ ಅದು ಆ ಹೊಲದಲ್ಲಿ ಧಾನ್ಯ ತಿನ್ನುತ್ತಾ ಅನೇಕ ದಿನ ಕಾಲ ಇತ್ತು. ವಾರಗಳ ನಂತರ ಅದು ವಾಪಸು ಮನೆಗೆ ಬಂತು.

ಕವುಜಗ ಇಲ್ಲದ ವೇಳೆ ಅದರ ಮನೆಯಲ್ಲಿ ಒಂದು ಮೊಲ ಬಂದು ವಾಸ ಮಾಡಲು ತೊಡಗಿತ್ತು. ಮನೆಯನ್ನು ಬಿಡುವಂತೆ ಕವುಜಗ ಹೇಳಿತು. "ಮನೆ ಯಾವಾಗಲೂ ವಾಸಮಾಡುವವರಿಗೆ ಸೇರಿದ್ದು" ಎಂದು ಮೊಲ ಪ್ರತಿವಾದ ಹೂಡಿತು.

ಅವರೊಳಗೆ ತುಂಬಾ ಸಮಯ ಜಗಳ ಆಯಿತು. ಆದರೂ ವಿವಾದ ಬಗೆಹರಿಯಲಿಲ್ಲ. ವಿವಾದ ತೀರ್ಮಾನಿಸಲು ಇಬ್ಬರೂ ಜ್ಞಾನಿಯಾದ ಬೆಕ್ಕಿನ ಬಳಿಗೆ ಹೋದವು. ಬೆಕ್ಕು ಇಬ್ಬರ ವಾದವನ್ನೂ ಆಲಿಸಿತು. ಇದರಲ್ಲಿ ತಾನು ಲಾಭ ಪಡೆಯಬಹುದೆಂದು ಬೆಕ್ಕಿಗೆ ಅನಿಸಿತು.

"ನೀವು ಹೇಳಿದ್ದು ನನಗೆ ಕೇಳಿಸಲಿಲ್ಲ, ಸ್ವಲ್ಪ ಹತ್ತಿರ ಬನ್ನಿ, ನನ್ನ ಕಿವಿ ಸ್ವಲ್ಪ ಮಂದ" ಎಂದು ಹೇಳಿತು ಅದು.

ಅವೆರಡೂ ಹತ್ತಿರ ಬಂದವು.

"ಸಾಲದು, ಇನ್ನೂ ಹತ್ತಿರ ಬನ್ನಿ. ನನಗೆ ಏನೂ ಕೇಳಿಸುತ್ತಿಲ್ಲ" ಹೇಳಿತು ಬೆಕ್ಕು.

ಅವೆರಡೂ ಬೆಕ್ಕಿನ ತೀರಾ ಹತ್ತಿರಕ್ಕೆ ಬಂದವು. ಇದೇ ಸಕಾಲ ಎಂದು ಬೆಕ್ಕು ಮೊಲ ಹಾಗೂ ಕವುಜುಗ ಹಕ್ಕಿ ಎರಡರ ಮೇಲೂ ದಾಳಿ ಮಾಡಿ ಅವುಗಳನ್ನು ತಿಂದುಬಿಟ್ಟಿತು.

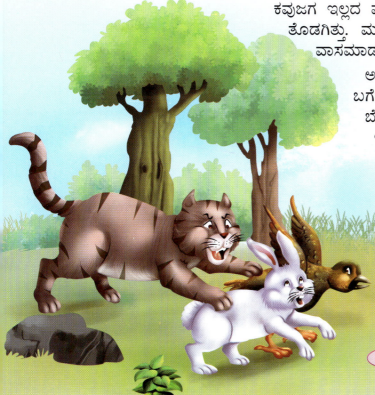

38. ಗಂಟೆಯ ಒಂಟೆ

ಒಮ್ಮೆ ಒಂದು ಊರಿನಲ್ಲಿ ಒಬ್ಬ ರೈತನಿದ್ದ. ಅವನಲ್ಲಿ ಹಲವಾರು ಒಂಟೆಗಳು ಇದ್ದವು. ಅವನು ಅವುಗಳ ಹಾಲು ಮಾರಾಟ ಮಾಡಿ ಜೀವನ ಸಾಗಿಸುತ್ತಿದ್ದ. ಆ ಒಂಟೆಗಳ ಪೈಕಿ ಒಂದು ಮರಿಯಿತ್ತು. ಅದನ್ನು ರೈತ ತುಂಬಾ ಪ್ರೀತಿಸುತ್ತಿದ್ದ.

ಒಂಟೆಗಳು ಪ್ರತಿದಿನವೂ ಪಕ್ಕದ ಕಾಡಿಗೆ ಹೋಗಿ ಸೊಪ್ಪು, ಹುಲ್ಲು ಮೇದು ಬರುತ್ತಿದ್ದವು. ಆ ಚಿಕ್ಕ ಒಂಟೆ ಮಾತ್ರ ಹಿಂಡಿನಿಂದ ಬೇರೆಯಾಗಿ ತಿರುಗಾಡುವ ಹವ್ಯಾಸವನ್ನು ಬೆಳೆಸಿಕೊಂಡಿತ್ತು. ಇದು ರೈತನನ್ನು ಚಿಂತೆಗೀಡುಮಾಡುತ್ತಿತ್ತು. ಕೊನೆಗೆ ಅವನು ಅದರ ಕೊರಳಿಗೆ ಒಂದು ಗಂಟೆಯನ್ನು ಕಟ್ಟಿದ್ದ.

ಒಂದು ದಿನ ಆ ಮರಿ ಒಂಟೆ ಕಳೆದುಹೋಯಿತು. ಅದು ಕಾಡಿನಲ್ಲಿ ಅಲೆದಾಡುತ್ತ ಸಿಂಹದ ಗವಿಯನ್ನು ತಲಪಿತ್ತು.

ಆಗ ಆ ಸಿಂಹ ಮಲಗಿ ನಿದ್ರಿಸುತ್ತಿತ್ತು. ಅದೇ ವೇಳೆ ರೈತನು ಒಂಟೆಯನ್ನು ಕಾಣದೆ ಅದನ್ನು ಹುಡುಕುತ್ತ ಕಾಡಿಗೆ ಬಂದ.

ಆತನಿಗೆ ದೂರದಿಂದ ಗಂಟೆಯ ಸದ್ದು ಕೇಳಿಸಿತು. ಅವನು ಅದನ್ನು ಅನುಸರಿಸಿ ಮುಂದೆ ಸಾಗಿದ. ಕೊನೆಗೆ ಅವನಿಗೆ ಮರಿ ಒಂಟೆ ಸಿಂಹದ ಗವಿಯ ಬಳಿ ಕಾಣಸಿಕ್ಕಿತು.

ರೈತನು ಸದ್ದು ಗದ್ದಲ ಮಾಡದೆ ಮರಿ ಒಂಟೆಯನ್ನು ಎತ್ತಿ ಹೆಗಲಲ್ಲಿ ಕೂರಿಸಿಕೊಂಡು ತನ್ನ ಊರಿಗೆ ಮರಳಿದ.

ಮನೆಗೆ ಮರಳಿದ ರೈತ ಮರಿ ಒಂಟೆಗೆ ಸಿಂಹ, ಹುಲಿ, ಚಿರತೆ ಮೊದಲಾದ ಪ್ರಾಣಿಗಳ ದಾಳಿ ಮಾಡುವ ವರ್ತನೆಯನ್ನು ತಿಳಿಸಿಕೊಟ್ಟು, "ನೀನು ಸದಾ ಕಾಲ ಹಿರಿಯರ ಜತೆಗೇನೇ ಇರಬೇಕು ಕಂದಾ" ಎಂದು ಬುದ್ಧಿ ಹೇಳಿದ. ಒಂಟೆ ಮರಿ ಅದಕ್ಕೊಪ್ಪಿತು.

39. ಚಿಗಟ ಮತ್ತು ತಿಗಣೆ

ಒಂದಾನೊಂದು ಕಾಲದಲ್ಲಿ ಒಂದು ಚಿಗಟ ಒಬ್ಬ ರಾಜನ ಹಾಸಿಗೆಯಲ್ಲಿ ವಾಸಮಾಡುತ್ತಿತ್ತು. ಅದು ದಿನಾಲೂ ರಾಜನ ರಕ್ತವನ್ನು ಕುಡಿದು ಹೊಟ್ಟೆತುಂಬಿಸಿಕೊಳ್ಳುತ್ತ ಸುಖವಾಗಿ ಜೀವನ ಸಾಗಿಸುತ್ತಿತ್ತು.

ಒಂದು ದಿವಸ ಒಂದು ತಿಗಣೆ ರಾಜನ ಶಯ್ಯಾಗೃಹವನ್ನು ಪ್ರವೇಶಿಸಿತು. ಇದನ್ನು ನೋಡಿದ ಚಿಗಟ "ನೀನು ಯಾಕೆ ಬಂದೆ? ನೀನು ಇಲ್ಲಿ ಇರುವುದು ಸಾಧ್ಯವಿಲ್ಲ, ಕೂಡಲೇ ಹೊರಟು ಹೋಗು" ಎಂದಿತು. ತಿಗಣೆ ಹೇಳಿತು, "ಅಣ್ಣಾ, ನಾನು ಬರೇ ಅತಿಥಿ ಮಾತ್ರ. ಒಮ್ಮೆ ರಾಜನ ರಕ್ತದ ರುಚಿಯನ್ನು ನೋಡಿ ಹೋಗಿಬಿಡುತ್ತೇನೆ."

ಚಿಗಟ ಹೇಳಿತು, "ನೋಡು, ನಾನು ರಾಜನನ್ನು ಕಡಿಯುವುದು ಅವನು ನಿದ್ರಿಸುತ್ತಿರುವಾಗ ಮಾತ್ರ. ನೀನು ನಿನ್ನ ಹಲ್ಲುಗಳಿಂದ ರಾಜನಿಗೆ ನೋವು ಉಂಟುಮಾಡಬಾರದು."

ಈ ಮಾತಿಗೆ ತಿಗಣೆ ಒಪ್ಪಿತಾದರೂ ಅದಕ್ಕೆ ತಾಳ್ಮೆ ಇರಲಿಲ್ಲ. ರಾಜನು ಬಂದು ಮಲಗಿ ನಿದ್ರಿಸಲು ಪ್ರಯತ್ನಿಸುತ್ತಿದ್ದಂತೆಯೇ ಅದು ಅವನನ್ನು ಕಡಿಯಿತು.

ರಾಜನಿಗೆ ನೋವಾಯಿತು. ಅವನು ಕೂಡಲೇ, ತನ್ನ ಸೇವಕರನ್ನು ಕರೆದು, "ನನ್ನನ್ನು ಏನೋ ಕಡಿಯಿತು. ಅದೇನೆಂದು ನೋಡಿರಿ" ಎಂದ. ತಿಗಣೆಯು ಅವಸರ ಅವಸರದಿಂದ ಓಡಿಹೋಗಿ ಮಂಚದ ಸಂದಿಯಲ್ಲಿ ಬಚ್ಚಿಟ್ಟುಕೊಂಡಿತು. ಸೇವಕರು ಬಂದು ಹಾಸಿಗೆಯನ್ನು ಜಾಲಾಡಿದರು. ಅವರಿಗೆ ಚಿಗಟ ಕಾಣಿಸಿತು. ಅವರು ಅದನ್ನು ಕೊಂದುಹಾಕಿದರು. ಅಪರಿಚಿತರನ್ನು ಒಳಗೆ ಬಿಟ್ಟುಕೊಳ್ಳ ಬಾರದೆಂಬುದನ್ನು ತಿಳಿಯದೆ ಅದು ವಿನಾಶವನ್ನು ತಂದುಕೊಂಡಿತು.

40. ಬಡ ಬ್ರಾಹ್ಮಣನ ಕನಸು

ಒಂದು ಊರಿನಲ್ಲಿ ಒಬ್ಬ ಬಡ ಬ್ರಾಹ್ಮಣ ಇದ್ದ. ಅವನು ಭಿಕ್ಷೆ ಬೇಡಿ ಜೀವನ ನಿರ್ವಹಣೆ ಮಾಡುತ್ತಿದ್ದ. ಭಿಕ್ಷೆಯಲ್ಲಿ ದೊರೆತುದನ್ನು ಅವನು ಒಂದು ಮಡಕೆಯಲ್ಲಿ ಹಾಕಿ ತನ್ನ ಮಲಗುವ ಸ್ಥಳದ ಬಳಿ ಇಟ್ಟುಕೊಳ್ಳುತ್ತಿದ್ದ.

ಒಂದು ದಿನ ಅವನಿಗೆ ಒಂದು ಮನೆಯವರು ಗಡಿಗೆ ತುಂಬಾ ಅನ್ನವನ್ನು ಕೊಟ್ಟರು. ಅವನು ಅದರಲ್ಲಿ ಸ್ವಲ್ಪಾಂಶ ಊಟ ಮಾಡಿ ಮಿಕ್ಕಿದ್ದನ್ನು ಹಾಗೇ ಇಟ್ಟು ಮಲಗಿ ನಿದ್ದೆ ಹೋದ.

ಅವನಿಗೆ ಒಂದು ಕನಸು ಬಿತ್ತು.

ತನ್ನ ಊರು ತೀವ್ರ ಬರಕ್ಕೆ ತುತ್ತಾದಂತೆ ಅವನಿಗೆ ಆ ಕನಸಿನಲ್ಲಿ ಕಾಣಿಸಿತು. ಅವನು ಮಡಿಕೆಯಲ್ಲಿದ್ದ ಅನ್ನವನ್ನು ಒಂದು ನೂರು ಬೆಳ್ಳಿ ನಾಣ್ಯಗಳಿಗೆ ಮಾರಾಟ ಮಾಡಿದ. ಅವುಗಳಿಂದ ಅವನು ಎಮ್ಮೆಗಳನ್ನೂ ಹಸುಗಳನ್ನೂ ಕೊಂಡ. ಅವುಗಳು ನೀಡಿದ ಹಾಲು, ಮೊಸರು, ಬೆಣ್ಣೆ ಹಾಗೂ ತುಪ್ಪ ಮಾರಾಟ ಮಾಡಿದ.

ಅದರಿಂದ ಅವನಿಗೆ ತುಂಬಾ ದುಡ್ಡು ದೊರೆಯಿತು. ಅವನು ಬಂಗಲೆಯನ್ನು ಕಟ್ಟಿಸಿದ. ಬಂಗಲೆ ಬಳಿ ಹಸುಗಳ ಕೊಟ್ಟಿಗೆ ಇತ್ತು. ಒಂದು ದಿನ ಒಂದು ಹಸು ಮನೆಯೊಳಗೆ ಬಂತು. ನುಣುಪಾದ ನೆಲದಲ್ಲಿ ಮೂತ್ರ ಮಾಡಿ ಸೆಗಣಿ ಹಾಕಿತು.

ಹಸುವನ್ನು ಓಡಿಸಲು ಬ್ರಾಹ್ಮಣ ಒಂದು ಬಡಿಗೆ ಎತ್ತಿಕೊಂಡು ಹಸುವಿಗೆ ಒಂದೇಟು ಹೊಡೆದ.

ಅಷ್ಟರಲ್ಲಿ ಅವನು ಎಚ್ಚರಾದ. ಅವನು ಹೊಡೆದದ್ದು ನಿಜವಾಗಿತ್ತು. ಅವನ ಏಟಿಗೆ ಅನ್ನದ ಗಡಿಗೆ ಒಡೆದುಹೋಗಿತ್ತು.

41. ಎರಡು ತಲೆಗಳ ಹಕ್ಕಿ

ಒಮ್ಮೆ, ಒಂದು ಕಾಡಿನಲ್ಲಿ ಒಂದು ವಿಚಿತ್ರವಾದ ಹಕ್ಕಿ ವಾಸಿಸುತ್ತಿತ್ತು. ಅದಕ್ಕೆ ಎರಡು ತಲೆಗಳಿದ್ದವು.

ಒಂದು ದಿನ, ಅದಕ್ಕೆ ಕೆರೆಯ ಬದಿಯಲ್ಲಿ ಒಂದು ಅಪರೂಪದ ಬಂಗಾರ ಬಣ್ಣದ ಹಣ್ಣು ದೊರೆಯಿತು.

ಹಕ್ಕಿಯು ತನ್ನ ಎಡತಲೆಯ ಮೂಲಕ ಹಣ್ಣನ್ನು ತಿನ್ನತೊಡಗಿತು. ಆಗ ಬಲತಲೆ ಹೀಗೆ ಹೇಳಿತು, "ಆ ಹಣ್ಣು ಬಲು ಸುಂದರವಾಗಿದೆ, ಬಲು ರುಚಿ ಇರಬೇಕು, ನನಗೂ ರುಚಿ ನೋಡಬೇಕು ಅನಿಸುತ್ತಿದೆ."

ಎಡತಲೆ ತುಸು ಕೋಪದಿಂದಲೇ ಹೇಳಿತು, "ನಮಗಿಬ್ಬರಿಗೂ ಹೊಟ್ಟೆ ಒಂದೇ ಅಲ್ಲವೇ? ಯಾವ ಬಾಯಿಂದ ತಿಂದರೇನು? ಹಣ್ಣು ನನಗೆ ಸಿಕ್ಕಿತು, ಆದ್ದರಿಂದ ನಾನು ತಿನ್ನುತ್ತಿದ್ದೇನೆ."

ಎಡತಲೆಗೆ ಒಂದು ಪಾಠ ಕಲಿಸಬೇಕೆಂದು ಬಲತಲೆ ತೀರ್ಮಾನಿಸಿತು.

ಕೆಲವು ದಿನಗಳ ನಂತರ ಬಲತಲೆಗೆ ವಿಷದ ಹಣ್ಣುಗಳು ತುಂಬಿದ ಒಂದು ಮರ ಕಾಣಿಸಿತು. ಅದು ಹೇಳಿತು, "ಈ ಹಣ್ಣು ಬಲು ಚೆನ್ನಾಗಿರುವಂತೆ ಕಾಣಿಸುತ್ತಿದೆ."

ಎಡತಲೆ ಹೇಳಿತು, "ಅದು ವಿಷದ ಹಣ್ಣಿನಂತೆ ಇದೆ. ನಮಗಿಬ್ಬರಿಗೂ ಒಂದೇ ಹೊಟ್ಟೆ ಆಗಿರುವುದರಿಂದ ಆ ಹಣ್ಣು ಯಾರು ತಿಂದರೂ ಸಾಯುತ್ತೇವೆ."

ಬಲದ ತಲೆ ಹೇಳಿತು, "ಆ ಹಣ್ಣು ನನಗೆ ಸಿಕ್ಕಿತು, ಆದ್ದರಿಂದ ನಾನು ತಿನ್ನುತ್ತೇನೆ."

ಬೇಡ, ಬೇಡ ಎಂದು ಎಡತಲೆ ಬೇಡಿಕೊಂಡಿತು. ಆದರೂ ಬಲತಲೆ ಲೆಕ್ಕಿಸಲಿಲ್ಲ. ಅದು ಹಣ್ಣನ್ನು ತಿಂದಿತು, ಹಕ್ಕಿ ಸತ್ತುಹೋಯಿತು.

42. ಗೂಬೆಯೂ ಹಂಸವೂ

ದಟ್ಟವಾದ ಕಾಡಿನೊಳಗೆ ಒಂದು ಕೆರೆ ಇತ್ತು. ಅದರಲ್ಲಿ ಒಂದು ಹಂಸ ವಾಸಿಸುತ್ತಿತ್ತು.

ಒಂದು ದಿನ ಒಂದು ಗೂಬೆಗೆ ಕೆರೆಯ ಸುಂದರ ಪರಿಸರ ಕಣ್ಣಿಗೆ ಬಿತ್ತು. ಅದು ಅಲ್ಲಿಯೇ ವಾಸ ಮಾಡಲು ನಿರ್ಧರಿಸಿತು. ಕೆಲವೇ ಸಮಯದಲ್ಲಿ ಗೂಬೆಗೂ ಹಂಸಕ್ಕೂ ಗೆಳೆತನ ಆಯಿತು.

ಕಡುಬೇಸಿಗೆಯ ದಿನಗಳಲ್ಲಿ ಆ ಕೆರೆ ಬತ್ತಿಹೋಯಿತು. ಗೂಬೆ ಹೇಳಿತು, "ಗೆಳೆಯಾ, ನಾನು ನದೀ ತೀರದಲ್ಲಿರುವ ಆ ಹಳೇ ಆಲದ ಮರಕ್ಕೆ ಹೋಗುತ್ತಿದ್ದೇನೆ, ಆ ಕಡೆ ಬಂದರೆ ಭೇಟಿಯಾಗು."

ಕೆಲವು ವಾರಗಳ ನಂತರ ಹಂಸವು ಗೂಬೆಯನ್ನು ಭೇಟಿಯಾಗಲು ನಿರ್ಧರಿಸಿತು. ಸುದೀರ್ಘ ಪ್ರಯಾಣದ ನಂತರ ಸಾಯಂಕಾಲದ ವೇಳೆಗೆ ಹಂಸವು ಗೂಬೆಯ ಗೂಡನ್ನು ತಲಪಿತು.

ಗೂಬೆಯು ಗೆಳೆಯನನ್ನು ಸ್ವಾಗತಿಸಿ ಸ್ವಾದಿಷ್ಟವಾದ ಭೋಜನ ನೀಡಿತು.

ಬಳಲಿದ ಹಂಸವು ಗೂಬೆಯ ಪಕ್ಕದಲ್ಲೇ ಕೊಂಬೆಗಳ ಮೇಲೆ ನಿದ್ರಿಸಿತು.

ಆ ರಾತ್ರಿ ಮರದ ಕೆಳಗೆ ಒಬ್ಬ ವ್ಯಾಪಾರಿ ಆಶ್ರಯ ಪಡೆದಿದ್ದ. ರಾತ್ರಿ ಗೂಬೆ ಕೂಗಿದಾಗ, "ಅಪಶಕುನದ ಹಕ್ಕಿಯೇ, ಅಶುಭ ನುಡಿಯುವೆಯಾ, ನಾನೀಗಲೇ ನಿನ್ನನ್ನು ಕೊಲ್ಲುವೆ ನೋಡು" ಎಂದು ಹೇಳಿ ಬಿಲ್ಲಿಗೆ ಬಾಣವನ್ನು ಹೂಡಿ ಗೂಬೆಯತ್ತ ಬಿಟ್ಟ.

ಗೂಬೆ ತನ್ನ ತಲೆ ತಗ್ಗಿಸಿ ತಪ್ಪಿಸಿಕೊಂಡಿತು. ಆದರೆ ಆ ಬಾಣ ಪಕ್ಕದಲ್ಲೆ ಮಲಗಿದ್ದ ಹಂಸಕ್ಕೆ ತಗಲಿ ಅದು ಸತ್ತುಹೋಯಿತು.

ತಾನು ಅತಿಥಿಯನ್ನು ಕಾಪಾಡುವ ಧರ್ಮವನ್ನು ಪಾಲಿಸದೆ ಇದ್ದುದಕ್ಕೆ ಗೂಬೆಗೆ ಬಹಳ ಪಶ್ಚಾತ್ತಾಪವಾಯಿತು.

43. ಕಾಳಿಂಗ ಸರ್ಪವೂ ಬಲಶಾಲಿ ಇರುವೆಗಳೂ

ಒಂದು ಕಾಡಿನಲ್ಲಿ ಮರವೊಂದರ ಪೊಟರೆಯಲ್ಲಿ ಒಂದು ಕಾಳಿಂಗ ಸರ್ಪ ವಾಸಮಾಡುತ್ತಿತ್ತು. ಅದು ಕಪ್ಪೆ, ಹಲ್ಲಿ ಹಾಗೂ ಹಕ್ಕಿಗಳ ಮೊಟ್ಟೆಗಳನ್ನು ತಿಂದು ಹೊಟ್ಟೆ ಹೊರೆಯುತ್ತಿತ್ತು. ಹೀಗಾಗಿ, ಎಲ್ಲ ಸಣ್ಣ-ಸಣ್ಣ ಪ್ರಾಣಿಗಳಿಗೆ ಅದನ್ನು ಕಂಡರೆ ಭಯವಿತ್ತು. ಅದು ರಾತ್ರಿಕಾಲದಲ್ಲಿ ಪ್ರಾಣಿಗಳನ್ನು ಹಿಡಿದು ತಿಂದು ಬೆಳಗಾಗುತ್ತಲೇ ತನ್ನ ಪೊಟರೆಯನ್ನು ಸೇರಿಕೊಳ್ಳುತ್ತಿತ್ತು.

ಕಾಳಿಂಗ ಸರ್ಪ ಬೆಳೆದು ದೊಡ್ಡದಾದಾಗ ಅದಕ್ಕೆ ಮರದ ಪೊಟರೆ ಚಿಕ್ಕದಾಗತೊಡಗಿತು. ಸ್ಥಳ ಸಾಕಾಗದ ಅದು ಬೇರೆ ಮನೆ ಹುಡುಕಬೇಕಾಯಿತು. ಹಾವು ದೊಡ್ಡದಾದ ಆಲದ ಮರವೊಂದರ ದೊಡ್ಡ ಪೊಟರೆಯಲ್ಲಿ ಮನೆ ಮಾಡಿತು. ಆದರೆ ಆ ಮರದ ಬುಡದಲ್ಲಿ ಒಂದು ಇರುವೆ ಹುತ್ತ ಇತ್ತು.

ಕಾಳಿಂಗ ಸರ್ಪ ಅವುಗಳನ್ನುದ್ದೇಶಿಸಿ ಹೀಗೆ ಹೇಳಿತು, "ಹಾವುಗಳ ರಾಜನಾದ ನಾನು ಇಲ್ಲಿ ವಾಸಿಸಲು ಬಯಸಿದ್ದೇನೆ. ಎಲ್ಲರೂ ಜಾಗ ಖಾಲಿ ಮಾಡಿರಿ."

ಅಕ್ಕಪಕ್ಕದಲ್ಲಿದ್ದ ಪ್ರಾಣಿಗಳೂ ಪಕ್ಷಿಗಳೂ ಭಯದಿಂದ ನಡುಗತೊಡಗಿದವು. ಆದರೆ ಇರುವೆಗಳಿಗೆ ಹಾವಿನ ಭಯವಿರಲಿಲ್ಲ. ಅವು ಕಷ್ಟಪಟ್ಟು ತಮ್ಮ ಹುತ್ತವನ್ನು ನಿರ್ಮಿಸಿಕೊಂಡಿದ್ದವು. ಕೆಲವೇ ಸಮಯದಲ್ಲಿ ಅವು ಸಾವಿರಾರು ಸಂಖ್ಯೆಯಲ್ಲಿ ಬಂದು ಕಾಳಿಂಗ ಸರ್ಪನ ಮೇಲೆರಗಿ ಕಚ್ಚತೊಡಗಿದವು. ಕಾಳಿಂಗ ಸರ್ಪ ನೋವಿನಿಂದ ನರಳಿತು. ಇರುವೆಗಳ ಸಹವಾಸವೇ ಬೇಡವೆಂದು ದೂರಕ್ಕೆ ಹರಿದು ಕಣ್ಮರೆಯಾಯಿತು.

44. ರಾಜಕುಮಾರ ಮತ್ತು ಋಷಿ

ಒಂದು ರಾಜ್ಯದ ರಾಜನು ತುಂಬಾ ಸಮರ್ಥನೂ ಗುಣವಂತನೂ ಆಗಿದ್ದ. ಆದರೆ ಅವನ ಮಗ ಮಾತ್ರ ಕೆಟ್ಟ ಚಾಳಿಯವನಾಗಿದ್ದ.

ಒಂದು ದಿನ, ಒಬ್ಬ ಋಷಿ ಆ ರಾಜನ ಆಸ್ಥಾನಕ್ಕೆ ಬಂದ. ರಾಜನು ಅವನನ್ನು ಸತ್ಕರಿಸಿ ಅರಮನೆಯ ಪಕ್ಕದಲ್ಲೆ ಒಂದು ಆಶ್ರಮವನ್ನು ನಿರ್ಮಿಸಿಕೊಟ್ಟ.

ಒಂದು ದಿನ, ರಾಜನು ಆಶ್ರಮಕ್ಕೆ ಭೇಟಿ ಕೊಟ್ಟು ಋಷಿ ಯೊಡನೆ ಹೀಗೆ ಹೇಳಿದ, "ಪೂಜ್ಯರೆ, ನನ್ನ ಮಗನ ಗುಣನಡತೆ ಸರಿ ಇಲ್ಲ. ದಯವಿಟ್ಟು ಅವನ ಸ್ವಭಾವವನ್ನು ಬದಲಾಯಿಸಿ ಅವನನ್ನು ಈ ರಾಜ್ಯದ ಪಟ್ಟಕ್ಕೆ ಅರ್ಹನನ್ನಾಗಿ ಮಾಡಿರಿ."

ಮರುದಿನ ಬೆಳಿಗ್ಗೆ ಋಷಿಯು ರಾಜಕುಮಾರನನ್ನು ರಾಜೋದ್ಯಾನದಲ್ಲಿ ವಾಯುವಿಹಾರಕ್ಕೆ ಕರೆದೊಯ್ದ. ಅಲ್ಲಿನ ಒಂದು ಗಿಡವನ್ನು ತೋರಿಸಿ "ಇದರ ಎಲೆಯನ್ನು ಜಗಿದು ನೋಡು" ಎಂದು ರಾಜಕುಮಾರನಿಗೆ ಹೇಳಿದ.

ಅವನು ಆ ಎಲೆಗಳನ್ನು ಕಿತ್ತು ಜಗಿದು ಮುಖ ಸಿಂಡರಿಸಿ ಉಗುಳಿದ. "ಕಹಿಯಾಗಿದೆ. ಇದು ಮರವಾದಾಗ ವಿಷಯುಕ್ತವಾಗುತ್ತದೆ" ಎಂದು ಹೇಳಿ ಆ ಗಿಡವನ್ನೇ ಕಿತ್ತು ಬಿಸಾಡಿದ.

ಆಗ ಋಷಿಯು "ತಮ್ಮಾ, ನಿನ್ನ ರಾಜ್ಯದ ಪ್ರಜೆಗಳೂ ಹಾಗೇನೇ, ಅವರೂ ನೀನು ರಾಜನಾಗುವುದನ್ನು ಬಯಸದೇ ಇರಬಹುದು. ನೀನು ನಿನ್ನ ನಡವಳಿಕೆಯನ್ನು ಬದಲಿಸಿಕೊಳ್ಳಬೇಕು. ವಿನಯಶೀಲನಾದವನು ಎಲ್ಲರ ಹೃದಯವನ್ನೂ ಗೆಲ್ಲುತ್ತಾನೆ" ಎಂದು ಹುಡುಗನಿಗೆ ತಿಳಿಸಿಕೊಟ್ಟ. ರಾಜಕುಮಾರನಿಗೆ ಅರ್ಥವಾಯಿತು. ಅವನು ತನ್ನ ನಡವಳಿಕೆಯನ್ನು ತಿದ್ದಿಕೊಂಡ.

45. ನಡುಗುವ ಕೋತಿಗಳು

ಒಮ್ಮೆ ಒಂದು ಬೆಟ್ಟದ ತಪ್ಪಲಲ್ಲಿ ತುಂಬಾ ಸ್ವಚ್ಛಂದ ನಡತೆಯ ಕೋತಿಗಳ ಒಂದು ಗುಂಪು ವಾಸಮಾಡುತ್ತಿತ್ತು. ಲೋಕದಲ್ಲಿ ತಮ್ಮ ಹಾಗೆ ಜಾಣರು ಬೇರಾರೂ ಇಲ್ಲವೆಂದೇ ಅವುಗಳು ಭಾವಿಸಿದ್ದವು.

ಚಳಿಗಾಲದಲ್ಲಿ ಒಂದು ಎಳೆಯ ಕೋತಿ ಚಳಿ ತಡೆಯಲಾರದೆ "ನಾವು ಬೆಂಕಿ ಉರಿಸೋಣ" ಎಂದಿತು. ಮನುಷ್ಯರು ಕೆಂಡಗಳ ಮೇಲೆ ಕಟ್ಟಿಗೆ ಇರಿಸಿ ಬೆಂಕಿ ಉರಿಸುವುದನ್ನು ಆ ಕೋತಿ ನೋಡಿತ್ತು. ಕೆಂಡಗಳನ್ನು ಕೆಂಪು ಹಣ್ಣುಗಳೆಂದು ಅದು ಭಾವಿಸಿತ್ತು. ಮರಗಳನ್ನು ಹುಡುಕಿ ಕೆಂಪು ಹಣ್ಣುಗಳನ್ನು ಆರಿಸಿ ತಂದಿತು.

ನಂತರ ಅದು ಒಣ ಕಟ್ಟಿಗೆಗಳನ್ನು ಒಟ್ಟುಗೂಡಿಸಿತು. ಹಣ್ಣುಗಳ ಮೇಲೆ ಕಟ್ಟಿಗೆ ಇರಿಸಿತು. ಇತರ ಕೋತಿಗಳೂ ಬಂದು ಅದರೊಡನೆ ಸುತ್ತಲೂ ಕುಳಿತವು. ಚಳಿ ಜಾಸ್ತಿಯಾಗುತ್ತಿತ್ತೇ ಹೊರತು ಕಡಿಮೆಯಾಗಲಿಲ್ಲ.

ಇದನ್ನೆಲ್ಲ ಹಕ್ಕಿಗಳ ಒಂದು ಗುಂಪು ದೂರದಿಂದಲೇ ನೋಡುತ್ತಿತ್ತು. ಅವುಗಳಲ್ಲಿ ಒಂದು ಹಕ್ಕಿ ಸ್ವಲ್ಪ ಹತ್ತಿರಕ್ಕೆ ಬಂದು ಮಂಗನನ್ನು ಕೇಳಿತು, "ನೀವು ಹಣ್ಣುಗಳಿಂದ ಬೆಂಕಿ ಮಾಡುವುದು ಹೇಗೆ?"

ಎಳೆಯ ಕೋತಿ ಕೋಪದಿಂದ ಹೇಳಿತು, "ನಮ್ಮ ವಿಷಯದಲ್ಲಿ ತಲೆ ಹಾಕಬೇಡ, ತಲೆಹರಟೆ."

ಆದರೆ ಆ ಹಕ್ಕಿಯು ಕೋತಿಗಳಿಗೆ ಸಲಹೆಗಳನ್ನು ಕೊಡುತ್ತಲೇ ಹೋಯಿತು. ಕೊನೆಗೆ, ತಾಳ್ಮೆಗೆಟ್ಟ ಎಳೆಯ ಕೋತಿ ಕೋಪದಿಂದ ಆ ಹಕ್ಕಿಯನ್ನು ಹಿಡಿದು ಮರಕ್ಕೆ ಅಪ್ಪಳಿಸಿತು. "ಮೂರ್ಖರಿಗೆ ಉಪದೇಶ ಮಾಡಿ ಉಪಯೋಗವಿಲ್ಲ" ಎಂದು ಇತರ ಹಕ್ಕಿಗಳು ಆಡಿಕೊಂಡವು.

46. ಆನೆಯೂ ಹೂ ಮಾರಾಟಗಾರನೂ

ಒಂದು ಊರಿನಲ್ಲಿ ಒಂದು ಆನೆಯಿತ್ತು. ಆ ಊರಿನ ಎಲ್ಲರಿಗೂ ಅದು ಅಚ್ಚು-ಮೆಚ್ಚಿನದಾಗಿತ್ತು.

ಅದು ಪ್ರತಿದಿನವೂ ಊರಿನ ದೇವಸ್ಥಾನಕ್ಕೆ ಬರುತ್ತಿತ್ತು. ತನ್ನ ಮಾರ್ಗದಲ್ಲಿ ಅದು ಹೂವಿನ ಅಂಗಡಿ ಬಳಿ ನಿಲ್ಲುತ್ತಿತ್ತು. ಹೂ ಮಾರುವವನು ಅದಕ್ಕೆ ಒಂದು ಹೂಮಾಲೆ ಕೊಡುತ್ತಿದ್ದ. ಆನೆ ಅದನ್ನು ಒಯ್ದು ದೇವರಿಗೆ ಹಾಕಿ ಪೂಜಿಸುತ್ತಿತ್ತು.

ಆನೆಯ ದೇವರ ಪೂಜೆಯನ್ನು ಗ್ರಾಮದ ಜನರು ಭಯ ಭಕ್ತಿಯಿಂದ ನೋಡುತ್ತಿದ್ದರು. ಈ ಅಪರೂಪದ ದೃಷ್ಯ ಎಲ್ಲೆಡೆ ಖ್ಯಾತಿಯನ್ನು ಗಳಿಸಿತ್ತು.

ಒಂದು ದಿನ ಹೂ ಮಾರಾಟಗಾರನು ಯಾವುದೋ ಕಾರಣಕ್ಕೆ ಬಲು ಕೋಪದಿಂದಿದ್ದ. ಆನೆ ಹಾರ ಕೇಳಲು ಬಂದಾಗ ಅವನು ಹಾರ ಕೊಡುವ ಬದಲು ಒಂದು ಸೂಜಿಯಿಂದ ಅದರ ಸೊಂಡಿಲನ್ನು ಚುಚ್ಚಿದ.

ವಿನಾಕಾರಣ ತನಗೆ ಕಿರುಕುಳ ನೀಡಿದ ಹೂವಿನ ಮಾರಾಟಗಾರನ ಮೇಲೆ ಆನೆಗೆ ಕೋಪ ಬಂತು. ಅದು ಸಮೀಪದ ಕಾಲುವೆಗೆ ಹೋಗಿ ಸೊಂಡಿಲಿನಲ್ಲಿ ಕೆಸರು ತುಂಬಿಸಿಕೊಂಡು ಬಂದು, ಅದನ್ನು ಹೂವ್ಯಾಪಾರಿಯ ಮೈಮೇಲೆಯೂ ಹೂಗಳ ಬುಟ್ಟಿಯ ಮೇಲೂ ಎರಚಿತು. ಅದರ ಪ್ರತಿಭಟನೆಯನ್ನು ಕಂಡು ಜನ ಮೂಕವಿಸ್ಮಿತರಾದರು.

ವ್ಯಾಪಾರಿಗೆ ತನ್ನ ತಪ್ಪಿನ ಅರಿವಾಯಿತು. ಆದರೆ ಕಾಲ ಮಿಂಚಿತ್ತು, ತಪ್ಪಿಗೆ ದಂಡನೆಯನ್ನು ಅನುಭವಿಸಲೇಬೇಕಾಯಿತು.

47. ಸ್ವಾಮಿನಿಷ್ಠ ಮುಂಗುಸಿ

ಒಂದು ಊರಿನಲ್ಲಿ ಒಂದು ಬ್ರಾಹ್ಮಣ ಕುಟುಂಬ ವಾಸಿಸುತ್ತಿತ್ತು. ಈ ಕುಟುಂಬದಲ್ಲಿ ಗಂಡ, ಹೆಂಡತಿ ಹಾಗೂ ಒಂದು ಗಂಡು ಮಗು ಇದ್ದರು. ಒಂದು ದಿನ ಆ ಬ್ರಾಹ್ಮಣ ಒಂದು ಮುಂಗುಸಿಯನ್ನು ಮನೆಗೆ ತಂದ. ಅವನು ಹೆಂಡತಿಗೆ ಹೇಳಿದ, "ಇದು ಮುಂಗುಸಿ. ನಮ್ಮ ಮಗನಿಗೆ ಜತೆಗಾರ ಆಗಿರುತ್ತದೆ. ಇದನ್ನೂ ನಮ್ಮ ಮಗನಂತೆಯೇ ಭಾವಿಸು."

ಹೆಂಡತಿಯು ಮುಂಗುಸಿಯ ಬಗ್ಗೆಯೂ ತುಂಬಾ ಮುತುವರ್ಜಿವಹಿಸಿದಳು.

ಒಂದು ದಿನ ಬ್ರಾಹ್ಮಣನೂ ಅವನ ಹೆಂಡತಿಯೂ ದೇವಸ್ಥಾನಕ್ಕೆ ಹೋಗಿದ್ದರು. ಮಗು ಮನೆಯಲ್ಲಿ ನಿದ್ರಿಸುತ್ತಿತ್ತು. ಮುಂಗುಸಿ ಮಗುವನ್ನು ಕಾಯುತ್ತಿತ್ತು. ತಂದೆ-ತಾಯಿ ಮನೆಯಿಂದ ಹೊರಟ ಸ್ವಲ್ಪ ಹೊತ್ತಿನಲ್ಲೇ ಒಂದು ಹಾವು ಮನೆಯೊಳಗೆ ಬಂತು. ಆದರೆ ಮುಂಗುಸಿಯು ಹಾವನ್ನು ಕೊಂದು ಮಗುವಿನ ಪ್ರಾಣವನ್ನು ಉಳಿಸಿತು.

ಬ್ರಾಹ್ಮಣನ ಹೆಂಡತಿ ಮನೆಯೊಳಗೆ ಬಂದಾಗ ಮುಂಗುಸಿ ಬಾಗಿಲಲ್ಲಿ ಕುಳಿತಿತ್ತು. ಅದರ ಮೂತಿಗೆ ರಕ್ತ ಮೆತ್ತಿಕೊಂಡಿತ್ತು. ಅದು ತನ್ನ ಮಗುವಿಗೆ ಕಚ್ಚಿದೆ ಎಂದೇ ಅವಳು ಭಾವಿಸಿದಳು. ಅವಳು ಕೈಗೆ ಸಿಕ್ಕಿದ ಭಾರವಾದ ಪೆಟ್ಟಿಗೆಯನ್ನು ಮುಂಗುಸಿಯ ಮೇಲೆ ಎಸೆದಳು. ಮುಂಗುಸಿ ಸತ್ತುಹೋಯಿತು.

ನಂತರ ಅವಳು ಮಗು ಮಲಗಿದ್ದಲ್ಲಿಗೆ ಹೋದಳು. ಮಗು ಅಲ್ಲಿ ಸುಖ ನಿದ್ರೆಯಲ್ಲಿತ್ತು. ತೊಟ್ಟಿಲ ಕೆಳಗೆ ಸತ್ತು ಬಿದ್ದ ಹಾವನ್ನು ಕಂಡಾಗಲೇ ಅವಳಿಗೆ ವಿಷಯ ಅರ್ಥವಾದದ್ದು. ಆದರೆ ಕಾಲ ಮಿಂಚಿಹೋಗಿತ್ತು.

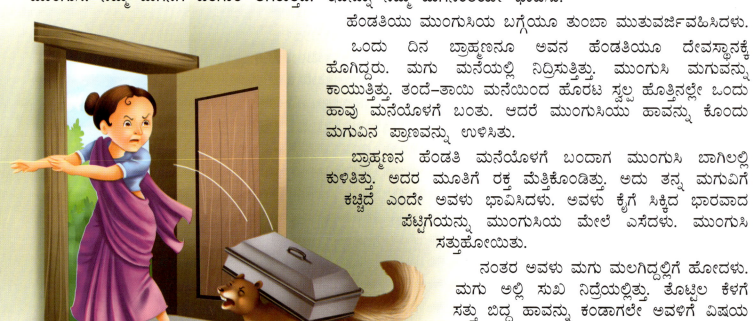

48. ಸನ್ಯಾಸಿಯೂ ಅವನ ಹಣವೂ

ಒಂದೂರಿನ ದೇವಸ್ಥಾನದಲ್ಲಿ ಒಬ್ಬ ಸನ್ಯಾಸಿ ವಾಸಮಾಡಲು ಬಂದ. ಭಕ್ತರು ಅವನಿಗೆ ಹಣ, ವಸ್ತು, ಬಂಗಾರ ಮುಂತಾದವನ್ನು ಕಾಣಿಕೆಯಾಗಿ ಕೊಡತೊಡಗಿದರು. ಸನ್ಯಾಸಿಯು ಇವುಗಳನ್ನು ಮಾರಾಟ ಮಾಡಿ ಶ್ರಿಮಂತನಾದ. ಅವನು ತನ್ನ ಹಣದ ಗಂಟನ್ನು ಯಾವಾಗಲು ತನ್ನ ಜತೆಗೇ ಇಟ್ಟುಕೊಳ್ಳುತ್ತಿದ್ದ. ಅವನು ಯಾರನ್ನೂ ನಂಬುತ್ತಿರಲಿಲ್ಲ.

ಸನ್ಯಾಸಿಯ ಹಣದ ಗಂಟಿನ ಮೇಲೆ ಒಬ್ಬ ಕಳ್ಳ ಭಕ್ತನ ಕಣ್ಣು ಬಿತ್ತು. ಅವನು ಸನ್ಯಾಸಿಯ ಬಳಿ ಹೋಗಿ, "ಸ್ವಾಮೀಜಿ, ದಯವಿಟ್ಟು ನನ್ನನ್ನು ನಿಮ್ಮ ಶಿಷ್ಯನಾಗಿ ಸ್ವೀಕರಿಸಿ" ಎಂದು ಕೋರಿದ. ಅವನ ವಿನಯವನ್ನು ಕಂಡು ಸ್ವಾಮೀಜಿ ಒಪ್ಪಿದ.

ಒಂದು ದಿನ ಪಕ್ಕದ ಊರಿನ ಭಕ್ತನೊಬ್ಬ ಸನ್ಯಾಸಿಯನ್ನು ತನ್ನ ಮನೆಗೆ ಆಹ್ವಾನಿಸಿದ. ಸನ್ಯಾಸಿಯು ಮರುದಿನ ತನ್ನ ಶಿಷ್ಯನೊಂದಿಗೆ ಆ ಊರಿಗೆ ಹೊರಟ. ಹೋಗುವಾಗ ನದಿ ಸಿಕ್ಕಿತು. ನದಿಯಲ್ಲಿ ಸ್ನಾನ ಮಾಡಲು ಸನ್ಯಾಸಿ ನಿರ್ಧರಿಸಿದ.

ಅವನು ತನ್ನ ಮೇಲುದವನ್ನೂ ಹಣದ ಗಂಟನ್ನೂ ಶಿಷ್ಯನಿಗೆ ನೀಡಿ, "ಮಗಾ, ಇವುಗಳನ್ನು ಜತನದಿಂದ ನೋಡಿಕೊ" ಎಂದು ಹೇಳಿ ನದಿಗೆ ಇಳಿದ. ಸನ್ಯಾಸಿ ಹಿಂದಕ್ಕೆ ಬಂದಾಗ ಶಿಷ್ಯನೂ ಇರಲಿಲ್ಲ, ಹಣದ ಗಂಟೂ ಇರಲಿಲ್ಲ. ತಾನು ಅಪರಿಚಿತನೊಬ್ಬನನ್ನು ನಂಬಿದ್ದರಿಂದ ಹೀಗಾಯಿತು ಎಂಬುದು ಸನ್ಯಾಸಿಗೆ ಅರಿವಾಯಿತು.

49. ಸಿಂಹದ ಆಸ್ಥಾನದಲ್ಲಿ ಒಂಟೆ

ಒಂದು ದಟ್ಟವಾದ ಕಾಡಿನಲ್ಲಿ ರಾಜನಾದ ಸಿಂಹವು ತನ್ನ ಮಂತ್ರಿಗಳಾದ ಒಂದು ಕಾಗೆ, ಒಂದು ನರಿ ಹಾಗೂ ಒಂದು ಚಿರತೆಯೊಡನೆ ವಾಸ ಮಾಡುತ್ತಿತ್ತು. ಸಿಂಹವು ಮೃಗಗಳನ್ನು ಬೇಟೆಯಾಡಿ ತಂದ ಮಾಂಸವನ್ನು ಮಂತ್ರಿಗಳ ಜತೆ ಹಂಚಿಕೊಳ್ಳುತ್ತಿತ್ತು.

ಒಂದು ದಿನ ಒಂದು ಒಂಟೆಯು ದಾರಿ ತಪ್ಪಿ ಸಿಂಹದ ಗವಿಯನ್ನು ತಲಪಿತು. "ದಯವಿಟ್ಟು ನನ್ನನ್ನು ಕೊಲ್ಲಬೇಡ" ಎಂದು ಅದು ಸಿಂಹವನ್ನು ಬೇಡಿಕೊಂಡಿತು.

"ಸರಿ ಹಾಗಾದರೆ, ನೀನು ನಮ್ಮೊಂದಿಗೆ ವಾಸಿಸಬಹುದು" ಎಂದು ಸಿಂಹ ಹೇಳಿತು. ಒಂಟೆ ಅಲ್ಲಿ ನೆಮ್ಮದಿಯಿಂದ ಇತ್ತು. ಅದು ಹುಲ್ಲು, ಸೊಪ್ಪು ಮೇದು ಹೊಟ್ಟೆ ಹೊರೆಯುತ್ತಿತ್ತು.

ಒಂದು ದಿನ ಸಿಂಹವು ಒಂದು ಹೋರಾಟದಲ್ಲಿ ಗಾಯಗೊಂಡಿತು. ಅದು ಬೇಟೆಯಾಡುವುದನ್ನು ನಿಲ್ಲಿಸಿತು. ಚಿರತೆ ಹಾಗೂ ನರಿ ಬೇಟೆಯಾಡಿದ್ದು ಯಾರಿಗೂ ಸಾಕಾಗುತ್ತಿರಲಿಲ್ಲ. ಆದ್ದರಿಂದ ನರಿ ಸಿಂಹಕ್ಕೆ ಹೇಳಿತು, "ಒಡೆಯಾ, ನನ್ನನ್ನು ಕೊಂದು ತಿಂದು ಜೀವ ಉಳಿಸಿಕೊ." ಆದರೆ ಸಿಂಹ ಒಪ್ಪಲಿಲ್ಲ.

ನಂತರ ಚಿರತೆಯ ಸರದಿ. ಚಿರತೆಯನ್ನೂ ಕೊಲ್ಲಲು ಸಿಂಹ ನಿರಾಕರಿಸಿತು. ಒಂಟೆ ಆಲೋಚಿಸಿತು: 'ಸಿಂಹಕ್ಕೆ ಅವರೆಲ್ಲರ ಮೇಲೆ ಪ್ರೀತಿ. ಆದ್ದರಿಂದಲೇ ಅವರನ್ನು ಕೊಲ್ಲಲಿಲ್ಲ. ನಾನು ನನ್ನ ದೇಹವನ್ನು ಸಿಂಹಕ್ಕೆ ಒಪ್ಪಿಸಿಕೊಳ್ಳಬೇಕು.' ಅದು ಸಿಂಹದೊಡನೆ, "ಒಡೆಯಾ, ನನ್ನನ್ನಾದರೂ ಕೊಲ್ಲಬಹುದಲ್ಲ" ಎಂದಿತು.

ಈ ಮಾತು ಬಂದದ್ದೇ ತಡ ಸಿಂಹವನ್ನು ಒಪ್ಪಿಸಿದ ನರಿ, ಚಿರತೆ ಮತ್ತು ಕಾಗೆ ಬುದ್ಧಿಗೇಡಿ ಒಂಟೆಯನ್ನು ಕೊಂದುಹಾಕಿದವು. ನಂತರ ಎಲ್ಲ ಸೇರಿ ಅದನ್ನು ತಿಂದು ತೇಗಿದವು.

50. ಆಸೆ ಬುರುಕನ ಪಾಡು

ಒಂದು ಊರಿನಲ್ಲಿ ನಾಲ್ವರು ಗೆಳೆಯರಿದ್ದರು. ಅವರೆಲ್ಲರೂ ಬಡವರಾಗಿದ್ದರು. ಒಂದು ಬೆಳಿಗ್ಗೆ ಅವರಿಗೆ ನದಿಯ ದಡದಲ್ಲಿ ಧ್ಯಾನ ಮಾಡುತ್ತಿದ್ದ ಒಬ್ಬ ಮುನಿಗಳ ಪರಿಚಯವಾಯಿತು. ಅವರು ಆ ಮುನಿಯೊಂದಿಗೆ ತಮ್ಮ ಕಷ್ಟಗಳನ್ನು ಹೇಳಿಕೊಂಡರು. ಮುನಿ ಅವರಿಗೆ ಒಂದೊಂದು ಕಲ್ಲು ನೀಡಿ. "ಹಿಮಾಲಯದತ್ತ ನಡೆಯಿರಿ. ಈ ಕಲ್ಲು ಎಲ್ಲಿ ಬೀಳುವುದೋ ಅಲ್ಲಿ ಅಗೆಯಿರಿ" ಎಂದ.

ಮಿತ್ರರು ಯಾತ್ರೆ ಹೊರಟರು. ತುಂಬಾ ದೂರ ಹೋದ ಮೇಲೆ ಮೊದಲನೇ ಮಿತ್ರನ ಕೈಯಿಂದ ಕಲ್ಲು ಜಾರಿ ಬಿದ್ದಿತು. ಅಲ್ಲಿ ಅಗೆದಾಗ ತಾಮ್ರದ ನಾಣ್ಯಗಳ ಪೆಟ್ಟಿಗೆ ಸಿಕ್ಕಿತು.

ಇನ್ನೂ ಸ್ವಲ್ಪ ದೂರ ಹೋದಾಗ ಎರಡನೆಯವನ ಕಲ್ಲು ಬಿತ್ತು. ಅಲ್ಲಿ ಅವರಿಗೆ ಬೆಳ್ಳಿ ನಾಣ್ಯಗಳ ಪೆಟ್ಟಿಗೆ ಸಿಕ್ಕಿತು. ಹೀಗೆಯೇ ಮೂರನೆಯವನ ಕಲ್ಲು ಬಿದ್ದಾಗ ಅಲ್ಲಿ ಬಂಗಾರದ ನಾಣ್ಯಗಳ ಪೆಟ್ಟಿಗೆ ದೊರೆಯಿತು.

ಮೂವರೂ ಸೇರಿ 'ಇನ್ನು ಸಾಕು. ನಮಗೆ ಬೇಕಿದ್ದು ಸಿಕ್ಕಿದೆ. ಸಿಕ್ಕಿದ್ದನ್ನು ನಾಲ್ವರೂ ಪಾಲುಮಾಡಿಕೊಳ್ಳೋಣ. ಇನ್ನು ಮುಂದೆ ಹೋಗುವುದು ಬೇಡ' ಎಂದರು. ಅದಕ್ಕೆ ನಾಲ್ಕನೆಯವ ಒಪ್ಪಲಿಲ್ಲ. "ನೀವು ಹೋಗಿರಿ, ನಾನು ಮುಂದೆ ಹೋಗುತ್ತೇನೆ" ಎಂದನಾತ.

ಮೊದಲ ಮೂವರೂ ಹಿಂದಕ್ಕೆ ಹೋದರು. ಕೊನೆಯವನು ಮುಂದೆ ನಡೆದ. ಅನೇಕ ದಿವಸ ನಡೆದು ಹಸಿದು, ದಣಿದ ಅವನಿಗೆ ಒಬ್ಬ ವ್ಯಕ್ತಿ ಕಾಣಿಸಿದ. ಅವನು ತಲೆಯ ಮೇಲೆ ಒಂದು ತಿರುಗುತ್ತಿರುವ ಚಕ್ರವನ್ನು ಹೊತ್ತಿದ್ದ. "ತಲೆಯ ಮೇಲೆ ಚಕ್ರ ಹೊತ್ತು ಯಾಕೆ ನಿಂತಿದ್ದೀಯಾ?" ಎಂದು ಇವನು ಕೇಳಿದ. ಕೂಡಲೇ ಆ ಚಕ್ರ ಸರ್ರನೆ ಇವನ ತಲೆಗೆ ಬಂತು. ಕಾಲು ನೆಲಕ್ಕೆ ಅಂಟಿಕೊಂಡವು. ಆ ಮನುಷ್ಯ ಹೇಳಿದ, "ಉಸ್ಸಪ್ಪ, ಬದುಕಿದೆ. ಇನ್ನು ನಿನ್ನ ಸರದಿ. ಇದು ದುರಾಸೆಯ ಚಕ್ರ. ನಿನ್ನಂತೆಯೆ ಅತ್ಯಾಸೆ ಇರುವವನು ಬರುವ ವರೆಗೆ ನೀನಿದನ್ನು ಹೊತ್ತಿರಬೇಕು. ನಿನಗೆ ಒಳಿತಾಗಲಿ. ನಾನು ಬರುತ್ತೇನೆ" ಎಂದು ಹೊರಟುಹೋದ.

51. ನರಿಯೂ ಮೂರ್ಖ ಕತ್ತೆಯೂ

ಒಂದು ದಟ್ಟವಾದ ಕಾಡಿನಲ್ಲಿ ಅನೇಕಾನೇಕ ಪ್ರಾಣಿಗಳು ಇದ್ದವು. ಅಲ್ಲಿನ ರಾಜನಾದ ಸಿಂಹಕ್ಕೆ ವಯಸ್ಸಾಗಿತ್ತು. ಅದಕ್ಕೆ ಬೇಟೆಯಾಡುವ ಶಕ್ತಿ ಇರಲಿಲ್ಲ. ಬೇಟೆಯ ಕೆಲಸಕ್ಕೆ ಅದು ಒಂದು ನರಿಯನ್ನು ನೇಮಕ ಮಾಡಿಕೊಂಡಿತು. ನರಿ ಬೇಟೆಯಾಡಲು ಹೋದಾಗ ಒಂದು ಕತ್ತೆ ಕಾಣಿಸಿತು. ಕುತಂತ್ರಿಯಾದ ನರಿ ಕತ್ತೆಗೆ ಹೇಳಿತು, "ಅಣ್ಣಾ, ನಮ್ಮ ರಾಜನಿಗೆ ಒಬ್ಬ ಮಂತ್ರಿ ಬೇಕಾಗಿದೆ, ನಿನ್ನನ್ನು ಅವನು ಮಂತ್ರಿ ಮಾಡುತ್ತಾನೆ."

ಕತ್ತೆ ಸುಲಭದಲ್ಲಿ ಒಪ್ಪಲಿಲ್ಲ. ನರಿಯು ಸಿಂಹನನ್ನು ತುಂಬಾ ಕರುಣಾಮಯಿ ಎಂದು ಹೊಗಳಿತು. ಕೊನೆಗೆ ಕತ್ತೆ ಒಪ್ಪಿತು. ನರಿಯೊಂದಿಗೆ ಹೋಯಿತು. ಆದರೆ ಗವಿಯೊಳಗೆ ಸಿಂಹನನ್ನು ನೋಡುತ್ತಲೆ ಕತ್ತೆ ಓಡಿ ಹೊರಬಂತು.

ಸಿಂಹ ಕೋಪದಿಂದ ಕುದಿದು ನರಿಗೆ, "ಕತ್ತೆಯನ್ನು ವಾಪಸು ಕರೆದು ತಾ. ಇಲ್ಲವಾದರೆ ನಿನ್ನನ್ನು ಕೊಲ್ಲುವೆ" ಎಂದಿತು. ನರಿ ಹೊರಗೋಡಿ ಬಂತು. ಕತ್ತೆ ಭಯದಿಂದ ನಡುಗುತ್ತಿತ್ತು. "ಅಣ್ಣಾ, ಹೆದರಬೇಡ. ಸಿಂಹ ನಿನ್ನನ್ನು ಕೊಲ್ಲುವುದಿಲ್ಲ. ಅವನಿಗೆ ಮಂತ್ರಿಯೊಬ್ಬ ಬೇಕು. ಈ ಅವಕಾಶ ಕಳೆದುಕೊಳ್ಳಬೇಡ" ಎಂದು ಮನದಟ್ಟು ಮಾಡಿತು.

ಕತ್ತೆ ಆಸೆಯಿಂದ ಒಳಗೆ ಹೋಯಿತು. ಕೂಡಲೇ ಸಿಂಹ ಅದನ್ನು ಕೊಂದುಹಾಕಿತು. ಅದರ ಮಾಂಸ ತಿನ್ನುವ ಮೊದಲು ಸ್ನಾನ ಮಾಡುವಂತೆ ನರಿ ಸಿಂಹಕ್ಕೆ ಹೇಳಿತು. ಸಿಂಹ ಸ್ನಾನಕ್ಕೆ ಹೋದಾಗ ನರಿ ಕತ್ತೆಯ ಮಿದುಳನ್ನು ತಿಂದುಬಿಟ್ಟಿತು.

ವಾಪಸು ಬಂದ ಸಿಂಹ "ಎಲ್ಲಿ ಕತ್ತೆಯ ಮಿದುಳು?" ಎಂದು ಕೇಳಿತು. "ಒಡೆಯ, ಕತ್ತೆಗೆ ಮಿದುಳೇ ಇರಲಿಲ್ಲ. ಇರುತ್ತಿದ್ದರೆ ಅದು ಎರಡನೆಯ ಬಾರಿಯೂ ಗವಿಯೊಳಗೆ ಬರುತ್ತಿತ್ತೇ?" ಎಂದು ನರಿ ಸಮಜಾಯಿಶಿ ನೀಡಿತು.

52. ಒಂಟೆ ಸವಾರಿ

ಒಂದು ಊರಿನಲ್ಲಿ ಒಂದು ಒಂಟೆಯೂ ಒಂದು ನರಿಯೂ ಮಿತ್ರರಾಗಿದ್ದವು. ಅವುಗಳು ಒಂದು ಸಾಯಂಕಾಲ ಕಲ್ಲಂಗಡಿ ಹಣ್ಣಿನ ಹೊಲದ ಮಧ್ಯೆ ಹೋಗುತ್ತಿದ್ದವು.

ಎರಡೂ ಸೇರಿ ಹಲವಾರು ಕಲ್ಲಂಗಡಿ ಹಣ್ಣುಗಳನ್ನು ತಿಂದವು. ಹಣ್ಣು ತಿಂದ ಮೇಲೆ ನರಿಯು ಸಂತೋಷದಿಂದ ಊಳಿಡತೊಡಗಿತು.

"ಗೆಳೆಯಾ ಊಳಿಡಬೇಡ. ಹೊಲದ ಯಜಮಾನ ಬಂದಾನು" ಎಂದಿತು ಒಂಟೆ.

"ಊಟ ಆದ ಮೇಲೆ ಹಾಡುವುದು ಉತ್ತಮ. ಅದರಿಂದ ಆಹಾರ ಜೀರ್ಣವಾಗುತ್ತದೆ" ಹೇಳಿತು ನರಿ.

ನರಿ ಊಳಿಡುವುದನ್ನು ಕೇಳಿಸಿಕೊಂಡ ಯಜಮಾನ ದೊಣ್ಣೆ ಸಹಿತ ಓಡಿಬಂದ. ನರಿ ಕೂಡಲೆ ಓಡಿ ತಪ್ಪಿಸಿಕೊಂಡಿತು. ಒಂಟೆಗೆ ಮಾತ್ರ ಬಲವಾದ ಏಟುಗಳು ಬಿದ್ದವು.

ಒಂದು ದಿನ ಒಂಟೆ ಕೆರೆಯಲ್ಲಿ ಈಜಲು ಹೋಯಿತು. ನರಿಯೂ ಸೇರಿಕೊಂಡಿತು. ನರಿಯನ್ನು ಬೆನ್ನ ಮೇಲೇರಿಸಿಕೊಂಡು ಈಜಿದ ಒಂಟೆ ತುಂಬಾ ಆಳವಿದ್ದ ಕಡೆ ಮುಳುಗು ಹಾಕಿತು.

"ಮುಳುಗು ಹಾಕಬೇಡ, ನಾನು ಸತ್ತೇ ಹೋಗುವೆ" ಎಂದು ನರಿ ಗೋಳಾಡಿತು. "ಮುಳುಗು ಹಾಕುವುದರಿಂದ ಸ್ನಾಯುಗಳು ಬಲವಾಗುತ್ತವೆ" ಎಂದು ಹೇಳಿ ಒಂಟೆ ಮತ್ತೆ ಮುಳುಗು ಹಾಕಿತು.

ನರಿ ನೀರಲ್ಲಿ ತೇಲುತ್ತಾ ಮುಳುಗುತ್ತಾ ತೇಲುಗಣ್ಣು ಮೇಲುಗಣ್ಣು ಮಾಡಿತು.

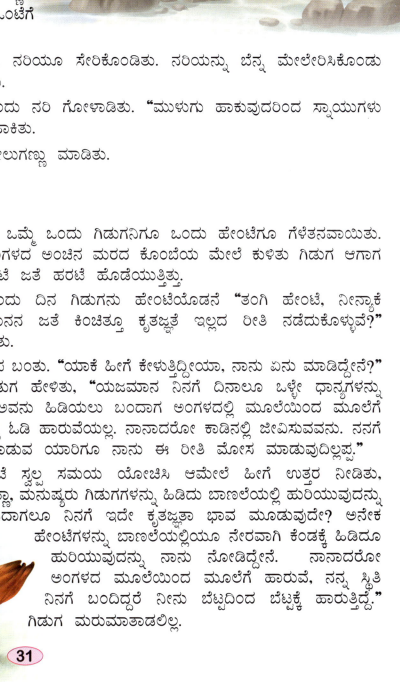

53. ಹೇಂಟೆ ಓಡುವುದೇಕೆ?

ಒಮ್ಮೆ ಒಂದು ಗಿಡುಗನಿಗೂ ಒಂದು ಹೇಂಟೆಗೂ ಗೆಳೆತನವಾಯಿತು. ಅಂಗಳದ ಅಂಚಿನ ಮರದ ಕೊಂಬೆಯ ಮೇಲೆ ಕುಳಿತು ಗಿಡುಗ ಆಗಾಗ ಹೇಂಟೆ ಜತೆ ಹರಟೆ ಹೊಡೆಯುತ್ತಿತ್ತು.

ಒಂದು ದಿನ ಗಿಡುಗನು ಹೇಂಟೆಯೊಡನೆ "ತಂಗಿ ಹೇಂಟೆ, ನೀನ್ಯಾಕೆ ಯಜಮಾನನ ಜತೆ ಕಿಂಚಿತ್ತೂ ಕೃತಜ್ಞತೆ ಇಲ್ಲದ ರೀತಿ ನಡೆದುಕೊಳ್ಳುವೆ?" ಎಂದು ಕೇಳಿತು.

ಹೇಂಟೆಗೆ ಕೋಪ ಬಂತು. "ಯಾಕೆ ಹೀಗೆ ಕೇಳುತ್ತಿದ್ದೀಯಾ, ನಾನು ಏನು ಮಾಡಿದ್ದೇನೆ?" ಎಂದಿತು ಅದು. ಗಿಡುಗ ಹೇಳಿತು, "ಯಜಮಾನ ನಿನಗೆ ದಿನಾಲೂ ಒಳ್ಳೇ ಧಾನ್ಯಗಳನ್ನು ತಿನ್ನಿಸುತ್ತಾನೆ. ಆದರೆ ಅವನು ಹಿಡಿಯಲು ಬಂದಾಗ ಅಂಗಳದಲ್ಲಿ ಮೂಲೆಯಿಂದ ಮೂಲೆಗೆ ಕ್ಕೊಕ್ಕೊಕೋ ಅನ್ನುತ್ತ ಓಡಿ ಹಾರುವೆಯಲ್ಲ. ನಾನಾದರೋ ಕಾಡಿನಲ್ಲಿ ಜೀವಿಸುವವನು. ನನಗೆ ಸಹಾಯ ಮಾಡುವ ಯಾರಿಗೂ ನಾನು ಈ ರೀತಿ ಮೋಸ ಮಾಡುವುದಿಲ್ಲಪ್ಪ."

ಹೇಂಟೆ ಸ್ವಲ್ಪ ಸಮಯ ಯೋಚಿಸಿ ಆಮೇಲೆ ಹೀಗೆ ಉತ್ತರ ನೀಡಿತು, "ಗಿಡುಗಣ್ಣಾ, ಮನುಷ್ಯರು ಗಿಡುಗಗಳನ್ನು ಹಿಡಿದು ಬಾಣಲೆಯಲ್ಲಿ ಹುರಿಯುವುದನ್ನು ನೋಡಿದಾಗಲೂ ನಿನಗೆ ಇದೇ ಕೃತಜ್ಞತಾ ಭಾವ ಮೂಡುವುದೇ? ಅನೇಕ ಹೇಂಟೆಗಳನ್ನು ಬಾಣಲೆಯಲ್ಲಿಯೂ ನೇರವಾಗಿ ಕೆಂಡಕ್ಕೆ ಹಿಡಿದೂ ಹುರಿಯುವುದನ್ನು ನಾನು ನೋಡಿದ್ದೇನೆ. ನಾನಾದರೋ ಅಂಗಳದ ಮೂಲೆಯಿಂದ ಮೂಲೆಗೆ ಹಾರುವೆ, ನನ್ನ ಸ್ಥಿತಿ ನಿನಗೆ ಬಂದಿದ್ದರೆ ನೀನು ಬೆಟ್ಟದಿಂದ ಬೆಟ್ಟಕ್ಕೆ ಹಾರುತ್ತಿದ್ದೆ." ಗಿಡುಗ ಮರುಮಾತಾಡಲಿಲ್ಲ.

54. ಕರಡಿಯ ರಹಸ್ಯ

ಒಂದು ಸುಂದರ ಮಧ್ಯಾಹ್ನದ ವೇಳೆಗೆ ಇಬ್ಬರು ಸ್ನೇಹಿತರಾದ ಗೋವಿಂದ ಹಾಗೂ ರಾಘವ ಎಂಬುವರು ಕಾಡಿನ ಅಂಚಿನಲ್ಲಿ ಹವಾ ಸೇವನೆಗೆಂದು ಹೊರಟರು. ಆಮೇಲೆ ಅವರು ಕಾಡನ್ನು ಹೊಕ್ಕರು. ಅಪಾಯವೇನಾದರೂ ಬಂದರೆ ಪರಸ್ಪರರನ್ನು ಸಂರಕ್ಷಿಸುವ ಒಪ್ಪಂದ ಮಾಡಿಕೊಂಡರು.

ಅವರು ದಟ್ಟ ಕಾಡಿನ ಮಧ್ಯೆ ಸಾಗುತ್ತಿದ್ದರು. ಅಷ್ಟರಲ್ಲಿ ಒಂದು ಕರಡಿ ಅವರತ್ತ ಓಡುತ್ತ ಬಂತು.

ಗೋವಿಂದನು ಭಯದಿಂದ ಒಂದು ಮರವನ್ನು ಏರಿದ. ರಾಘವನಿಗೆ ಆಘಾತವಾಯಿತು. ಏನು ಮಾಡುವುದೆಂದು ತೋಚಲಿಲ್ಲ. ಅವನು ಭಯದಿಂದ ಬೋರಲು ಮಲಗಿ ಸತ್ತಂತೆ ನಟಿಸತೊಡಗಿದ.

ಕರಡಿ ರಾಘವನನ್ನು ಮೂಸಿ ನೋಡಿತು. ಸಣ್ಣಗೆ ಗುರುಗುಟ್ಟುತ್ತ ಅವನ ಕಿವಿಯ ಬಳಿ ಬಾಯಿಯನ್ನು ಕೊಂಡೊಯ್ದಿತು. ಅದು ಕಿವಿಯಲ್ಲಿ ಏನೋ ಹೇಳುವಂತೆ ಭಾಸವಾಗುತ್ತಿತ್ತು. ರಾಘವ ಬಲು ಕಷ್ಟದಿಂದ ಅಲುಗಾಡದೆ ಮಲಗಿದ್ದ.

ಕರಡಿ ಸ್ವಲ್ಪ ಸಮಯ ಪರಿಶೀಲನೆ ನಡೆಸಿ ನಂತರ ರಾಘವ ಸತ್ತಿದ್ದಾನೆ ಎಂದು ತಿಳಿದೋ ಎಂಬಂತೆ ಹೊರಟುಹೋಯಿತು.

ಗೋವಿಂದ ಮರದಿಂದ ಇಳಿದು, "ಕರಡಿ ನಿನ್ನ ಕಿವಿಯಲ್ಲಿ ಹೇಳಿದ್ದೇನು?" ಎಂದು ಕೇಳಿದ.

"ಅಪಾಯ ಬಂದಾಗ ಮಾಯವಾಗಿ ಬಿಡುವ ಸ್ವಾರ್ಥಿ ಗೆಳೆಯರನ್ನು ದೂರವಿಡು ಎಂದು ಹೇಳಿತು" ಎಂದ ರಾಘವ!

55. ಹೊಗಳುಭಟ್ಟ ನರಿ–ಮೂರ್ಖ ಕಾಗೆ

ಒಂದು ಮನೆಯಲ್ಲಿ ಗೃಹಿಣಿ ಚಕ್ಕುಲಿ ತಯಾರಿಸುತ್ತಿದ್ದಳು. ಅಡಿಗೆ ಮನೆಯ ಕಿಟಕಿಯ ಅಂಚಿನಲ್ಲಿ ಒಂದು ಕಾಗೆ ಕುಳಿತು ತಿನಿಸಿಗಾಗಿ ಕಾಯುತ್ತಿತ್ತು. ಚಕ್ಕುಲಿ ಬಾಣಲೆಯಿಂದ ತಟ್ಟೆಗೆ ಬಿದ್ದೊಡನೆಯೇ ಕಾಗೆ ರಪ್ಪನೆ ಒಳಬಂದು ಒಂದು ಚಕ್ಕುಲಿ ಕಚ್ಚಿಕೊಂಡು ಪಕ್ಕದ ಕಾಡಿನತ್ತ ಹಾರಿತು.

ಅಲ್ಲಿ ಅದು ಮರವೊಂದರಲ್ಲಿ ಕುಳಿತಿತು. ಅದನ್ನು ಒಂದು ನರಿ ನೋಡಿತು. ಚಕ್ಕುಲಿ ತಿನ್ನಲು ನರಿಗೆ ಆಸೆಯಾಯಿತು. ಅದು ಒಂದು ಉಪಾಯ ಹೂಡಿತು.

"ನಮಸ್ಕಾರ ಕಾಗಕ್ಕಾ" ನರಿ ಹೇಳಿತು. ಆದರೆ ಕಾಗೆ ಮಾತನಾಡಲಿಲ್ಲ. ಅದರ ಕೊಕ್ಕಿನಲ್ಲಿ ಚಕ್ಕುಲಿ ಇತ್ತು.

ಕಾಗೆಯನ್ನು ಹೊಗಳಬೇಕೆಂದು ನರಿ ತೀರ್ಮಾನಿಸಿತು.

"ಕಾಗಕ್ಕಾ, ನೀನು ಈವತ್ತು ತುಂಬಾ ಚಂದ ಕಾಣಿಸುತ್ತಿದ್ದೀಯಾ" ಹೇಳಿತು ನರಿ. ಆದರೂ ಕಾಗೆ ಮಾತನಾಡಲಿಲ್ಲ.

ನರಿ ಇನ್ನೂ ಹೊಗಳಿತು, "ಓ ಪಕ್ಷಿಗಳ ರಾಣಿಯೇ, ನಿನ್ನ ಸ್ವರ ಎಷ್ಟು ಇಂಪು. ಒಂದು ಸೊಗಸಾದ ಹಾಡನ್ನು ಹಾಡುವೆಯಾ?"

ಕಾಗೆಯೂ ಸಂತೋಷದಿಂದ ಬೀಗಿತು. ಅದಕ್ಕೆ ತನ್ನ ಬಾಯಲ್ಲಿರುವ ಚಕ್ಕುಲಿ ಮರೆತೇ ಹೋಯಿತು. ಬಾಯಿ ತೆರೆದು "ಕಾ, ಕಾ, ಕಾ" ಎಂದು ಕೂಗಿತು.

ಅದು ಬಾಯಿ ತೆರೆದೊಡನೆಯೇ ಚಕ್ಕುಲಿ ಕೆಳಗೆ ಬಿತ್ತು. ನರಿ ಅದನ್ನು ಗಬಕ್ಕನೆ ಎತ್ತಿಕೊಂಡು ಬೇರೆಡೆಗೆ ಓಟಕಿತ್ತಿತು.

56. ಬೆಕ್ಕುಗಳ ಜಗಳ

ಒಂದು ಮನೆಯ ಹೊರಗೆ ಕೈತೋಟದಲ್ಲಿ ಒಂದು ದಪ್ಪನೆಯ ರೊಟ್ಟಿ ಬಿದ್ದಿತ್ತು. ಒಂದು ಬೆಕ್ಕು ಅದನ್ನು ನೋಡಿತು. ಬೆಕ್ಕು ಇನ್ನೇನು ಅದನ್ನು ತಿನ್ನಬೇಕು-ಅಷ್ಟರಲ್ಲಿ ಇನ್ನೊಂದು ಬೆಕ್ಕು ಅಲ್ಲಿಗೆ ಬಂತು. ಅದು ರೊಟ್ಟಿಯನ್ನು ಕಿತ್ತುಕೊಂಡಿತು.

ಒಂದನೇ ಬೆಕ್ಕು, "ರೊಟ್ಟಿ ಮೊದಲು ಸಿಕ್ಕಿದ್ದು ನನಗೆ, ನಾನು ಅದನ್ನು ತಿನ್ನುವೆ" ಎಂದು ಅದನ್ನು ಕಿತ್ತುಕೊಂಡಿತು.

"ಇಲ್ಲ ನಾನೇ ಅದನ್ನು ಮೊದಲು ನೋಡಿದೆ" ಎಂದಿತು ಎರಡನೇ ಬೆಕ್ಕು.

ಈ ಜಗಳವನ್ನು ಒಂದು ಕೋತಿ ದೂರದಿಂದ ನೋಡುತ್ತಿತ್ತು. ಅದು ಬೆಕ್ಕುಗಳ ಬಳಿ ಬಂದು, "ಜಗಳ ನಿಲ್ಲಿಸಿರಿ. ನೀವಿಬ್ಬರೂ ಅದನ್ನು ತಿನ್ನಬಹುದು. ಇಲ್ಲಿ ಬನ್ನಿ, ನಾನು ಅದನ್ನು ಭಾಗ ಮಾಡಿ ಕೊಡುತ್ತೇನೆ" ಎಂದು ಹೇಳಿತು.

ಮಂಗ ರೊಟ್ಟಿಯನ್ನು ಎರಡಾಗಿ ತುಂಡು ಮಾಡಿತು. ಅವುಗಳಲ್ಲಿ ಒಂದು ತುಂಡು ಇನ್ನೊಂದಕ್ಕಿಂತ ಸ್ವಲ್ಪ ದೊಡ್ಡದಾಗಿತ್ತು. ಆಗ ಮಂಗವು ದೊಡ್ಡ ತುಂಡನ್ನು ಸಣ್ಣ ತುಂಡಿಗೆ ಸಮಾನವಾಗಿ ಮಾಡಲು ದೊಡ್ಡ ತುಂಡಿನಿಂದ ಸ್ವಲ್ಪಾಂಶ ಕಚ್ಚಿ ತಿಂದಿತು.

ಈಗ ಆಚೆ ತುಂಡು ಸ್ವಲ್ಪ ದೊಡ್ಡದಾಗಿತ್ತು. ಅದನ್ನು ಚಿಕ್ಕದು ಮಾಡಲು ಅದನ್ನು ಕಚ್ಚಿ ಸ್ವಲ್ಪ ತಿಂದಿತು. ಹೀಗೆ ತಿನ್ನುತ್ತಾ ತಿನ್ನುತ್ತಾ ರೊಟ್ಟಿ ಸಂಪೂರ್ಣವಾಗಿ ಮುಗಿದುಹೋಯಿತು. "ಅಯ್ಯೋ ಈಗ ರೊಟ್ಟಿ ಇಲ್ಲವೇ ಇಲ್ಲವಲ್ಲಾ" ಎಂದಿತು ಕೋತಿ. ಬೆಕ್ಕುಗಳು ಮುಖ-ಮುಖ ನೋಡಿಕೊಂಡವು.

57. ಆಸೆಬುರುಕ ಸಿಂಹ

ಒಮ್ಮೆ ಒಂದು ಸಿಂಹವು ಒಂದು ಪೊದೆಯ ಒಳಗೆ ಒಂದು ಮೊಲ ನಿದ್ರಿಸುತ್ತಿರುವುದನ್ನು ನೋಡಿತು. ಸಿಂಹ ನಿಧಾನವಾಗಿ ಪೊದೆಯತ್ತ ಜರುಗುತ್ತ ಹೋಗಿ ಮೊಲವನ್ನು ತನ್ನ ಪಂಜಗಳಿಂದ ಸೆರೆಹಿಡಿಯಿತು. ಆ ಬಡಪಾಯಿ ಮೊಲಕ್ಕೆ ಆಘಾತವಾಯಿತು. ಸಿಂಹವು ಇನ್ನೇನು ಮೊಲವನ್ನು ತಿನ್ನಬೇಕು ಅನ್ನುವಷ್ಟರಲ್ಲಿ ಸಮೀಪದಲ್ಲೇ ಅದಕ್ಕೆ ಒಂದು ಜಿಂಕೆ ಕಣ್ಣಿಗೆ ಬಿದ್ದಿತು.

'ಜಿಂಕೆಯು ಮೊಲಕ್ಕಿಂತ ತುಂಬ ದೊಡ್ಡದು. ಜಿಂಕೆಯನ್ನು ತಿಂದರೆ ಹೊಟ್ಟೆ ಹಸಿವು ತುಂಬಾ ದಿನ ಮತ್ತೆ ಬಾರದು' ಅಂದುಕೊಂಡ ಸಿಂಹವು ಮೊಲವನ್ನು ಕೆಳ ಹಾಕಿ ಜಿಂಕೆಯನ್ನು ಹಿಡಿಯಲು ಆ ಕಡೆ ನೆಗೆಯಿತು.

ಮೊಲವು ತಪ್ಪಿಸಿಕೊಂಡು ಓಡಿ ತನ್ನ ಬಿಲದಲ್ಲಿ ಬಚ್ಚಿಟ್ಟುಕೊಂಡಿತು.

ಸಿಂಹವು ಜಿಂಕೆಯನ್ನು ಬಲು ದೂರ ಬೆನ್ನಟ್ಟಿತಾದರೂ ಜಿಂಕೆಯು ಸಿಂಹಕ್ಕಿಂತಲೂ ಬಹು ವೇಗದಿಂದ ಓಡಿ ತನ್ನ ಜೀವ ಉಳಿಸಿಕೊಂಡು ಕಾಡಿನಲ್ಲಿ ಕಣ್ಮರೆಯಾಯಿತು.

ಓಡಿ, ಬಳಲಿ ಬೆಂಡಾದ ಸಿಂಹಕ್ಕೆ ಬೇಸರವಾಯಿತು. 'ದೊಡ್ಡ ಪ್ರಾಣಿಯ ಆಸೆಯಿಂದ ಕೈಯಲ್ಲಿದ್ದ ಚಿಕ್ಕ ಪ್ರಾಣಿಯನ್ನು ಬಿಟ್ಟೆನಲ್ಲ? ಮೊಲವನ್ನಾದರೂ ತಿಂದಿದ್ದರೆ, ಸ್ವಲ್ಪವಾದರೂ ಹಸಿವಿನ ಶಮನವಾಗುತ್ತಿತ್ತು. ಅತಿಯಾಸೆ ಗತಿಕೇಡು' ಎಂದು ತನ್ನನ್ನು ತಾನು ಹಳಿದುಕೊಂಡಿತು.

58. ಕರುಣಾಳು ಜಿಂಕೆ

ಒಂದಾನೊಂದು ಕಾಲದಲ್ಲಿ ಒಬ್ಬ ಮುನಿಯು ಜಿಂಕೆಯಾಗಿ ಮರುಜನ್ಮವನ್ನು ಪಡೆದ. ಆ ಜಿಂಕೆ ಒಂದು ಅರಣ್ಯದಲ್ಲಿ ವಾಸ ಮಾಡತೊಡಗಿತು. ಆ ಜಿಂಕೆ ತುಂಬಾ ಸುಂದರವೂ ಚುರುಕಿನದೂ ಆದುದರಿಂದ ಕಾಡಿನ ಎಲ್ಲಾ ಪ್ರಾಣಿಗಳಿಗೂ ಅಚ್ಚುಮೆಚ್ಚಿನದಾಯಿತು.

ಒಂದು ದಿನ ಮಧ್ಯಾಹ್ನ ಒಬ್ಬ ರಾಜಕುಮಾರನು ಆ ಕಾಡಿನ ಮೂಲಕ ಕುದುರೆಯ ಮೇಲೆ ಹೋಗುತ್ತಿದ್ದ. ಅವನಿಗೆ ಆ ಜಿಂಕೆ ಹುಲ್ಲು ಮೇಯುತ್ತಿರುವುದು ಕಾಣಿಸಿತು. ಅದು ಅವನಿಗೆ ತುಂಬಾ ಆಕರ್ಷಕವಾಗಿ ಕಂಡಿತು.

ಅವನು ಆ ಜಿಂಕೆಯನ್ನು ಹಿಡಿಯಲು ಬಯಸಿದ. ಆದರೆ ಅದು ಓಡಿತು. ಅವನು ಅದನ್ನು ಬಲುದೂರ ಬೆನ್ನಟ್ಟಿ ಹೋದ.

ನದಿಯ ದಂಡೆಯ ಮೇಲೆ ಕುದುರೆ ಓಡುತ್ತಿದ್ದಾಗ ಅದು ದೊಡ್ಡದಾಗಿ ಕೆನೆದು ರಾಜಕುಮಾರನನ್ನು ಜಾಡಿಸಿತು. ಅವನು ಕುದುರೆಯ ಮೇಲಿಂದ ನದಿಯ ನೀರಿಗೆ ಬಿದ್ದ.

ರಾಜಕುಮಾರನಿಗೆ ಈಜು ಬರುತ್ತಿರಲಿಲ್ಲ. ಅವನು "ಜೀವ ಉಳಿಸಿ, ನನ್ನನ್ನು ರಕ್ಷಿಸಿರಿ" ಎಂದು ಕೂಗಿಕೊಂಡ. ಈ ಕೂಗನ್ನು ಕೇಳಿಸಿಕೊಂಡ ಜಿಂಕೆ ಅವನನ್ನು ನೀರಿನಿಂದ ಹೊರಗೆಳೆದು ರಕ್ಷಿಸಿತು.

ರಾಜಕುಮಾರನು ಜಿಂಕೆಯನ್ನು ಕೊಲ್ಲಬಯಸಿದ್ದ; ಅದರೂ ಅವನ ಪ್ರಾಣ ಉಳಿಸಲು ಜಿಂಕೆಯೆ ಬರಬೇಕಾಯಿತು.

ಜಿಂಕೆಗೆ ಕೃತಜ್ಞತೆ ಸೂಚಿಸಿದ ರಾಜಕುಮಾರ ಮುಂದೆಂದೂ ಯಾವ ಪ್ರಾಣಿಯನ್ನೂ ಕೊಲ್ಲಲಾರೆನೆಂದು ಪ್ರತಿಜ್ಞೆ ಮಾಡಿದ.

59. ನರಿ ಮತ್ತು ಡೋಲು

ಹಸಿದ ನರಿಯೊಂದು ಆಹಾರಕ್ಕಾಗಿ ಹುಡುಕಾಡುತ್ತಿತ್ತು.

ಆಗ ಅದಕ್ಕೆ ಪಕ್ಕದ ಹೊಲದಿಂದ ವಿಚಿತ್ರ ಸದ್ದು ಕೇಳಿಸತೊಡಗಿತು. ಆ ಶಬ್ದ ಕೇಳಿ ಭಯವಾಗಿ ಓಡಬೇಕೆಂದು ಅನಿಸಿತಾದರೂ ಆ ಶಬ್ದ ಏನೆಂದು ತಿಳಿಯುವ ಕುತೂಹಲದಿಂದ ನರಿ ಆ ಕಡೆಗೆ ಮೆಲ್ಲನೆ ಹೋಯಿತು.

ನರಿ ಶಬ್ದವನ್ನು ಅನುಸರಿಸಿ ಹೋದಾಗ ಹೊಲದಲ್ಲಿ ಒಂದು ದೊಡ್ಡ ಮರದ ಕೆಳಗೆ ಒಂದು ಡೋಲು ಇತ್ತು. ಗಾಳಿ ಬೀಸಿ ಡೋಲಿಗೆ ಮರದ ಬಳ್ಳಿ-ಕೊಂಬೆಗಳು ತಗುಲಿದಾಗ ಅಥವಾ ಹಣ್ಣುಗಳು ಅದರ ಮೇಲೆ ಬಿದ್ದಾಗ ಆ ಡೋಲು 'ಡುಂ, ಡುಂ, ಡುಂ' ಎಂದು ಸದ್ದು ಮಾಡುತ್ತಿತ್ತು.

ನರಿ ದೂರದಿಂದಲೇ ನೋಡಿತು. ಆಮೇಲೆ ಮರಕ್ಕೆ ಒಂದು ಸುತ್ತು ಹಾಕಿತು. ನಂತರ ಡೋಲಿನ ಹತ್ತಿರ ಹೋಗಿ ನೋಡಿತು. ಕೈಯಿಂದ ಮುಟ್ಟಿತು. ಡೋಲು ಅಲುಗಾಡಲಿಲ್ಲ. ಅದಕ್ಕೆ ಜೀವ ಇಲ್ಲ ಎಂಬ ತೀರ್ಮಾನಕ್ಕೆ ಬಂದಿತು.

ಡೋಲಿನ ಮೇಲೆ ಹಾಗೂ ಸುತ್ತಲೂ ರಸಭರಿತವಾದ ಹಣ್ಣಗಳು ಬಿದ್ದಿದ್ದವು. ಹಣ್ಣಿನ ರುಚಿ ನೋಡಿದ ನರಿ ಅವುಗಳನ್ನು ಹೊಟ್ಟೆ ತುಂಬಾ ತಿಂದಿತು.

'ಏನಾದರೂ ಹೊಸತನ್ನು ನೋಡಿದಾಗ ಕಂಗಾಲಾಗದೆ ಅದನ್ನು ಪರಿಶೀಲಿಸಬೇಕು. ಅಲ್ಲದೆ, ಧೈರ್ಯ ಇರುವವನಿಗೆ ಬದುಕುವ ದಾರಿ ತಾನಾಗಿ ದೊರೆಯುತ್ತದೆ' ಎಂದು ನರಿ ಅಂದುಕೊಂಡಿತು.

60. ಬುದ್ಧಿಶಾಲಿ ಅಂಬಿಗ

ಒಂದು ದಿನ ಒಬ್ಬ ಶ್ರೀಮಂತ ವ್ಯಾಪಾರಿ ಅಂಬಿಗನಿಗೆ ಹೇಳಿದ, "ತಮ್ಮಾ, ನೋಡು, ನಿನಗೆ ನಾನು ಕೈತುಂಬ ಬಕ್ಷೀಸು ಕೊಡುತ್ತೇನೆ, ನೀನು ನನ್ನ ಈ ಪ್ರಾಣಿಗಳು ಮತ್ತು ಪದಾರ್ಥವನ್ನು ಆಚೆ ದಡಕ್ಕೆ ಸುರಕ್ಷಿತವಾಗಿ ತಲಪಿಸಬೇಕು."

ಅಂಬಿಗ ಒಪ್ಪಿದ.

ವ್ಯಾಪಾರಿಯೊಂದಿಗೆ ಒಂದು ಸಿಂಹ, ಒಂದು ಆಡು ಹಾಗೂ ಒಂದು ಹೊರೆ ಹುಲ್ಲು ಇತ್ತು.

ಅಂಬಿಗನು ಹುಲ್ಲನ್ನು ಮೊದಲು ಒಯ್ದರೆ ಈಚೆ ದಡದಲ್ಲಿ ಉಳಿವ ಸಿಂಹವು ಆಡನ್ನು ಕೊಲ್ಲುವುದು. ಅವನು ಮೊದಲು ಸಿಂಹವನ್ನು ಒಯ್ದರೆ ಆಡು ಹುಲ್ಲನ್ನು ತಿಂದು ಮುಗಿಸುವುದು.

ಅವನು ತನ್ನ ದೋಣಿಯಲ್ಲಿ ಮೊದಲು ಆಡನ್ನು ಒಯ್ದು ಆಚೆ ಬದಿಯಲ್ಲಿ ಬಿಟ್ಟು ಬಂದ. ಆಮೇಲೆ ಸಿಂಹವನ್ನು ಒಯ್ದು ಆಚೆ ಬದಿಯಲ್ಲಿ ಬಿಟ್ಟು ಹಿಂದಕ್ಕೆ ಬರುವಾಗ ಆಡನ್ನು ಜತೆಗೆ ಕರೆತಂದ. ನಂತರ ಅವನು ಆಡನ್ನು ಈಚೆ ಬದಿಯಲ್ಲಿ ಬಿಟ್ಟು ಹುಲ್ಲಿನ ಕಟ್ಟನ್ನು ಆಚೆ ಬದಿಗೆ ದಾಟಿಸಿದ. ಅಲ್ಲಿ ಹುಲ್ಲನ್ನು ಸಿಂಹದ ಬಳಿ ಇರಿಸಿ ಹಿಂದಕ್ಕೆ ಬಂದು ಕೊನೆಯಲ್ಲಿ ಆಡನ್ನು ಕರೆದೊಯ್ದ.

ವ್ಯಾಪಾರಿಗೆ ಸಂತೋಷವಾಯಿತು. ಅವನು ಅಂಬಿಗನಿಗೆ ಕೈ ತುಂಬ ಬಕ್ಷೀಸು ಕೊಟ್ಟ.

61. ಅರಚುವ ಹುಲಿ

ಒಂದೂರಿನಲ್ಲಿ ಒಬ್ಬ ಅಗಸನಿದ್ದ. ಅವನಲ್ಲಿ ಒಂದು ಕತ್ತೆ ಇದ್ದಿತು. ಅಗಸರವನು ಬಡವನಾಗಿದ್ದ. ಆದ್ದರಿಂದ ಅವನಿಗೆ ಕತ್ತೆಯನ್ನು ಚೆನ್ನಾಗಿ ಸಾಕುವುದು ಸಾಧ್ಯವಾಗುತ್ತಿರಲಿಲ್ಲ.

ಒಂದು ದಿನ ಅಗಸನು ಕಾಡಿನ ದಾರಿಯಲ್ಲಿ ಹೋಗುತ್ತಿರಲು ಒಂದು ಹುಲಿ ಮಲಗಿದ್ದನ್ನು ನೋಡಿದ. ಆದರೆ, ಆ ಹುಲಿ ಸತ್ತಿದೆ ಎಂಬುದು ಬಹುಬೇಗ ತಿಳಿದು ಬಂತು. ನಂತರ ಅವನು ಅದರ ಹತ್ತಿರ ಹೋದ. ಅವನು ಹುಲಿಯ ಚರ್ಮದೊಂದಿಗೆ ಮನೆಗೆ ಮರಳಿದ.

ರಾತ್ರಿ ಅಗಸನು ಹುಲಿಯ ಚರ್ಮವನ್ನು ಕತ್ತೆಗೆ ಹೊದಿಸಿ ಅದರ ಕಿವಿಯಲ್ಲಿ ಹೇಳಿದ, "ರೈತರ ಹೊಲಗಳಲ್ಲಿ ಇಡೀ ರಾತ್ರಿ ಮೇದು ಬಾ. ನೀನು ಹುಲಿಯೆಂದು ಬಗೆದು ಯಾರೂ ಹತ್ತಿರ ಬರಲಾರರು." ಅದು ಹಾಗೆಯೇ ಮಾಡಿತು.

ನಂತರ, ಕತ್ತೆಯು ಪ್ರತಿದಿನವೂ ಹುಲಿವೇಷದಲ್ಲಿ ಹೊಲಗಳಲ್ಲಿ ಮೇಯುತ್ತಿತ್ತು.

ಒಂದು ರಾತ್ರಿ ಕತ್ತೆ ಹೀಗೆ ಮೇಯುತ್ತಿದ್ದಾಗ, ದೂರದಲ್ಲಿ ಹೆಣ್ಣು ಕತ್ತೆಯೊಂದು ಅರಚಿದ ಸದ್ದು ಕೇಳಿಸಿತು ಅಗಸನ ಕತ್ತೆ ಕೂಡಲೇ ಪ್ರತಿಯಾಗಿ ಅರಚಿತು.

ಕತ್ತೆಯ ನಿಜರೂಪ ಆ ಹೊಲದ ರೈತನಿಗೆ ತಿಳಿದುಹೋಯಿತು. ಕೂಡಲೇ ಅವನು ಹತ್ತಾರು ರೈತರನ್ನು ಕರೆದು ವಿಷಯ ತಿಳಿಸಿದ. ಅವರೆಲ್ಲರು ದೊಣ್ಣೆಸಹಿತ ಓಡಿ ಬಂದು ಕತ್ತೆಯನ್ನು ಹಿಡಿದು ಬಡಿದರು. ವಿಷಯ ತಿಳಿದ ಅಗಸ ಇನ್ನು ತಾನು ಸಿಕ್ಕಿಬೀಳುವುದು ನಿಶ್ಚಿತ ಎಂದಾಲೋಚಿಸಿ ತಕ್ಷಣವೇ ಊರುಬಿಟ್ಟು ಓಡಿದ.

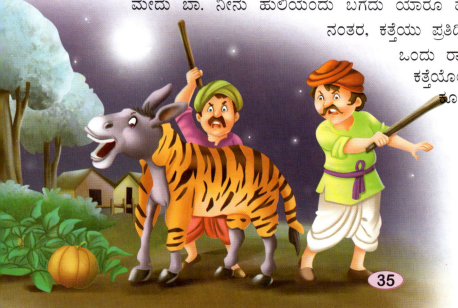

62. ಮೊಲದ ಬೇಟೆಗಾರ

ಒಂದು ಊರಿನಲ್ಲಿ ಒಬ್ಬ ಕ್ರೂರಿಯಾದ ಬೇಟೆಗಾರನಿದ್ದ. ಅವನಿಗೆ ಮೊಲದ ಮಾಂಸ ಬಲು ಇಷ್ಟ. ಅವನು ದಿನಾಲೂ ಮೊಲವನ್ನು ಬೇಟೆಯಾಡಿ ಮಾಂಸದೂಟ ಮಾಡುತ್ತಿದ್ದ. ಒಂದು ದಿನ ಅವನು ಒಂದು ಮೊಲವನ್ನು ಹಿಡಿದು ಮನೆಕಡೆ ಹೋಗುತ್ತಿದ್ದ. ದಾರಿಯಲ್ಲಿ ಒಬ್ಬ ಸಾಧು ಇವನನ್ನು ನೋಡಿದ.

ಸಾಧು ಹೇಳಿದ, "ತಮ್ಮಾ, ಆ ಮೊಲವನ್ನು ಬಿಟ್ಟುಬಿಡು; ದೇವರು ನಿನಗೆ ಒಳ್ಳೆಯದು ಮಾಡುತ್ತಾನೆ."

"ಅಪ್ಪಾ ಸನ್ಯಾಸಿ, ದೇವರ ವಿಷಯ ನಾನು ನಿನ್ನಿಂದ ಕಲಿಯಬೇಕಿಲ್ಲ. ಇದು ನನ್ನ ಆಹಾರ. ನಾನು ಅದನ್ನು ಕೊಂದು ತಿಂದೇ ಸಿದ್ಧ" ಎಂದ ಬೇಟೆಗಾರ. ಕೂಡಲೇ ತಡೆಯಲು ಬಂದ ಸಾಧುವನ್ನು ಅವನು ಪಕ್ಕಕ್ಕೆ ತಳ್ಳಿದ. ಒಂದು ಮಚ್ಚು ಹೊರಗೆಳೆದು ಮೊಲದ ಕುತ್ತಿಗೆಯತ್ತ ಬೀಸಿದ. ಅವನ ದುರದೃಷ್ಟಕ್ಕೆ ಮಚ್ಚು ಅವನ ಕೈಯಿಂದ ಜಾರಿ ಅವನ ಎಡ ಪಾದದ ಮೇಲೆ ಬಿತ್ತು.

ಅಯ್ಯೋ ಅನ್ನುತ್ತಾ ಬೇಟೆಗಾರ ಕುಸಿದು ಬಿದ್ದ. ಅವನ ಪಾದಕ್ಕೆ ದೊಡ್ಡ ಗಾಯವಾಗಿತ್ತು. ಮೊಲ ಪೊದೆಗಳ ನಡುವೆ ನುಸುಳಿ ಕಣ್ಮರೆಯಾಯಿತು. ಮುಂದೆ ಬೇಟೆಗಾರ ಬೇಟೆಯಾಡುವುದನ್ನು ಬಿಟ್ಟ. ಏಕೆಂದರೆ ಅವನಿಗೆ ಒಂದು ಹೆಜ್ಜೆ ಮುಂದಿಡುವುದಕ್ಕೂ ಸಹ ಬಹು ಕಷ್ಟವಾಗುತ್ತಿತ್ತು.

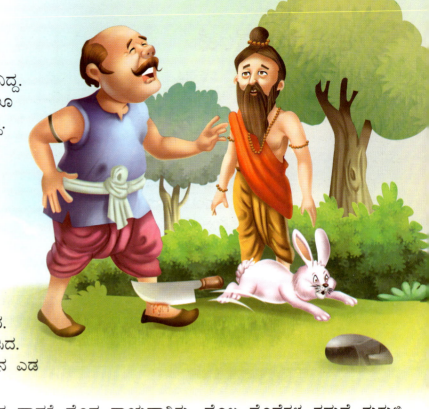

63. ಕಾಗೆಯ ಕುತಂತ್ರ

ಒಂದು ಕಾಗೆ ಸಮುದ್ರ ತೀರದಲ್ಲಿ ಆಹಾರ ಹುಡುಕುತ್ತ ನಡೆದಾಡುತ್ತಿತ್ತು. ತೆರೆಗಳು ದಡದ ಮೇಲಕ್ಕೆ ತಂದುಬಿಡುವ ಚಿಪ್ಪು ಮೀನುಗಳನ್ನು ಸಂಗ್ರಹಿಸುವುದು ಅದರ ಉದ್ದೇಶವಾಗಿತ್ತು. ಆ ಚಿಪ್ಪುಗಳನ್ನು ಒಡೆದು ಅದರೊಳಗಿನ ಮಾಂಸವನ್ನು ತಿನ್ನಬೇಕೆಂಬ ಆಸೆ ಅದರದು. ಆದರೆ ಆ ಚಿಪ್ಪನ್ನು ಅದರಿಂದ ಒಡೆಯಲಾಗಲಿಲ್ಲ.

ಇದನ್ನು ದೂರದಿಂದ ನೋಡುತ್ತಿದ್ದ ಇನ್ನೊಂದು ಕಾಗೆ ಹತ್ತಿರ ಬಂತು. ಅದು ದುಷ್ಟ ಬುದ್ಧಿಯ ಕಾಗೆ. ಅದು "ತಮ್ಮಾ, ಚಿಪ್ಪು ಮೀನು ಸುಲಭದಲ್ಲಿ ಒಡೆಯದು. ಕಲ್ಲು ಎಸೆದರೂ ಒಡೆಯದು. ಅದಕ್ಕೊಂದು ಉಪಾಯವಿದೆ. ಮೇಲೆ ಹಾರಿ ಅದನ್ನು ಬಂಡೆಕಲ್ಲಿನ ಮೇಲೆ ಬೀಳಿಸಬೇಕು, ಆಗ ಒಡೆಯುತ್ತದೆ."

ಸರಿ, ಮೊದಲನೆ ಕಾಗೆ ಚಿಪ್ಪುಗಳನ್ನು ಕಚ್ಚಿಕೊಂಡು ಆಕಾಶಕ್ಕೆ ಹಾರಿತು. ಇನ್ನೂ ಮೇಲಕ್ಕೆ ಹೋಗುವಂತೆ ಕುತಂತ್ರಿ ಕಾಗೆ ಹೇಳಿತು. ಹಾಗೆಯೆ ಮಾಡಿದ ಮೊದಲನೆಯ ಕಾಗೆ ಬಲು ಮೇಲಿಂದ ಚಿಪ್ಪು ಮೀನುಗಳನ್ನು ಕೆಳಕ್ಕೆ ಎಸೆಯಿತು.

ಬಂಡೆ ಮೇಲೆ ಬಿದ್ದ ಚಿಪ್ಪು ಮೀನುಗಳು ಒಡೆದವು. ಅಲ್ಲೆ ಹೊಂಚುಹಾಕುತ್ತಿದ್ದ ಕುತಂತ್ರಿ ಕಾಗೆ ಕೂಡಲೇ ಚಿಪ್ಪಿನೊಳಗಿನ ಮಾಂಸವನ್ನು ತಿಂದುಬಿಟ್ಟಿತು.

ಪಾಪ, ಅಮಾಯಕ ಕಾಗೆಗೆ ಚಿಪ್ಪು ಮಾತ್ರ ಉಳಿಯಿತು.

64. ಕಾಡಿನಲ್ಲಿ ಗಂಟೆ

ಒಂದು ಊರಿನಲ್ಲಿ ಒಬ್ಬ ಕಳ್ಳನಿದ್ದ. ಒಂದು ದಿನ ಅವನು ಒಂದು ದೇವಾಲಯದಿಂದ ಒಂದು ಗಂಟೆಯನ್ನು ಕದ್ದ. ಅವನು ಅರಣ್ಯದಲ್ಲಿ ಹೋಗುತ್ತಿದ್ದಾಗ ಒಂದು ಹುಲಿ ಅವನನ್ನು ಬೆನ್ನಟ್ಟಿತು. ಕಳ್ಳನು ತಪ್ಪಿಸಿಕೊಳ್ಳುವ ಗಡಿಬಿಡಿಯಲ್ಲಿ ಗಂಟೆಯನ್ನು ಕಾಡಿನಲ್ಲಿ ಎಸೆದ.

ಗಂಟೆ ಬಿದ್ದ ಸ್ಥಳದ ಸಮೀಪದಲ್ಲೇ ಮಂಗಗಳ ಒಂದು ಗುಂಪು ವಾಸಿಸುತ್ತಿತ್ತು. ಆ ಗಂಟೆ ಬಾರಿಸಿದಾಗ ಧ್ವನಿ ಹೊರಡಿಸುವುದೆಂದು ಆ ಕೋತಿಗಳು ಬೇಗನೇ ಕಂಡುಕೊಂಡವು. ಅವು ಕೆಲವೊಮ್ಮೆ ಮಧ್ಯರಾತ್ರಿಯಲ್ಲಿಯೂ ಗಂಟೆ ಬಾರಿಸಿ ಸಮೀಪದ ಹಳ್ಳಿಯ ಜನರನ್ನು ಭಯಪಡಿಸುತ್ತಿದ್ದವು.

ಆ ಸದ್ದು ಬರುವುದು ಒಂದು ಪಿಶಾಚಿಯಿಂದ ಎಂದು ಹೆಚ್ಚಿನವರು ಭಾವಿಸಿದ್ದರು. ಇದರ ಸತ್ಯವೇನೆಂದು ತಿಳಿಯಲು ಆ ಹಳ್ಳಿಯ ಒಬ್ಬಳು ಧೀರ ಮಹಿಳೆ ನಿರ್ಧರಿಸಿದಳು. ಅವಳು ಕಾಡಿನಲ್ಲಿ ತಿನ್ನಲು ಬೇಕಾಗಬಹುದೆಂದು ಎಣಿಸಿ ಕೆಲವು ಹಣ್ಣುಗಳೊಂದಿಗೆ ಕಾಡಿಗೆ ಹೊರಟಳು.

ಕಾಡಿನೊಳಗೆ ಕೋತಿಗಳು ಗಂಟೆ ಬಾರಿಸುವುದನ್ನು ಅವಳು ನೋಡಿದಳು. ಅವಳು ಹಣ್ಣುಗಳನ್ನು ಒಂದು ಮರದ ಬುಡದಲ್ಲಿ ಇರಿಸಿ ಆ ಮರದ ಹಿಂದೆ ಬಚ್ಚಿಟ್ಟುಕೊಂಡಳು.

ಕೋತಿಗಳು ಹಣ್ಣನ್ನು ನೋಡಿ ಗಂಟೆಯನ್ನು ಬಿಟ್ಟು ಓಡಿಬಂದವು. ಕೂಡಲೇ ಮಹಿಳೆ ಓಡಿ ಹೋಗಿ ಗಂಟೆಯನ್ನು ಎತ್ತಿಕೊಂಡು ಹಳ್ಳಿಗೆ ಮರಳಿದಳು. ಅವಳ ಬುದ್ಧಿಶಕ್ತಿ ಹಾಗೂ ಧೈರ್ಯವನ್ನು ಹಳ್ಳಿಗರೆಲ್ಲರೂ ಹೊಗಳಿದರು.

65. ಕಪ್ಪೆ ರಾಕ್ಷಸನಾದೀತೇ?

ಒಂದು ಬೆಳಿಗ್ಗೆ ತಾಯಿ ಕಪ್ಪೆ ಆಹಾರವನ್ನು ಹುಡುಕಿ ಹೊರಟಿತು. ಅದರ ಮರಿಗಳು ಕೆರೆಯ ದಂಡೆಯಲ್ಲಿ ಆಟವಾಡುತ್ತಿದ್ದವು. ಆಗ ಅಲ್ಲಿಗೆ ನೀರು ಕುಡಿಯಲು ಒಂದು ಕತ್ತೆ ಬಂತು. ಅದು ಆಕಸ್ಮಿಕವಾಗಿ ಎರಡು ಕಪ್ಪೆ ಮರಿಗಳ ಮೇಲೆ ಕಾಲಿಟ್ಟಿತು. ಅವು ಎರಡೂ ಸತ್ತುಹೋದವು. ಮೂರನೆಯ ಮರಿ ದಂಡೆಯಲ್ಲಿನ ಒಂದು ಪೊದೆಯಲ್ಲಿ ಬಚ್ಚಿಟ್ಟುಕೊಂಡು ಜೀವ ಉಳಿಸಿಕೊಂಡಿತು. ನೀರು ಕುಡಿದು ಕತ್ತೆ ಹೊರಟುಹೋಯಿತು.

ತಾಯಿ ಕಪ್ಪೆ ಮರಳಿ ಬಂದಾಗ, ತನ್ನ ಎರಡು ಮರಿಗಳು ಕಾಣದಿರುವುದು ಅದಕ್ಕೆ ಆತಂಕವನ್ನು ತಂದಿತು. ಅದು ಅವುಗಳನ್ನು ಕುರಿತು ತನ್ನ ಮೂರನೆಯ ಮರಿಯನ್ನು ವಿಚಾರಿಸಿತು, “ಅಮ್ಮಾ, ಒಂದು ರಾಕ್ಷಸ ತುಳಿದು ಕೊಂದಿತು” ಎಂದಿತು ಅದು. ತಾಯಿಗೆ ಕೋಪ ಬಂತು.

“ನಾನು ಅದಕ್ಕೆ ಪಾಠ ಕಲಿಸುತ್ತೇನೆ. ಅದು ಎಷ್ಟು ದೊಡ್ಡದು, ನನ್ನಷ್ಟು ದೊಡ್ಡದೇ?” ಕೇಳಿತು ತಾಯಿ.

“ಇಲ್ಲಮ್ಮ, ನಿನಗಿಂತಲೂ ದೊಡ್ಡದು. ತುಂಬಾ ದೊಡ್ಡದು” ಮರಿ ಉತ್ತರಿಸಿತು.

ತಾಯಿ ಕಪ್ಪೆ ದೊಡ್ಡದಾಗಲು ಯತ್ನಿಸಿತು. ಆದರೆ ಏನೇ ಆದರೂ ಕತ್ತೆಯ ಗಾತ್ರಕ್ಕೆ ಅದು ಬೆಳೆಯುವುದು ಸಾಧ್ಯವೇ?

ಕೊನೆಗೂ ರಾಕ್ಷಸ ಯಾರೆಂದು ತಾಯಿಗೆ ತಿಳಿಯಲೇ ಇಲ್ಲ. ಕೊನೆಗೆ, ತಾಯಿ ಕಪ್ಪೆಗೆ ಬಹಳ ದಣಿವಾಗತೊಡಗಿ ತನ್ನ ದೊಡ್ಡದಾಗುವ ಪ್ರಯತ್ನವನ್ನು ನಿಲ್ಲಿಸಿತು.

66. ತಿಂಡಿ ಕಳ್ಳ ಯಾರು?

ಒಂದು ಕಾಡಿನಲ್ಲಿ ಒಂದು ನರಿ ವಾಸಮಾಡುತ್ತಿತ್ತು. ಅದು ಪ್ರತಿ ರಾತ್ರಿಯೂ ಪಕ್ಕದ ಊರಿನ ಮನೆಗಳಿಂದ ತಿಂಡಿ–ತಿನಿಸು ಕಳವು ಮಾಡುತ್ತಿತ್ತು. ಈ ಕಳ್ಳನನ್ನು ಪತ್ತೆ ಮಾಡಲು ಹಳ್ಳಿಗರು ತುಂಬಾ ಪ್ರಯತ್ನ ಮಾಡಿದರೂ ಫಲ ಕಾಣಲಿಲ್ಲ.

ಒಂದು ರಾತ್ರಿ ನರಿ ತಿಂಡಿ ಕದಿಯಲು ಹೋದಾಗ ಹಳ್ಳಿಗರು ಕಳ್ಳನ ಹುಡುಕಾಟದಲ್ಲಿ ಇರುವುದನ್ನು ನೋಡಿತು.

ನರಿ ತಿಂಡಿ ಕಳವು ಮಾಡಿ ಬಚ್ಚಿಟ್ಟುಕೊಳ್ಳಲು ಪ್ರಯತ್ನಿಸಿತು. ಆದರೆ ತಪ್ಪಿಸಿಕೊಳ್ಳಲು ಸಾಧ್ಯವಾಗಲಿಲ್ಲ. ಆಗ ಅದಕ್ಕೆ ಆ ದಾರಿಯಲ್ಲಿ ಒಬ್ಬ ಸನ್ಯಾಸಿ ಬರುವುದು ಕಾಣಿಸಿತು.

ನರಿ ಅವನಿಗೆ ಹೇಳಿತು, "ಪೂಜ್ಯರೆ, ನನಗೆ ಹುಷಾರಿಲ್ಲ, ನಡೆಯಲು ಆಗುತ್ತಿಲ್ಲ, ನನ್ನನ್ನು ಕಾಡಿನ ಬಳಿ ಬಿಡುತ್ತೀರಾ?"

ಸನ್ಯಾಸಿ ಅದನ್ನು ತನ್ನ ಜೋಳಿಗೆಯಲ್ಲಿ ಹಾಕಿಕೊಂಡ. ಅವರು ಕಾಡಿನ ಅಂಚಿಗೆ ಬಂದಾಗ ನರಿ ತಿಂಡಿಯನ್ನು ಸನ್ಯಾಸಿಯ ಜೋಳಿಗೆಯಲ್ಲಿ ಬಚ್ಚಿಟ್ಟು ತಾನು ತಪ್ಪಿಸಿಕೊಂಡು ಕಾಡಿಗೆ ಇಳಿದು ಹೊರಟುಹೋಯಿತು.

ಹೋಗುವ ಮೊದಲು ನರಿ ಹಳ್ಳಿಗರನ್ನು ಉದ್ದೇಶಿಸಿ, "ಅದೋ ಜೋಳಿಗೆಯ ಸನ್ಯಾಸಿಯೇ ತಿಂಡಿ ಕಳ್ಳ, ಅವನನ್ನು ಹಿಡಿಯಿರಿ" ಎಂದು ಕೂಗಿ ಹೇಳಿತು.

ಹಳ್ಳಿಗರು ಸನ್ಯಾಸಿಯನ್ನು ಹಿಡಿದು ಎಚ್ಚರಿಕೆ ನೀಡಿ ಕಳಿಸಿದರು. ಅಪರಿಚಿತರನ್ನು ವಿನಾಕಾರಣ ನಂಬಬಾರದು ಎಂದು ಅವನಿಗೆ ಈಗ ತಿಳಿಯಿತು.

67. ಋಷಿಯ ಬುದ್ಧಿಮಾತು

ಒಂದು ಕಾಡಿನಲ್ಲಿ ಒಂದು ವಿಷಸರ್ಪ ಇತ್ತು. ಯಾರಾದರೂ ದುಷ್ಟರು ಅದಕ್ಕೆ ತೊಂದರೆ ಕೊಟ್ಟರೆ ಅದು ಅವರನ್ನು ಕಡಿಯುತ್ತಿತ್ತು. ಒಂದು ದಿನ ಆ ಕಾಡಿಗೆ ತಪಸ್ಸು ಮಾಡಲು ಒಬ್ಬ ಋಷಿ ಬಂದ. "ನೀನು ಯಾರನ್ನೂ ಕಡಿಯಬಾರದು" ಎಂದು ಅವನು ಆ ಸರ್ಪಕ್ಕೆ ಬುದ್ಧಿಮಾತು ಹೇಳಿದ. ಆ ಋಷಿಯ ಅಲೌಕಿಕ ಶಕ್ತಿಯಿಂದ ಪ್ರಭಾವಿತಗೊಂಡ ಸರ್ಪ ಅವನ ಮಾತಿಗೆ ಒಪ್ಪಿತು.

ಸ್ವಲ್ಪ ಕಾಲದ ನಂತರ, ಋಷಿ ಬೇರೊಂದು ಕಾಡಿಗೆ ಹೋದ. ಹೋಗುವಾಗ ಅವನು ಹಾವಿಗೆ, "ನಾನು ಹೇಳಿದ್ದು ನೆನಪಿದೆ ತಾನೇ, ಯಾರನ್ನೂ ಕಡಿಯಬೇಡ" ಎಂದು ಎಚ್ಚರಿಸಿದ.

ಕೆಲವಾರು ತಿಂಗಳು ನಂತರ ಋಷಿ ಆ ಕಾಡಿಗೆ ಹಿಂದಕ್ಕೆ ಬಂದ. ಆಶ್ರಮದ ಬದಿಯಲ್ಲಿ ಹಾವು ಬಹುತೇಕ ಸಾಯುವ ಸ್ಥಿತಿಯಲ್ಲಿ ಮಲಗಿತ್ತು. ಋಷಿಯು, "ಮಗೂ, ನಿನಗೇನಾಯಿತು?" ಎಂದು ಕೇಳಿದ.

"ದುಷ್ಟರು ನನ್ನ ಮೇಲೆ ಕಲ್ಲು ಬೀರಿದರು. ನೀನು ಹೇಳಿದ್ದರಿಂದ ನಾನು ಅವರನ್ನು ಕಡಿಯಲಿಲ್ಲ. ನೋಡು ನನ್ನ ಮೈಯೆಲ್ಲಾ ಗಾಯವಾಗಿದೆ."

"ಅಯ್ಯೋ ಪೆದ್ದೇ, ನೀನು ಸ್ವಲ್ಪ ವಿವೇಚನೆ ತೋರಬೇಕಿತ್ತು ಮಗು. ನಾನು ಕಡಿಯಬೇಡ ಎಂದಷ್ಟೇ ಹೇಳಿದ್ದೆ. ದುಷ್ಟರು ಬಂದಾಗ ನಿನ್ನ ರಕ್ಷಣೆಗಾಗಿ ಅವರನ್ನು ಫೂತ್ಕರಿಸಿ ಭಯಪಡಿಸಬೇಡ ಎಂದೇನೂ ಹೇಳಿರಲಿಲ್ಲ ತಾನೇ?" ಎಂದ ಋಷಿ.

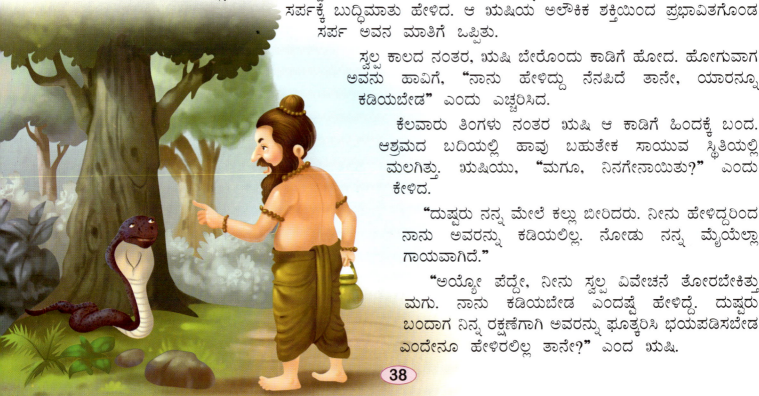

68. ಕತ್ತೆಯ ಪತನ

ವ್ಯಾಪಾರಿಯೊಬ್ಬ ತನ್ನ ಬಂಡಿಯಲ್ಲಿ ಹೋಗುತ್ತಿದ್ದ. ಆ ಬಂಡಿಯನ್ನು ಅವನ ಕತ್ತೆ ಎಳೆಯುತ್ತಿತ್ತು. ಅದು ಕಡಿದಾದ ರಸ್ತೆಯಾಗಿತ್ತು.

ಏರಿನಲ್ಲಿ ಬಂಡಿ ಎಳೆಯುತ್ತಿದ್ದ ಕತ್ತೆ ಹಟಾತ್ತನೆ ನೊಗಕ್ಕೆ ಕಟ್ಟಿದ ಹಗ್ಗವನ್ನು ಕಡಿದುಕೊಂಡು ಸ್ವತಂತ್ರವಾಯಿತು. ತನಗೆ ದೊರೆತ ಈ ಸ್ವಾತಂತ್ರ್ಯದಿಂದ ಅದು ಉಬ್ಬಿ ತನ್ನ ವಿವೇಚನೆಯನ್ನೇ ಕಳೆದುಕೊಂಡಿತು. ಗಾಡಿಯನ್ನು ಅಲ್ಲೇ ಬಿಟ್ಟು ಸಿಕ್ಕಸಿಕ್ಕ ಕಡೆಗೆ ಓಡತೊಡಗಿತು.

ಒಡೆಯನು ಕತ್ತೆಯನ್ನು ಹಿಂದಕ್ಕೆ ಬರುವಂತೆ ಕೂಗಿದ, ಆದರೆ ಅದು ಕೇಳಿಸಿಕೊಳ್ಳಲಿಲ್ಲ. ಅದು ಓಡುತ್ತ, ಜಿಗಿಯುತ್ತ ಒಂದು ಬೆಟ್ಟದ ಕೋರೆಯನ್ನು ತಲಪಿತು. ಕೆಳಗೆ ನೂರಾರು ಗಜಗಳ ಆಳ ಕಣಿವೆಯಿತ್ತು.

ಕತ್ತೆ ಇನ್ನೇನು ಕಣಿವೆಗೆ ಜಿಗಿಯಬೇಕು ಎಂಬಷ್ಟರಲ್ಲಿ ವ್ಯಾಪಾರಿ ಅದನ್ನು ಉಳಿಸಲು ಅದರ ಬಾಲವನ್ನು ಹಿಡಿದುಕೊಂಡ. ಆದರೆ ಕತ್ತೆ ಕಿವಿಗೊಡಲಿಲ್ಲ. ಒಡೆಯನ ಹಿಡಿತದಿಂದ ತಪ್ಪಿಸಿಕೊಳ್ಳಲು ಕೊಸರಾಡಿತು. ಅದಕ್ಕೆ ಮೇಲಿನ ಆಕಾಶ ಕಾಣಿಸುತ್ತಿತ್ತೇ ಹೊರತು ಕೆಳಗಿನ ಪ್ರಪಾತ ಕಾಣಿಸುತ್ತಿರಲಿಲ್ಲ.

ಕತ್ತೆಯ ಬಲ ವ್ಯಾಪಾರಿಯ ಬಲಕ್ಕಿಂತ ಜೋರಿನದ್ದಾಗಿತ್ತು. ವಿಧಿಯಿಲ್ಲದೆ ಅವನು ತನ್ನ ಹಿಡಿತವನ್ನು ಬಿಡಬೇಕಾಯಿತು. ಅದು ಮುಂದಕ್ಕೆ ಜಿಗಿದು ಪ್ರಪಾತಕ್ಕೆ ಬಿತ್ತು.

69. ರಾಜವೈದ್ಯನ ಚಿಕಿತ್ಸೆ

ಒಂದು ರಾಜ್ಯದಲ್ಲಿ ಒಬ್ಬ ನ್ಯಾಯವಂತ ರಾಜನಿದ್ದ. ಒಮ್ಮೆ ಅವನ ಕೆಲವು ಆನೆಗಳು ಗಾಯಗೊಂಡವು. ರಾಜವೈದ್ಯನಿಗೆ ಕರೆ ಹೋಯಿತು. ದೂರದ ಊರಿನಲ್ಲಿದ್ದ ವೈದ್ಯ ಬರುವಾಗ ಕಾಡಿನ ದಾರಿಯಲ್ಲಿ ವಿಶ್ರಮಿಸಲು ಮಲಗಿದ.

ಅವನು ಕಣ್ಣು ಮುಚ್ಚಿದ್ದ ಮಾತ್ರ; ಒಂದು ಕಾಗೆ ಮೇಲಿನಿಂದ ಹಿಕ್ಕೆ ಹಾಕಿತು. ಅದು ವೈದ್ಯನ ಹಣೆಯ ಮೇಲೆ ಬಿತ್ತು. ಅವನಿಗೆ ಕೋಪ ಬಂತು, "ಮೂರ್ಖ ಕಾಗೆಯೇ, ನಾನು ಕಾಗೆ ಸಂತಾನವನ್ನೆಲ್ಲ ಕೊಲ್ಲುವೆ" ಎಂದು ಶಪಿಸಿದ.

ನಂತರ, ಅವನು ಅರಮನೆ ತಲಪಿದ. ಅವನು ಹೇಳಿದ, "ಮಹಾರಾಜ, ಆನೆಗಳ ಗಾಯಕ್ಕೆ ಕಾಗೆಗಳ ಚರ್ಬಿಯಿಂದ ತಯಾರಿಸಿದ ಔಷಧವನ್ನು ಹಚ್ಚಬೇಕು."

ಎಲ್ಲಾ ಕಾಗೆಗಳನ್ನೂ ಕೊಂದು ತರುವಂತೆ ರಾಜ ಅಪ್ಪಣೆ ಮಾಡಿದ. ಆ ರಾಜ್ಯದ ಅನೇಕ ಕಾಗೆಗಳನ್ನು ಹಿಡಿದು ಕೊಂದರು.

ಕಾಗೆಗಳ ರಾಜನು ನೇರವಾಗಿ ಅರಮನೆಗೆ ಹಾರಿ ರಾಜನೊಡನೆ ದಯಾ ಭಿಕ್ಷೆ ಕೇಳಿತು. "ಮಹಾರಾಜ, ಕಾಗೆಗಳ ಮೈಯಲ್ಲಿ ಚರ್ಬಿಯೇ ಇಲ್ಲ. ಹೀಗಿರುವಾಗ ಅದರ ಔಷಧವೆಂದರೇನು, ಇದು ಆ ವೈದ್ಯನ ಕುತಂತ್ರ" ಎಂದಿತು ಕಾಕರಾಜ.

ರಾಜನಿಗೆ ಸತ್ಯ ಅರಿವಾಗಿ ಅನೇಕ ಕಾಗೆಗಳ ಸಾವಿನ ಬಗ್ಗೆ ಪಶ್ಚಾತ್ತಾಪವಾಯಿತು. ಅವನು ರಾಜವೈದ್ಯನಿಗೆ ದಂಡನೆ ನೀಡಿದ.

70. ಪ್ರಾರ್ಥನೆಯ ಬಲ

ಒಂದು ಕೆರೆಯಲ್ಲಿ ಒಂದು ಮೀನು ವಾಸಿಸುತ್ತಿತ್ತು. ಅದು ತುಂಬಾ ದೈವಭಕ್ತನಾಗಿತ್ತು. ಆ ಕೆರೆಯಲ್ಲಿ ತುಂಬಾ ಜಲಚರಗಳು ಇದ್ದವು. ಒಂದು ವರ್ಷ ಭೀಕರ ಬರ ಉಂಟಾಗಿ ಕೆರೆಯು ಬತ್ತತೊಡಗಿತು. ತುಂಬಾ ಮೀನು, ಕಪ್ಪೆ ಇತ್ಯಾದಿ ಸತ್ತು ಹೋದವು. ಇನ್ನು ಹಲವು ಸಾಯುವ ಸ್ಥಿತಿಗೆ ಬಂದವು. ದೈವಭಕ್ತ ಮೀನಿಗೆ ಸಹಜೀವಿಗಳ ಬಗ್ಗೆ ಅನುಕಂಪ ಉಂಟಾಯಿತು. ತಾನು ಏನಾದರೂ ಮಾಡಲೇಬೇಕು, ಇಲ್ಲವಾದರೆ ಅವರೆಲ್ಲ ಬೇಗನೇ ಸತ್ತುಹೋಗುವರು ಎಂದು ಅದಕ್ಕೆ ಖಚಿತವಾಯಿತು.

ಆ ಮೀನು ಆ ಕೆರೆಯಲ್ಲಿ ಇನ್ನೂ ಉಳಿದಿರುವ ಸ್ವಲ್ಪವೇ ನೀರಿನ ಮೇಲಿನ ಪದರಕ್ಕೆ ಬಂದು ದೇವರನ್ನು ಪ್ರಾರ್ಥಿಸತೊಡಗಿತು. "ದೇವಾಧಿದೇವಾ, ಕರುಣೆದೋರು. ದಯಮಾಡಿ ಮಳೆಯನ್ನು ಸುರಿಸು, ಬರವನ್ನು ಹೋಗಲಾಡಿಸು, ಜೀವಿಗಳ ಜೀವವನ್ನು ಉಳಿಸು" ಎಂದು ಬೇಡಿಕೊಂಡಿತು.

ಭಕ್ತ ಮೀನಿನ ಆಕ್ರಂದನವು ಎಷ್ಟು ಕರುಣಾಜನಕವೂ ಪ್ರಭಾವಶಾಲಿಯೂ ಆಗಿತ್ತೆಂದರೆ ಅದನ್ನು ದೇವರು ಕೇಳಿಸಿಕೊಂಡ. ಅವನ ಹೃದಯವು ಅನುಕಂಪದಿಂದಲೂ ಕಾರುಣ್ಯದಿಂದಲೂ ತುಂಬಿತು. ಅವೆಲ್ಲವೂ ಭೂಮಿಗೆ ಮಳೆಯಾಗಿ ಸುರಿಯಿತು.

ಕೆಲವೇ ಗಳಿಗೆಗಳಲ್ಲಿ ಕೆರೆಯು ಮಳೆಯ ನೀರಿನಿಂದ ತುಂಬಿತು.

ಪ್ರಾಮಾಣಿಕವಾದ ಪ್ರಾರ್ಥನೆಗೆ ಅಪಾರವಾದ ಬಲವಿದೆ. ಅದು ಪ್ರಪಂಚದ ಸ್ಥಿತಿಯನ್ನೇ ಬದಲಾಯಿಸಬಲ್ಲುದು.

71. ಅಪರಾಧಕ್ಕೆ ದಂಡನೆ

ಹನು ಎಂಬ ಹೆಸರಿನ ಒಂದು ಎಳೆಯ ಕೋತಿಯು ಒಂದು ಕಾಡಿನಲ್ಲಿ ತನ್ನ ತಂದೆ-ತಾಯಂದಿರ ಜತೆ ವಾಸಿಸುತ್ತಿತ್ತು. ಅದರ ತಾಯಿ ಕುರುಡಿಯಾಗಿದ್ದು ಮಗ ಹನು ಸದಾ ಕಾಲ ತಾಯಿಯ ಸಹಾಯಕ್ಕಾಗಿ ಜತೆಗೆ ಇರುತ್ತಿತ್ತು.

ಈ ಕುಟುಂಬ ಅಲ್ಲಿ ಶಾಂತಿ, ನೆಮ್ಮದಿಗಳಿಂದ ಜೀವನ ಮಾಡುತ್ತಿತ್ತು. ಆದರೆ ಒಂದು ದಿನ ಒಬ್ಬ ನಿಷ್ಕರುಣಿಯಾದ ಬೇಟೆಗಾರ ಅಲ್ಲಿಗೆ ಬಂದ. ಅವನು ಬಿಲ್ಲಿಗೆ ಬಾಣ ಹೂಡಿ ಮರದಲ್ಲಿರುವ ತಾಯಿ ಕೋತಿಗೆ ಗುರಿಯಿಟ್ಟ. ಇದನ್ನು ನೋಡಿದ ಹನು ಮಿಂಚಿನಂತೆ ನೆಲಕ್ಕೆ ಜಿಗಿದು ಬೇಟೆಗಾರನ ಕಾಲಿಗೆ ಬಿದ್ದು, "ಮಹನೀಯ, ದಯಮಾಡಿ ನನ್ನ ತಾಯಿಯನ್ನು ಕೊಲ್ಲಬೇಡ, ಬೇಕಿದ್ದರೆ ನನ್ನನ್ನು ಕೊಂದುಬಿಡು" ಎಂದು ಕೇಳಿಕೊಂಡಿತು.

ಬೇಟೆಗಾರ ಕ್ರೂರಿಯಾಗಿದ್ದ. ಅವನು "ಮೂರ್ಖ ಕೋತಿ ಮರಿಯೇ, ನೀನೇಕೆ ನನ್ನ ಹತ್ತಿರಕ್ಕೆ ಬಂದೆ, ನಾನೀಗ ನಿಮ್ಮಿಬ್ಬರನ್ನೂ ಕೊಲ್ಲುವೆ" ಎಂದು ಹೇಳಿದ. ಬೇಟೆಗಾರ ಬಾಣ ಹೂಡಿ ಇಬ್ಬರನ್ನೂ ಕೊಂದುಹಾಕಿದ.

ಬೇಟೆಗಾರ ಮರಳಿ ಮನೆಗೆ ಬಂದಾಗ ಅವನ ಗುಡಿಸಲು ಇದ್ದ ಜಾಗದಲ್ಲಿ ದೊಡ್ಡದಾದ ಬೂದಿಯ ಗುಡ್ಡೆ ಇತ್ತು. ಅವನ ನೆರೆಮನೆಯ ವ್ಯಕ್ತಿ ಹೀಗೆ ಹೇಳಿದ, "ನಿನ್ನ ಮನೆಗೆ ಮಿಂಚು ಬಡಿಯಿತು. ಮನೆ ಕ್ಷಣಾರ್ಧದಲ್ಲಿ ಉರಿದು ಬೂದಿಯಾಯಿತು. ನಿನ್ನ ಕುಟುಂಬ ಎಲ್ಲರೂ ಸುಟ್ಟು ಬೂದಿಯಾದರು."

ಕ್ರೂರಿ ಬೇಟೆಗಾರ ಮುಗ್ಧ ತಾಯಿ-ಮಗುವನ್ನು ಕೊಂದುದಕ್ಕಾಗಿ ದೇವರು ಅವನಿಗೆ ಶಿಕ್ಷೆ ಕೊಟ್ಟಿದ್ದ.

72. ಮೊಲ ಚಂದ್ರನಲ್ಲಿಗೆ ಹೋದದ್ದು

ಒಂದು ಕಾಡಿನಲ್ಲಿ ತುಂಬಾ ದೈವಭಕ್ತಿಯುಳ್ಳ ಒಂದು ಮೊಲ ವಾಸಮಾಡುತ್ತಿತ್ತು. ಅದು ಪ್ರತಿದಿನವೂ ದೇವರನ್ನು ಪ್ರಾರ್ಥಿಸುತ್ತಿತ್ತು. ಜಗತ್ತನ್ನು ಸಂರಕ್ಷಿಸು ಎಂಬುದಷ್ಟೆ ಅದರ ಬೇಡಿಕೆಯಾಗಿತ್ತು. ಒಂದು ದಿನ ಉಪವಾಸವಿದ್ದು ಅತಿಥಿಗೆ ಮೃಷ್ಟಾನ್ನ ಕೊಡುವ ಹಬ್ಬ ಬಂತು.

ಇದನ್ನು ಆಚರಿಸಲು ಮೊಲ ನಿರ್ಧರಿಸಿತು. ಅತಿಥಿಗಳು ಯಾರಾದರೂ ಬಂದರೆ ಅವರಿಗೆ ಮೃಷ್ಟಾನ್ನವಾಗಿ ತನ್ನನ್ನೇ ಅರ್ಪಿಸಿಕೊಳ್ಳಲು ನಿರ್ಧರಿಸಿತು.

ಅದಕ್ಕಾಗಿ ಅದು ಒಂದು ಹೋಮಕುಂಡವನ್ನೂ ಸಿದ್ಧಪಡಿಸಿ ಬೆಂಕಿ ಹಾಕಿತು.

ಮೊಲದ ಭಾವನೆಗಳು ದೇವರಿಗೆ ತಿಳಿದವು. ಅದನ್ನು ಪರೀಕ್ಷೆಗೆ ಒಡ್ಡಲು ಅವನು ನಿರ್ಧರಿಸಿ ಒಬ್ಬ ಸನ್ಯಾಸಿಯ ರೂಪ ಧರಿಸಿ ಎದುರಿಗೆ ಬಂದು, "ಮಗಾ, ನಾನು ಹಸಿದಿದ್ದೇನೆ, ತಿನ್ನಲು ಏನಾದರೂ ಇದೆಯೇ, ಇದು ಪರ್ವಕಾಲವಲ್ಲವೆ?" ಎಂದು ಕೇಳಿದ.

"ಖಂಡಿತಾ, ಪೂಜ್ಯರೆ, ನನ್ನನ್ನೇ ಸ್ವೀಕರಿಸಿರಿ" ಎಂದ ಮೊಲವು ಒಡನೆಯೇ ಯಜ್ಞಕುಂಡಕ್ಕೆ ಹಾರಿತು. ದೇವರಿಗೆ ತುಂಬಾ ಸಂತೋಷವಾಯಿತು. ಅವನು ಮೊಲಕ್ಕೆ ಮತ್ತೆ ಜೀವವನ್ನು ಕೊಟ್ಟು ಹೇಳಿದ, "ಭಕ್ತಾ, ಇನ್ನು ಮುಂದೆ ನಿನಗೆ ಆಕಾಶದಲ್ಲಿ ಒಂದು ಉನ್ನತವಾದ ಶಾಶ್ವತ ಸ್ಥಾನ ಸಿಗುವುದು."

ಆದ್ದರಿಂದಲೇ ನಾವು ಇಂದಿಗೂ ಚಂದ್ರನ ಮೇಲೆ ಮೊಲವನ್ನು ನೋಡುತ್ತೇವೆ.

73. ಋಷಿ ಹೇಳಿದ ಸತ್ಯ

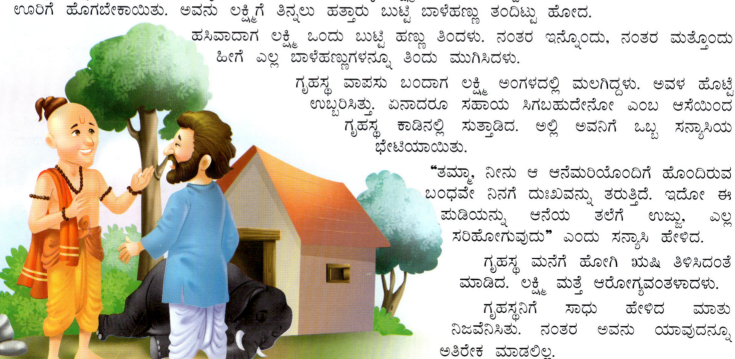

ಒಂದು ಊರಿನಲ್ಲಿ ಒಬ್ಬ ಗೃಹಸ್ಥನಿದ್ದ. ಅವನಿಗೆ ಪಕ್ಕದ ಕಾಡಿನಲ್ಲಿ ಒಂದು ಆನೆ ಮರಿ ಸಿಕ್ಕಿತು. ಅವನು ಅದನ್ನು ಮನೆಗೆ ಒಯ್ದು ತನ್ನ ಮಗಳಂತೆಯೇ ಅಕ್ಕರೆಯಿಂದ ಪಾಲಿಸಿದ. ಅದಕ್ಕೆ ಲಕ್ಷ್ಮಿ ಎಂದು ಹೆಸರಿಟ್ಟ. ಒಂದು ದಿನ ಅವನು ಬೇರೊಂದು ಊರಿಗೆ ಹೊಗಬೇಕಾಯಿತು. ಅವನು ಲಕ್ಷ್ಮಿಗೆ ತಿನ್ನಲು ಹತ್ತಾರು ಬುಟ್ಟಿ ಬಾಳೆಹಣ್ಣು ತಂದಿಟ್ಟು ಹೋದ.

ಹಸಿವಾದಾಗ ಲಕ್ಷ್ಮಿ ಒಂದು ಬುಟ್ಟಿ ಹಣ್ಣು ತಿಂದಳು. ನಂತರ ಇನ್ನೊಂದು, ನಂತರ ಮತ್ತೊಂದು ಹೀಗೆ ಎಲ್ಲ ಬಾಳೆಹಣ್ಣುಗಳನ್ನೂ ತಿಂದು ಮುಗಿಸಿದಳು.

ಗೃಹಸ್ಥ ವಾಪಸು ಬಂದಾಗ ಲಕ್ಷ್ಮಿ ಅಂಗಳದಲ್ಲಿ ಮಲಗಿದ್ದಳು. ಅವಳ ಹೊಟ್ಟೆ ಉಬ್ಬರಿಸಿತ್ತು. ಏನಾದರೂ ಸಹಾಯ ಸಿಗಬಹುದೇನೋ ಎಂಬ ಆಸೆಯಿಂದ ಗೃಹಸ್ಥ ಕಾಡಿನಲ್ಲಿ ಸುತ್ತಾಡಿದ. ಅಲ್ಲಿ ಅವನಿಗೆ ಒಬ್ಬ ಸನ್ಯಾಸಿಯ ಭೇಟಿಯಾಯಿತು.

"ತಮ್ಮಾ, ನೀನು ಆ ಆನೆಮರಿಯೊಂದಿಗೆ ಹೊಂದಿರುವ ಬಂಧವೇ ನಿನಗೆ ದುಃಖವನ್ನು ತರುತ್ತಿದೆ. ಇದೋ ಈ ಪುಡಿಯನ್ನು ಆನೆಯ ತಲೆಗೆ ಉಜ್ಜು, ಎಲ್ಲ ಸರಿಹೋಗುವುದು" ಎಂದು ಸನ್ಯಾಸಿ ಹೇಳಿದ.

ಗೃಹಸ್ಥ ಮನೆಗೆ ಹೋಗಿ ಋಷಿ ತಿಳಿಸಿದಂತೆ ಮಾಡಿದ. ಲಕ್ಷ್ಮಿ ಮತ್ತೆ ಆರೋಗ್ಯವಂತಳಾದಳು.

ಗೃಹಸ್ಥನಿಗೆ ಸಾಧು ಹೇಳಿದ ಮಾತು ನಿಜವೆನಿಸಿತು. ನಂತರ ಅವನು ಯಾವುದನ್ನೂ ಅತಿರೇಕ ಮಾಡಲಿಲ್ಲ.

74. ಬಡವ ಶ್ರೀಮಂತನಾದ

ಒಂದು ರಸ್ತೆಯ ಬದಿಯಲ್ಲಿ ಒಂದು ಇಲಿಯು ಸತ್ತು ಬಿದ್ದಿತ್ತು. ಒಬ್ಬ ಬಡ ಯುವಕ ಅದನ್ನು ನೋಡುತ್ತ ನಿಂತಿದ್ದ. ಆಗ ಆ ದಾರಿಯಾಗಿ ಬಂದ ರಾಜನ ಸಲಹೆಗಾರ "ನೀನು ಈ ಸತ್ತ ಇಲಿಯಿಂದಲೇ ಕೋಟ್ಯಧಿಪತಿ ಆಗಬಹುದು ತಮ್ಮಾ" ಎಂದ.

ಯುವಕ ಆ ಇಲಿಯನ್ನು ಕಿರಾಣಿ ಅಂಗಡಿಯವನಿಗೆ ಕೊಟ್ಟ. ಅವನ ಬೆಕ್ಕು ಅದನ್ನು ತಿಂದಿತು. ಬದಲಾಗಿ ಯುವಕನಿಗೆ ಒಂದು ನಾಣ್ಯ ಸಿಕ್ಕಿತು. ಯುವಕ ನಾಣ್ಯದಿಂದ ಹೂ ಕೊಂಡು ಮಾರಾಟ ಮಾಡಿದ. ಲಾಭ ಬಂತು. ಮರುದಿನ ಹೆಚ್ಚು ಹೂ ಮಾರಾಟ ಮಾಡಿದ. ಕೆಲವೇ ತಿಂಗಳುಗಳಲ್ಲಿ ಅವನು ಹೂವಿನ ದೊಡ್ಡ ವ್ಯಾಪಾರಿಯಾದ. ಗಾಡಿಗಟ್ಟಲೆ ಹೂ ಮಾರಾಟವಾಗುತ್ತಿತ್ತು. ಜತೆಗೆ ಅವನು ಜವಳಿ ವ್ಯಾಪಾರವನ್ನೂ ಪ್ರಾರಂಭಿಸಿದ. ಯುವಕ ಒಮ್ಮೆ ರಾಜನ ಸಲಹೆಗಾರನನ್ನು ಭೇಟಿಯಾಗಿ ಧನ್ಯವಾದದ ಸಂಕೇತವಾಗಿ ಒಂದು ಪಾರಿತೋಷಕ ನೀಡಿದ.

ಯುವಕನ ಪರಿಶ್ರಮ ಹಾಗೂ ಬುದ್ಧಿವಂತಿಕೆಯನ್ನು ನೋಡಿದ ಸಲಹೆಗಾರ ಅವನಿಗೆ ತನ್ನ ಮಗಳನ್ನೇ ಧಾರೆಯೆರೆದು ಕೊಟ್ಟ. ಬಡಯುವಕ ಸಲಹೆಗಾರನ ಅಳಿಯನಾಗಿ ಮತ್ತಷ್ಟು ಗೌರವವನ್ನು ಗಳಿಸಿದ.

ಪರಿಶ್ರಮಕ್ಕೆ ಉತ್ತಮ ಪ್ರತಿಫಲವಿದೆ.

75. ಮಾನವನಾದ ಹಾವು

ಬ್ರಾಹ್ಮಣನ ಹೆಂಡತಿಯೊಬ್ಬಳು ಒಂದು ಮಗುವಿಗೆ ಜನ್ಮ ನೀಡಿದಳು. ಆದರೆ ಆ ಮಗು ಹಾವಿನ ರೂಪದಲ್ಲಿತ್ತು. ಆದರೂ ಆ ದಂಪತಿಗಳು ಅದನ್ನು ಪ್ರೀತಿಯಿಂದ ಸಾಕಿದರು. ಪ್ರಾಪ್ತ ವಯಸ್ಕನಾದಾಗ ಅದಕ್ಕೆ ಒಬ್ಬಾಕೆ ಕನ್ಯೆಯೊಂದಿಗೆ ವೈಭವದಿಂದ ಮದುವೆಯನ್ನೂ ಮಾಡಿದರು.

ಈ ಮಧ್ಯೆ ಏನೋ ಪವಾಡ ನಡೆಯಿತು. ರಾತ್ರಿಕಾಲದಲ್ಲಿ ಆ ಹಾವಿನಿಂದ ಸುಂದರವಾದ ಯುವಕನೊಬ್ಬ ಹೊರಬರುತ್ತಿದ್ದ. ಬೆಳಿಗ್ಗೆ ಮತ್ತೆ ಅವನು ಹಾವಿನ ಶರೀರವನ್ನು ಸೇರಿಕೊಳ್ಳುತ್ತಿದ್ದ. ಒಂದು ರಾತ್ರಿ ಯುವಕನ ಕೋಣೆಯಲ್ಲಿ ಯಾರೋ ಮಾತನಾಡುವ ಸದ್ದು ಕೇಳಿ ಬ್ರಾಹ್ಮಣ ಕಿಟಕಿಯ ಮೂಲಕ ಇಣಿಕಿ ನೋಡಿದ. ಅಲ್ಲಿ ಯುವಕ ಇದ್ದ. ಹಾವಿನ ಶರೀರ ಕೆಳಗೆ ಬಿದ್ದಿತ್ತು. ಮಗ-ಸೊಸೆ ಮಾತುಕತೆಯಾಡುತ್ತಿದ್ದರು. ಅವನಿಗೆ ಎಲ್ಲವೂ ಅರ್ಥವಾಗಿ ಸಂತೋಷವಾಯಿತು.

ಬ್ರಾಹ್ಮಣ ಕೂಡಲೆ ಆ ಕೋಣೆಯ ಒಳಗೆ ಹೋಗಿ ಹಾವನ್ನು ಎತ್ತಿಕೊಂಡು ಹೋಗಿ ಸುಟ್ಟುಹಾಕಿದ.

ಮಗ ತಂದೆಗೆ ಹೇಳಿದ, "ನಾನು ಒಂದು ಶಾಪದ ಕಾರಣದಿಂದ ಹಾವಾಗಿ ಹುಟ್ಟಿದೆ. ನೀನೀಗ ಹಾವನ್ನು ಸುಟ್ಟು ನನಗೆ ಶಾಪ ವಿಮೋಚನೆ ಮಾಡಿದೆ, ನನಗೆ ಪುನರ್ಜನ್ಮ ನೀಡಿದೆ" ಎಂದು ಹೇಳಿದ.

ಯುವಕ ಮತ್ತೆ ಹಾವಾಗಲಿಲ್ಲ.

76. ನವಿಲಿನ ಜಂಬ

ಒಂದು ಕಾಡಿನಲ್ಲಿ ಒಂದು ಸರೋವರ ಇತ್ತು. ಅದರ ಸುತ್ತಲೂ ಸುಂದರವಾದ ಮರಗಳೂ ಗಿಡಬಳ್ಳಿಗಳೂ ಇದ್ದವು. ಅಲ್ಲಿ ಒಂದು ನವಿಲು ವಾಸಿಸುತ್ತಿತ್ತು. ಅದಕ್ಕೆ ಸುಂದರವಾದ ಗರಿಗಳಿದ್ದವು. ಅದು ದಿನಾಲೂ ಸರೋವರದ ನೀರಿನಲ್ಲಿ ತನ್ನ ಪ್ರತಿಬಿಂಬವನ್ನು ನೋಡಿ ಜಂಬ ಪಡುತ್ತಿತ್ತು.

ಒಂದು ದಿನ ಒಂದು ಕೊಕ್ಕರೆಯು ಆಹಾರ ಅರಸುತ್ತ ಅಲ್ಲಿಗೆ ಬಂತು. ಆ ಸರೋವರದಲ್ಲಿ ತುಂಬಾ ಮೀನುಗಳಿದ್ದವು. ಕೊಕ್ಕರೆಗೆ ತುಂಬಾ ಹಸಿವಾಗಿತ್ತು.

ಜಂಬದ ನವಿಲು ತನ್ನ ರೆಕ್ಕೆಗಳನ್ನು ಬಿಚ್ಚಲು ಪ್ರಾರಂಭಿಸಿ ಕೊಕ್ಕರೆಯೊಡನೆ ಹೇಳಿತು, “ನನ್ನನ್ನು ಒಮ್ಮೆ ನೋಡು. ಈ ರೆಕ್ಕೆಗಳು ಎಷ್ಟು ವರ್ಣರಂಜಿತವಾಗಿವೆ, ನಿನ್ನಂತೆ ಬೋಳು ಬೋಳಾಗಿ ಅಲ್ಲ.”

ಕೊಕ್ಕರೆಯು ನವಿಲಿನ ಕಡೆ ಸ್ವಲ್ಪ ಹೊತ್ತು ನೋಡಿ ಹೇಳಿತು, “ಗೆಳೆಯಾ, ನಿನ್ನ ಮಾತು ನಿಜ. ನೀನು ಸುಂದರವಾಗಿದ್ದೀಯ.” ನವಿಲು ಇನ್ನಷ್ಟು ಜಂಬದಿಂದ ಹೇಳಿತು, “ಈ ಕಾಡಿನಲ್ಲಿ ನನ್ನಂತೆ ಅಂದಗಾರರು ಬೇರಾರೂ ಇಲ್ಲ.”

ಕೊಕ್ಕರೆ ಹೇಳಿತು, “ಹಾರಲು ಸಾಧ್ಯವಿಲ್ಲದ ರೆಕ್ಕೆಗಳು ಎಷ್ಟು ಸುಂದರವಾಗಿದ್ದರೆ ಏನು ಉಪಯೋಗ? ನನ್ನ ರೆಕ್ಕೆಗಳು ಬೋಳು ಬೋಳಾಗಿವೆ ನಿಜ, ಆದರೆ ನಾನು ಎಲ್ಲಿಗೆ ಬೇಕಾದರೂ ಹಾರಲು ಅವು ಸಹಾಯಮಾಡುತ್ತವೆ.”

ನವಿಲಿಗೆ ಮಾತೇ ಬರಲಿಲ್ಲ. ವಿನಯಶೀಲತೆಯ ಅಗತ್ಯ ಅದಕ್ಕೀಗ ತಿಳಿಯಿತು.

77. ಟಗರುಗಳು ಹಾಗೂ ತೋಳ

ಒಂದು ಬೆಟ್ಟ ಸಾಲಿನ ದಟ್ಟ ಅರಣ್ಯದಲ್ಲಿ ಒಂದು ತೋಳ ವಾಸ ಮಾಡುತ್ತಿತ್ತು. ಒಂದು ದಿನ ಅದು ಆಹಾರವನ್ನು ಹುಡುಕುತ್ತಾ ಅಲೆಯುತ್ತಿದ್ದಾಗ ಒಂದು ಹುಲ್ಲುಗಾವಲು ಕಾಣಿಸಿತು. ಅಲ್ಲಿ ಎರಡು ಟಗರುಗಳು ಪರಸ್ಪರ ಹೋರಾಡುತ್ತಿದ್ದವು. ತೋಳವು ಒಂದು ಪೊದೆಯ ಹಿಂದೆ ಅವಿತುಕೊಂಡು ಈ ಹೋರಾಟವನ್ನು ನೋಡತೊಡಗಿತು.

‘ಈ ಹೋರಾಟದಲ್ಲಿ ಎರಡು ಟಗರುಗಳೂ ಸತ್ತುಹೋದರೆ ನನಗೆ ಕೆಲವಾರು ದಿನಗಳಿಗೆ ಆಹಾರಕ್ಕೆ ಕೊರತೆ ಬಾರದು’ ಎಂದು ತೋಳ ಅಂದುಕೊಂಡಿತು.

ಟಗರುಗಳ ಹೋರಾಟ ಮುಂದುವರಿದೇ ಇತ್ತು. ಎರಡೂ ಕೆಲವು ಹೆಜ್ಜೆ ಹಿಂದೆ ಹೋಗಿ ಮತ್ತೆ ಮುಂದೆ ಧಾವಿಸಿ ಬಂದು ಡಿಕ್ಕಿ ಹೊಡೆದು ಹೋರಾಡುತ್ತಿದ್ದವು. ಹೋರಾಟ ಮುಂದುವರಿದಂತೆ ಎರಡೂ ಟಗರುಗಳೂ ಗಾಯಗೊಂಡವು. ಅವುಗಳ ಹಣೆಯಿಂದ ರಕ್ತ ಸುರಿಯತೊಡಗಿತು. ತೋಳದ ತಾಳ್ಮೆ ಕರಗತೊಡಗಿತು.

‘ಈ ಜಗಳ ಪ್ರಾರಂಭವಾಗಿ ಎಷ್ಟೋ ಸಮಯ ಆಯಿತು. ಎರಡೂ ಟಗರುಗಳಿಗೆ ತುಂಬಾ ದಣಿವು, ನಿಶ್ಶಕ್ತಿ ಎಲ್ಲವೂ ಆಗಿರುತ್ತದೆ. ಒಂದನ್ನು ನಾನು ಕೊಂದುಬಿಡುತ್ತೇನೆ. ಅದನ್ನು ತಿಂದ ಮೇಲೆ ಇನ್ನೊಂದನ್ನು ನೋಡಿಕೊಳ್ಳೋಣ’ ಹೀಗೆ ಅಂದುಕೊಂಡು ತೋಳ ಮುಂದೆ ಬಂತು.

ಅದು ಒಂದು ಟಗರಿನ ಕುತ್ತಿಗೆಗೆ ಬಾಯಿ ಹಾಕಲು ಜಿಗಿಯಿತು. ಅದೇ ಸಮಯಕ್ಕೆ ಎರಡೂ ಟಗರುಗಳು ಡಿಕ್ಕಿ ಹೊಡೆಯಲು ಧಾವಿಸಿದವು. ತೋಳ ಎರಡು ಟಗರುಗಳ ಮಧ್ಯೆ ಸಿಲುಕಿ ಅಪ್ಪಚ್ಚಿಯಾಗಿ ಸತ್ತುಹೋಯಿತು.

78. ಬೇಟೆಗಾರನ ದೂತ

ಒಂದು ದಿನ ಒಬ್ಬ ಬೇಟೆಗಾರ ಕಾಡಿಗೆ ಹೋದ. ಅವನಲ್ಲಿ ಬಿಲ್ಲು-ಬಾಣಗಳು ಇದ್ದವು. ಅವನು ಬಾಣಪ್ರಯೋಗದಲ್ಲಿ ಅತ್ಯಂತ ಪರಿಣತನಾಗಿದ್ದ. ಕ್ರೂರ ಮೃಗಗಳೆಲ್ಲ ಅವನಿಗೆ ಭಯ ಪಡುತ್ತಿದ್ದವು. ಅವನು ಬರುತ್ತಲೇ ಮೃಗಗಳೆಲ್ಲ ಓಡಿ ಗವಿಗಳಲ್ಲೂ ಪೊದೆಗಳಲ್ಲೂ ಬಚ್ಚಿಟ್ಟುಕೊಳ್ಳುತ್ತಿದ್ದವು.

ಆದರೆ ಈ ದಿನ ಒಂದು ಸಿಂಹವು ತಾನು ಬಲು ಧೈರ್ಯಶಾಲಿ ಎಂದು ಭಾವಿಸಿಕೊಂಡು ಬೇಟೆಗಾರ ನನ್ನು ಎದುರಿಸಿ ಹೋರಾಡಲು ನಿರ್ಧರಿಸಿತು.

ಬೇಟೆಗಾರ ಸಿಂಹವನ್ನು ಕೇಳಿದ, "ಯಾಕೆ ಇನ್ನೂ ಇಲ್ಲಿ ನಿಂತಿದ್ದೀಯಾ? ನಿನಗೆ ಜೀವದ ಮೇಲೆ ಪ್ರೀತಿ ಇಲ್ಲವೆ?"

ಸಿಂಹ ಹೇಳಿತು, "ನನಗೆ ನಿನ್ನ ಭಯವಿಲ್ಲ."

"ಸರಿ ಹಾಗಾದರೆ, ನನ್ನ ದೂತನನ್ನು ಕಳಿಸುತ್ತೇನೆ, ಅವನೊಂದಿಗೆ ವ್ಯವಹರಿಸು" ಎಂದು ಬೇಟೆಗಾರ ಒಂದು ಬಾಣವನ್ನು ಹೆದೆಯೇರಿಸಿ ಹೊಡೆದ.

ಆ ಬಾಣ ಸಿಂಹದ ಭುಜಕ್ಕೆ ತಗುಲಿತು. ಗಾಯಗೊಂಡ ಸಿಂಹ ನೋವಿನಿಂದ ನರಳುತ್ತಾ ಕುಂಟುತ್ತಾ ಓಡಿತು.

ಸಿಂಹದ ಸ್ಥಿತಿಯನ್ನು ನೋಡಿದ ಒಂದು ನರಿ ಕೇಳಿತು, "ಮಹಾರಾಜ, ಯಾಕೆ ಓಡಿಬಂದೆ, ಏನಾಯಿತು?"

"ಅಯ್ಯೋ, ಒಬ್ಬ ದೂತನೇ ಇಷ್ಟು ನೋವು ಮಾಡುವುದಿದ್ದರೆ ಒಡೆಯನೇ ಬಂದರೆ ಇನ್ನೇನೆಲ್ಲ ತೊಂದರೆ ಮಾಡುವನೋ. ಅಪಾಯಕಾರಿ ಜನರ ಹತ್ತಿರಕ್ಕೂ ಹೋಗಬಾರದು" ಎಂದಿತು ಸಿಂಹ ಗಾಯವನ್ನು ತೋರಿಸುತ್ತ.

79. ಡುಮ್ಮಿ ಹೇಂಟೆ

ಒಂದು ಊರಿನಲ್ಲಿ ಒಬ್ಬಳು ವಯಸ್ಸಾದ ಹೆಂಗಸು ಒಂದು ಪುಟ್ಟ ಗುಡಿಸಲಿನಲ್ಲಿ ವಾಸ ಮಾಡುತ್ತಿದ್ದಳು. ಆ ಬಡವಿಯ ಬಳಿ ಒಂದು ಹೇಂಟೆ ಇದ್ದಿತು. ಆ ಹಳದಿ ಹೇಂಟೆ ಧಾನ್ಯದ ಕಾಳುಗಳು, ಅಂಗಳದ ಬದಿಯ ಹುಳ-ಹುಪ್ಪಟೆ ಇತ್ಯಾದಿ ತಿಂದು ಮಾವಿನ ಮರದ ಬುಡದಲ್ಲಿನ ಹುಲ್ಲಿನ ಗೂಡಿನಲ್ಲಿ ದಿನಾಲೂ ಒಂದು ಮೊಟ್ಟೆ ಇರಿಸುತ್ತಿತ್ತು.

ಹೆಂಗಸು ಆ ಮೊಟ್ಟೆಯನ್ನು ಉತ್ತಮ ಬೆಲೆಗೆ ಮಾರುಕಟ್ಟೆಯಲ್ಲಿ ಮಾರುತ್ತಿದ್ದಳು.

ಕೋಳಿಗೆ ಹೆಚ್ಚು ಆಹಾರ ಕೊಟ್ಟರೆ ದಿನಕ್ಕೆರಡು ಮೊಟ್ಟೆ ಇಡಬಹುದು, ಆಗ ತಾನು ಸಿರಿವಂತೆಯಾಗಬಹುದು ಎಂದು ಮನದಲ್ಲೇ ಎಣಿಕೆ ಹಾಕಿದ ಆಕೆ ತನ್ನ ಹೆಂಟೆಗೆ ದುಪ್ಪಟ್ಟು ಧಾನ್ಯ ಕೊಡತೊಡಗಿದಳು.

ಆದರೆ ಹೇಂಟೆ ಧಾನ್ಯ ತಿಂದು ತಿಂದು ತನ್ನ ಮೈ ಬೆಳೆಸಿಕೊಂಡಿತೇ ಹೊರತು ಹೆಚ್ಚಿನ ಮೊಟ್ಟೆಗಳನ್ನೇನೂ ಕೊಡಲಿಲ್ಲ. ಹೇಂಟೆ ದಿನದಿಂದ ದಿನಕ್ಕೆ ದಪ್ಪವಾಗುತ್ತಾ ತುಂಬಾ ಡುಮ್ಮಿಯಾಯಿತು.

ಹೀಗೆ ಡುಮ್ಮಿಯಾದ ಹೇಂಟೆ ಒಂದು ದಿನ ಮೊಟ್ಟೆ ಇಡುವುದನ್ನೇ ನಿಲ್ಲಿಸಿಬಿಟ್ಟಿತು.

ತನ್ನ ಲೆಕ್ಕಾಚಾರ ತಪ್ಪಾಯಿತಲ್ಲಾ ಎಂದು ಆ ಹೆಂಗಸು ಪಶ್ಚಾತ್ತಾಪ ಪಟ್ಟಳು.

ಎಲ್ಲವೂ ನಮ್ಮ ಯೋಜನೆಯಂತೆಯೆ ನಡೆಯುತ್ತದೆ ಎಂದು ಹೇಳಲಾಗದು.

80. ಉಪಾಯಗಾರ ನರಿ

ಒಂದು ಕಾಡಿನಲ್ಲಿ ಒಂದು ತಂತ್ರಗಾರ ನರಿ ಇತ್ತು. ಒಂದು ದಿನ ಅದಕ್ಕೆ ಹುಲ್ಲುಗಾವಲಿನಲ್ಲಿ ಹೆಣ್ಣು ಜಿಗರೆಯೊಂದು ಮೇಯುವುದು ಕಾಣಿಸಿತು. ಅದು ಒಂದು ಚಿರತೆ ಹಾಗೂ ಇಲಿಯನ್ನು ಭೇಟಿಯಾಯಿತು. ಮೂರೂ ಪ್ರಾಣಿಗಳು ಸೇರಿ ಜಿಗರೆಯನ್ನು ಕೊಲ್ಲಲು ಉಪಾಯ ಹೂಡಿದವು.

ಮೊದಲು ಇಲಿಯು ಜಿಗರೆಯ ಗೊರಸುಗಳನ್ನು ಹಲ್ಲಿನಿಂದ ಕಡಿಯುತ್ತಾ ಅದಕ್ಕೆ ಕಿರಿಕಿರಿ ಉಂಟುಮಾಡಿತು. ಕೂಡಲೇ ಚಿರತೆಯು ಜಿಗರೆಯ ಮೇಲೆ ಜಿಗಿದು ಅದನ್ನು ಕೊಂದುಹಾಕಿತು.

ನರಿ ಹೇಳಿತು, "ಸ್ನಾನ ಮಾಡದೆ ಊಟ ಮಾಡಬಾರದು, ನಾನು ಬೆಳಿಗ್ಗೆಯೇ ಸ್ನಾನ ಮುಗಿಸಿದ್ದೇನೆ. ನೀವಿಬ್ಬರೂ ಸ್ನಾನ ಮಾಡಿ ಬನ್ನಿ."

ಚಿರತೆಯೂ ಇಲಿಯೂ ಸ್ನಾನ ಮಾಡಲು ನದಿಗೆ ಹೋದವು. ಚಿರತೆ ವಾಪಸು ಬಂದಾಗ ನರಿ, "ತನ್ನ ಸಹಾಯವಿಲ್ಲದೆ ನಮಗೆ ಜಿಗರೆಯನ್ನು ಕೊಲ್ಲಲು ಆಗುತ್ತಿರಲಿಲ್ಲ ಎಂದು ಇಲಿ ಹೇಳಿತು" ಎಂದು ಸುಳ್ಳು ಹೇಳಿತು.

ಚಿರತೆಗೆ ಕೋಪ ಬಂತು. ಅದು ಜಿಗರೆಯ ಊಟ ತನಗೆ ಬೇಡ ಎಂದು ಹೇಳಿ ಹೊರಟು ಹೋಯಿತು.

ಇಲಿ ಬಂದಾಗ ನರಿ ಹೇಳಿತು, "ಚಿರತೆಯನ್ನು ನಾನು ಹೋರಾಡಿ ಸೋಲಿಸಿದೆ, ಅದು ಪಲಾಯನ ಮಾಡಿತು. ಈಗ ನಿನ್ನ ಸರದಿ." ಇಲಿ ಲಗುಬಗೆಯಿಂದ ಹೊರಟು ಹೋಯಿತು. ಉಪಾಯಗಾರ ನರಿಯೆ ಇಡೀ ಜಿಗರೆಯನ್ನು ತಿಂದು ಮುಗಿಸಿತು.

81. ಹುಳಿ ದ್ರಾಕ್ಷಿ

ಒಂದು ಕಾಡಿನಲ್ಲಿ ಒಂದು ನರಿ ಇತ್ತು. ಅದು ಒಂದು ದಿನ ಬೆಳಿಗ್ಗೆ ಹಸಿವು ತಾಳಲಾರದೆ ಕಾಡಿನ ಅಂಚಿನಲ್ಲಿದ್ದ ಚಿಕ್ಕ ಊರಿನ ದಾರಿಯಲ್ಲಿ ಹೋಗುತ್ತಿತ್ತು. ಮರವೊಂದಕ್ಕೆ ಹಬ್ಬಿದ ದ್ರಾಕ್ಷಿ ಬಳ್ಳಿಯಲ್ಲಿ ದ್ರಾಕ್ಷಿ ಹಣ್ಣಿನ ಗೊಂಚಲುಗಳು ತೂಗುತ್ತಿರುವುದು ಅದಕ್ಕೆ ಕಾಣಿಸಿತು.

ಆ ಬಳ್ಳಿಯ ದ್ರಾಕ್ಷಿ ಗೊಂಚಲುಗಳು ರಸದಿಂದ ತುಂಬಿ ಹೊಳೆಯುತ್ತಿದ್ದವು. ನರಿ ಅವುಗಳನ್ನೇ ನೋಡುತ್ತಾ ಸ್ವಲ್ಪ ಹೊತ್ತು ಕುಳಿತಿತು. ಅವುಗಳನ್ನು ತಿನ್ನಲೇಬೇಕೆಂದು ನರಿ ತೀರ್ಮಾನಿಸಿತು.

ದ್ರಾಕ್ಷಿಯ ಗೊಂಚಲುಗಳು ಎತ್ತರದಲ್ಲಿದ್ದವು. ನರಿಗೆ ಎಟುಕುತ್ತಿರಲಿಲ್ಲ. ಆದರೆ ಅದಕ್ಕೆ ದ್ರಾಕ್ಷಿ ಹಣ್ಣುಗಳನ್ನು ತಿನ್ನಲೇಬೇಕೆಂಬ ಆಶೆಯು ಪ್ರಬಲವಾಗುತ್ತಿತ್ತು. ಅದನ್ನು ಹಸಿವು ಬೇರೆ ಕಾಡುತ್ತಿತ್ತು. ಹಾಗಾಗಿ ನರಿ ಗೊಂಚಲು ಕೀಳಲು ಅವುಗಳತ್ತ ನೆಗೆಯಿತು. ಆದರೆ ದ್ರಾಕ್ಷಿ ಸಿಗಲಿಲ್ಲ. ನೆಗೆದು ನೆಗೆದು ನರಿಗೆ ಆಯಾಸವಾಯಿತು. ಅದಕ್ಕೆ ಬೇರೇನೂ ಉಪಾಯ ಹೊಳೆಯಲಿಲ್ಲ.

ಜಿಗಿದು ಬಳಲಿದ ನರಿ ಕುಸಿದು ಕುಳಿತಿತು. ಆಮೇಲೆ ಅದಕ್ಕೆ ದ್ರಾಕ್ಷಿ ಹುಳಿಯಾಗಿರಬಹುದು ಎಂದು ಅನಿಸಿತು. "ಹೌದು, ಈ ದ್ರಾಕ್ಷಿ ಹುಳಿಯಾಗಿರಬಹುದು, ಅಂತಹದಕ್ಕೆ ನಾನೇಕೆ ಆಸೆ ಪಡಲಿ" ಅನ್ನುತ್ತ ನರಿ ಅಲ್ಲಿಂದ ಕಾಲ್ತೆಗೆಯಿತು.

ಸಿಗದೇ ಇರುವ ವಸ್ತುಗಳ ಬಗ್ಗೆ ಬೇಸರ, ದ್ವೇಷ ಬೆಳೆಸಿಕೊಳ್ಳುವುದು ಸುಲಭ.

82. ಕ್ರೂರಿಯಾದ ತೋಳ

ಒಂದು ಕಾಡಿನ ಒಂದು ಹಳ್ಳದಲ್ಲಿ ಒಂದು ತೋಳವು ನೀರು ಕುಡಿಯುತ್ತಿತ್ತು. ಆ ವೇಳೆ ಅಲ್ಲಿಗೆ ಒಂದು ಕುರಿಮರಿಯೂ ಬಂದು ನೀರು ಕುಡಿಯತೊಡಗಿತು. ಆ ಕುರಿಮರಿಯನ್ನು ಕೊಂದು ತಿನ್ನಬೇಕೆಂದು ತೋಳನಿಗೆ ಬಯಕೆಯಾಯಿತು.

"ನೀನು ಯಾಕೆ ಈ ಹಳ್ಳದಿಂದ ನೀರು ಕುಡಿಯುತ್ತೀಯಾ? ನೀನು ನೀರು ಕುಡಿದರೆ ನೀರು ಕೊಳಕಾಗುವುದೆಂದು ತಿಳಿಯದೇ?" ತೋಳ ಗದರಿತು.

"ಸ್ವಾಮೀ, ಅದು ಹೇಗೆ ಸಾಧ್ಯ. ನಾನು ತೊರೆಯ ಕೆಳಭಾಗದಲ್ಲಿದ್ದೇನೆ. ನೀವೇ ಮೇಲ್ಭಾಗದಲ್ಲಿದ್ದೀರಿ" ಹೇಳಿತು ಕುರಿಮರಿ.

"ಆಯಿತು, ಆದರೆ ನೀನು ನನ್ನನ್ನು ಬಯ್ಯುತ್ತಿರುವುದೇಕೆ?" ತೋಳನ ಪ್ರಶ್ನೆ.

"ನಾನು ನಿಮ್ಮ ಬಗ್ಗೆ ಯಾವೊಂದು ಮಾತನ್ನೂ ಆಡಿಲ್ಲವಲ್ಲ" ಕುರಿಮರಿಯ ಉತ್ತರ.

"ಹೌದೇನು? ಕಳೆದ ವರ್ಷ ನೀನು ನನ್ನೊಡನೆ ಕೆಟ್ಟದಾಗಿ ನಡೆದುಕೊಂಡೆಯಲ್ಲ? ಅದಕ್ಕೇನು ಹೇಳುವೆ?" ಆಕ್ಷೇಪಿಸಿತು ತೋಳ.

"ಕಳೆದ ವರ್ಷವೇ, ನಾನಾಗ ಹುಟ್ಟಿರಲೇ ಇಲ್ಲವಲ್ಲ?" ಕೇಳಿತು ಕುರಿಮರಿ.

"ಓ ಹೌದೇ? ಹಾಗಿದ್ದರೆ, ಅದು ನಿನ್ನ ತಾಯಿಯಾಗಿರಬಹುದು. ಅವಳ ತಪ್ಪಿಗೆ ನೀನು ಬೆಲೆ ತೆರಲೇಬೇಕು" ಹೀಗೆ ಹೇಳಿದ ತೋಳ ಕುರಿಮರಿಯ ಮೇಲೆ ದಾಳಿ ಮಾಡಿ ಕೊಂದುಹಾಕಿತು.

ನಿರಪರಾಧಿಗಳನ್ನು ದಮನ ಮಾಡಲು ಕ್ರೂರಿಗಳೂ ಬಲಾಢ್ಯರೂ ಏನಾದರೊಂದು ನೆಪ ಕಂಡುಕೊಳ್ಳುತ್ತಾರೆ.

83. ಸಿಂಹದ ಬೇಟೆಗಾರ

ಒಂದು ದಿನ ಒಬ್ಬ ಬೇಟೆಗಾರ ಕಾಡಿಗೆ ಹೋದ. ಅವನು ಮಾತಿನ ಶೂರ ಮಾತ್ರವಾಗಿದ್ದ. ತಾನು ಸಿಂಹವನ್ನು ಕೊಂದು ತರುವುದಾಗಿ ಗೆಳೆಯರೆದುರು ಜಂಭ ಕೊಚ್ಚಿಕೊಂಡು ಕಾಡಿಗೆ ಬಂದಿದ್ದ. ಅಲ್ಲಿ ಅವನಿಗೆ ಮರ ಕಡಿಯುವ ಸದ್ದು ಕೇಳಿಸಿತು. ಸದ್ದನ್ನು ಅನುಸರಿಸಿ ಹೋದಾಗ ಅವನಿಗೆ ಒಬ್ಬನು ಮರ ಕಡಿಯುತ್ತಿರುವುದು ಕಾಣಿಸಿತು. ಬೇಟೆಗಾರನು ಅವನ ಬಳಿಗೆ ಹೊಗಿ "ತಮ್ಮಾ, ನೀನು ಇಲ್ಲಿ ಎಲ್ಲಾದರು ಸಿಂಹವನ್ನು ನೋಡಿದೆಯಾ?" ಎಂದು ಕೇಳಿದ.

"ನಾನು ಸಿಂಹವನ್ನು ನೋಡಿಲ್ಲ, ಆದರೆ ಅದರ ಹೆಜ್ಜೆಗುರುತು ಕಂಡಿದ್ದೇನೆ. ಅದನ್ನು ತೋರಿಸಬಲ್ಲೆ. ನನ್ನ ಜತೆ ಬಾ" ಎಂದ ಮರ ಕಡಿಯುವವ.

ಮರ ಕಡಿಯುವವನು ಬೇಟೆಗಾರನನ್ನು ಕಾಡಿನ ದಾರಿಯಲ್ಲಿ ಸ್ವಲ್ಪ ದೂರ ಕರೆದೊಯ್ದ. ಹೆಜ್ಜೆ ಗುರುತುಗಳು ಕಾಣಿಸಿದವು. ಅಷ್ಟರಲ್ಲಿ ಬೇಟೆಗಾರ ಹಠಾತ್ತನೆ ನಿಂತುಬಿಟ್ಟ. ಅವನ ಹಣೆ ಬೆವರತೊಡಗಿತು. ಕೈಕಾಲು ನಡುಗತೊಡಗಿದವು.

ಅವನು ಮರಕಡಿಯುವವನಿಗೆ ಹೇಳಿದ, "ಸರಿ, ಸರಿ, ನಾವಿನ್ನು ವಾಪಸು ಹೋಗೋಣ. ನನಗಿಷ್ಟೆ ಸಾಕು; ಸಿಂಹದ ಪಂಜದ ಗುರುತು ನೋಡಿದೆ, ಸಿಂಹವನ್ನು ಆಮೇಲೆ ನೋಡಿಕೊಳ್ಳೋಣ."

ಇಷ್ಟು ಹೇಳಿದವನೇ ಬೇಟೆಗಾರ ಬಿರಬಿರನೇ ನಡೆದು ಬಿಟ್ಟ. ಉಸಿರಿದ್ದರೆ ಬೇಡಿ ತಿಂದೇನು ಎಂಬ ಭಾವ ಅವನ ನಡಿಗೆಯಲ್ಲಿ ಕಾಣಿಸುತ್ತಿತ್ತು.

ಹೇಡಿಗಳು ಅಪಾಯ ದೂರದಲ್ಲಿದ್ದಾಗ ಶೂರರಾಗಿರುತ್ತಾರೆ.

84. ಅಂದ ಚೆಂದ ಮೇಲೋ ಬುದ್ಧಿ ಮೇಲೋ

ಒಂದು ಚಿರತೆಯೂ ಒಂದು ನರಿಯೂ ಒಂದು ಕಾಡಿನಲ್ಲಿ ವಾಸಿಸುತ್ತಿದ್ದವು. ಅವೆರಡೂ ಅತ್ಯುತ್ತಮ ಸ್ನೇಹಿತರೂ ಆಗಿದ್ದವು. ಎರಡೂ ಕೂಡ ಒಟ್ಟಿಗೇ ಬೇಟೆಯಾಡುವುದು, ಒಟ್ಟಿಗೇ ತಿರುಗಾಡುವುದು ಮಾಡುತ್ತಿದ್ದವು.

ಒಂದು ದಿನ ಅವು ಎರಡೂ ನದೀ ದಂಡೆಯ ಮೇಲೆ ನಡೆದುಹೋಗುತ್ತಿದ್ದವು. ಆಗ ಚಿರತೆ ನದಿಯ ನೀರಿನಲ್ಲಿ ತನ್ನ ಪ್ರತಿಬಿಂಬ ನೋಡುತ್ತ, "ನನ್ನ ಮೈಯ ಅಂದ ನೋಡು. ಹಳದಿ ಮೈ ಮೇಲೆ ಕಪ್ಪು ಚುಕ್ಕಿ. ನೋಡಲು ಎಷ್ಟು ಸುಂದರ, ನನ್ನ ಅಂದಕ್ಕೆ ಸಾಟಿ ಇಲ್ಲ. ಅದ್ಭುತ" ಎಂದು ತನ್ನನ್ನೇ ತಾನು ಹೊಗಳಿಕೊಂಡಿತು.

"ನೀನು ಸುಂದರವಾಗಿರಬಹುದು, ನಾನೇನೂ ಕಡಿಮೆಯಿಲ್ಲ. ರೋಮ ತುಂಬಿದ, ಚಾಮರದಂತಹ ನನ್ನ ಬಾಲ ನೋಡು" ಹೇಳಿತು ನರಿ.

ಅದು ಚಿರತೆಗೆ ಇಷ್ಟವಾಗಲಿಲ್ಲ. "ನಾನು ನಿನಗಿಂತ ಸುಂದರನಾಗಿದ್ದೇನೆ. ನೋಡು, ಈ ಎಳೆ ಬಿಸಿಲಲ್ಲಿ ನನ್ನ ಚರ್ಮ ರೇಷ್ಮೆಯಂತೆ ನುಣುಪಾಗಿ ಹೊಳೆಯುತ್ತಿದೆ" ಎಂದಿತು.

ಮಾತುಕತೆ ಹೀಗೇ ಮುಂದುವರಿದು ವಾಗ್ವಾದವಾಗಿ ಬೆಳೆಯಿತು. ಕಪ್ಪು ಚುಕ್ಕೆಗಳಿಂದಾಗಿಯೇ ತನ್ನ ಸೌಂದರ್ಯ ಹೆಚ್ಚಾಗಿದೆ ಎಂದು ಚಿರತೆ ವಾದಿಸಿತು. ಕೊನೆಗೂ ನರಿ ವಾದ ಮಾಡುವುದನ್ನು ನಿಲ್ಲಿಸಿ, "ನಿಜ, ನೀನು ನನಗಿಂತ ಸುಂದರನಾಗಿದ್ದಿ. ಆದರೆ ನಾನು ಹೆಚ್ಚು ಬುದ್ಧಿವಂತ. ಬುದ್ಧಿವಂತ ಮನಸ್ಸು ಸುಂದರ ದೇಹಕ್ಕಿಂತ ಹೆಚ್ಚು ಮಹತ್ವವಾದುದು" ಎಂದು ಕೊನೆ ಹಾಡಿತು.

85. ನಾಯಿ ಕಡಿತ

ಒಂದು ದಿನ ಒಂದು ಊರಲ್ಲಿ ಒಬ್ಬ ಮನುಷ್ಯ ರಸ್ತೆಯಲ್ಲಿ ನಡೆದುಕೊಂಡು ಹೋಗುತ್ತಿದ್ದ. ಅಷ್ಟರಲ್ಲಿ ಹಠಾತ್ತನೆ ಒಂದು ನಾಯಿ ಓಡಿ ಬಂದು ಅವನ ಕಾಲನ್ನು ಕಡಿಯಿತು.

ಆ ಮನುಷ್ಯ ನೋವಿನಿಂದಲೂ ಭಯದಿಂದಲೂ ಕೂಗಿದ. ನಂತರ ನಾಯಿಯನ್ನು ಬೊಬ್ಬಿಟ್ಟು ದೂರ ಅಟ್ಟಿ, ಚಿಕಿತ್ಸೆ ಪಡೆಯಲು ವೈದ್ಯರ ಬಳಿ ಹೋದ.

ಹಿಂದಕ್ಕೆ ಬರುತ್ತ ಅವನು ಒಬ್ಬ ಗೆಳೆಯನನ್ನು ಭೇಟಿಯಾದ. "ಏನು ಸಮಾಚಾರ, ಯಾಕೆ ಮುಖ ಸಪ್ಪಗಿದೆ?" ಎಂದು ಗೆಳೆಯ ಕೇಳಿದ. ನಾಯಿ ಕಡಿದ ವಿಷಯ ಹೇಳಿದಾಗ "ಅದಕ್ಕೊಂದು ಉಪಾಯ ನಾನು ಹೇಳುತ್ತೇನೆ" ಅಂದ ಅವನು.

"ಒಂದು ರೊಟ್ಟಿಯನ್ನು ನಾಯಿ ಕಡಿದ ಜಾಗಕ್ಕೆ ಒತ್ತಿ ನಂತರ ಅದನ್ನು ನಾಯಿಯತ್ತ ಎಸೆ. ನಾಯಿ ಕಡಿತದ ಗಾಯ ಸಂಪೂರ್ಣವಾಗಿ ವಾಸಿಯಾಗುತ್ತದೆ."

"ಇಲ್ಲ ಇಲ್ಲ, ನಿನ್ನ ಉಪದೇಶ ಪಾಲಿಸಿದರೆ ಈ ಊರಿನ ಎಲ್ಲಾ ನಾಯಿಗಳೂ ನನ್ನನ್ನು ಬೆನ್ನಟ್ಟಿ ಬರುತ್ತವೆ" ಎಂದ ನಾಯಿಯಿಂದ ಕಡಿಸಿಕೊಂಡವ.

ಯಾರು ಶತ್ರುವಿನ ಕಾಟದಿಂದ ಪಾರಾಗಿರುತ್ತಾರೋ ಅವರು ಮತ್ತೆ ಅಂತಹ ಶತ್ರುಗಳನ್ನು ಕಾಣಲು ಬಯಸುವುದಿಲ್ಲ.

86. ಸಿಂಹದ ದುಃಖ

ಒಂದು ಕಾಡಿನಲ್ಲಿ ಒಂದು ಮುದಿ ಸಿಂಹ ಇತ್ತು. ಅದು ಶಾರೀರಿಕವಾಗಿ ದುರ್ಬಲವಾಗಿದ್ದು ಬೇಟೆಯಾಡಲು ಅಶಕ್ತವಾಗಿತ್ತು. ಇದರಿಂದಾಗಿ ಅದಕ್ಕೆ ತಿನ್ನಲು ಏನೂ ದೊರೆಯದೆ ದಿನದಿಂದ ದಿನಕ್ಕೆ ಇನ್ನಷ್ಟು ದುರ್ಬಲವಾಗುತ್ತಾ ಇತ್ತು. ಅದಕ್ಕೆ ನಡೆಯುವುದಕ್ಕೂ ಆಗದೆ ಗವಿಯಲ್ಲಿ ಮಲಗಿಯೇ ಇತ್ತು.

ಒಂದು ದಿನ ಒಂದು ಕಾಡು ಹಂದಿ ಗವಿಯೊಳಗೆ ಬಂತು. ಸಿಂಹ ಅಸಹಾಯಕನಾಗಿ ಇರುವುದನ್ನು ಕಂಡು ಅದು ದಾಡೆಯಿಂದ ತಿವಿದು ಹಳೆಯ ಕೋಪ ತೀರಿಸಿಕೊಂಡು ಹೊರಟು ಹೋಯಿತು.

ಸ್ವಲ್ಪ ಹೊತ್ತಿನಲ್ಲೆ ಒಂದು ಎತ್ತು ಗವಿಯೊಳಗೆ ಬಂತು. ತನ್ನ ತಂದೆಯನ್ನು ಕೊಂದದ್ದು ಇದೇ ಸಿಂಹ ಎಂದು ಗುರುತಿಸಿದ ಅದು ತನ್ನೆರಡು ಕೋಡುಗಳಿಂದಲೂ ಸಿಂಹದ ಮುಖಕ್ಕೆ ತಿವಿದು ಕೋಪ ತೀರಿಸಿಕೊಂಡು ಹೋಯಿತು.

ಇವೆರಡು ದಾಳಿಗಳಿಂದ ಸಿಂಹ ಜರ್ಜರಿತವಾಗಿ ನೋವು ತಿನ್ನುತ್ತಾ ಗಾಯ ನೆಕ್ಕುತ್ತಾ ಮಲಗಿತು. ಮರುದಿನ ಒಂದು ಕತ್ತೆ ಆ ದಾರಿಯಾಗಿ ಬಂತು. ಅದು ಒಳಬಂದು ಗಾಯಗೊಂಡು ಮಲಗಿದ ಸಿಂಹವನ್ನು ನೋಡಿ ತಾನೂ ಪ್ರತೀಕಾರ ಮಾಡಬೇಕೆಂದು ತೀರ್ಮಾನಿಸಿತು. ಅದು ಸಿಂಹಕ್ಕೆ ತನ್ನ ಹಿಂಗಾಲುಗಳಿಂದ ಬಲವಾಗಿ ಒದೆಯಿತು.

ಸಿಂಹ ಹೇಳಿತು, "ಹಂದಿ ಹಾಗೂ ಎತ್ತು ನನಗೆ ಗುದ್ದಿ ತಿವಿದು ಹೋದವು. ನಾನು ತಾಳಿಕೊಂಡೆ. ಆದರೆ ನಿನ್ನಂತಹ ಮೂರ್ಖ ಪ್ರಾಣಿಗೂ ನನ್ನನ್ನು ಒದೆಯಲು ಸಾಧ್ಯವಾಯಿತಲ್ಲಾ ಎಂಬುದು ನನ್ನನ್ನು ಬದುಕಿದ್ದೂ ಸತ್ತಂತೆ ಮಾಡಿದೆ."

87. ಬೊಗಳೆ ಬಿಡುವ ಕರಡಿ

ಒಂದು ದಿನ ಕಾಡಿನಲ್ಲಿ ಒಂದು ಕರಡಿಯೂ ಒಂದು ನರಿಯೂ ಭೇಟಿಯಾದವು. ಅವು ಸ್ನೇಹಿತರಾದವು. ಆ ಮೇಲೆ ಅವು ದಿನಾಲೂ ಸ್ವಲ್ಪ ಹೊತ್ತು ಒಟ್ಟು ಸೇರಿ ಮಾತುಕತೆ ನಡೆಸಲು ಶುರುಮಾಡಿದವು. ಈ ದಿನ ಅವು ಸೇರಿ ಮಾನವನ ಬಗ್ಗೆ ಮಾತನಾಡಿದವು. ತನಗೆ ಮನುಷ್ಯರೆಂದರೆ ಬಲು ಇಷ್ಟ ಎಂದು ಕರಡಿ ಬೊಗಳೆ ಬಿಟ್ಟಿತು. "ನನಗೆ ಮನುಷ್ಯರೆಂದರೆ ತುಂಬಾ ಗೌರವ. ನಾನು ಅವರನ್ನು ಪ್ರೀತಿಸುತ್ತೇನೆ" ಹೇಳಿತು ಕರಡಿ.

ನರಿ ಹೇಳಿತು, "ಮಾನವರು ಸ್ವಾರ್ಥಿಗಳು. ಚಿರತೆಯ ಚರ್ಮ ಹೊದ್ದುಕೊಂಡು ಬೇಟೆಯಾಡಿದ ಮನುಷ್ಯರ ವಿಷಯ ನೀನು ಮರೆತೆಯೇನು?"

"ಸರಿ ಸರಿ. ನನಗೆ ಮನುಷ್ಯರ ಭಯವಿಲ್ಲ. ಅವರಲ್ಲಿ ಅನೇಕರು ನನ್ನ ಮಿತ್ರರಾಗಿದ್ದಾರೆ. ಅವರಿಗೂ ನನ್ನನ್ನು ಕಂಡರೆ ಭಯವಿಲ್ಲ. ಸ್ನೇಹವೇ ಇದೆ" ಎಂದಿತು ಕರಡಿ.

ನರಿಯೂ ಕರಡಿಯ ಮಾತನ್ನು ಬಿಟ್ಟ ಕಣ್ಣು ಬಿಟ್ಟಂತೆಯೇ ಕೇಳುತ್ತಿತ್ತು. ಕರಡಿ ಮತ್ತೆ ಹೇಳಿತು, "ನಾನು ಮನುಷ್ಯರಿಗೆ ಅವರು ಸತ್ತಾಗಲೂ ತೊಂದರೆ ಕೊಡುವುದಿಲ್ಲ."

"ನೀನು ಮನುಷ್ಯರನ್ನು ಗೌರವಿಸುವುದು ಒಳ್ಳೆಯ ವಿಷಯವೇ. ಆದರೆ ಹಾಗೆ ಗೌರವಿಸುವ ಸಲುವಾಗಿ ಅವರ ಸಾವಿನವರೆಗೆ ಕಾಯುವುದು ಉತ್ತಮವಲ್ಲ" ಎಂದು ನರಿ ಕಿಚಾಯಿಸಿತು. ಕರಡಿಗೆ ಮತ್ತೆ ಮಾತೇ ಹೊರಡಲಿಲ್ಲ!

88. ನಿಕಟ ಪರಿಚಯದಿಂದ ಭಯ ದೂರ

ಒಂದು ನರಿ ಪೊದೆಗಳಿರುವ ಜಾಗದಲ್ಲಿ ಸುತ್ತಾಡುತ್ತಿತ್ತು. ಹಠಾತ್ತಾಗಿ ಅದಕ್ಕೆ ಕುತ್ತಿಗೆಯಲ್ಲಿ ದಟ್ಟ ಕೂದಲು ಇಳಿದಿದ್ದ ಪ್ರಾಣಿಯೊಂದು ಕಾಣಿಸಿತು. ಆ ಪ್ರಾಣಿ ಒಮ್ಮೆ ಗರ್ಜಿಸಿದಾಗ ನರಿಯ ಪ್ರಾಣವೇ ಹಾರಿದಂತೆ ಆಯಿತು. ಅದಕ್ಕೆ ತಲೆ ಗಿರಗಿರ ಎಂದು ತಿರುಗತೊಡಗಿತು. ಬದುಕಿದರೆ ಬೇಡಿ ತಿಂದೇನು ಎಂದು ಅದು ಓಟಕಿತ್ತಿತು. ದಾರಿಯಲ್ಲಿ ನರಿಗೆ ಒಂದು ಅಳಿಲು ಎದುರಾಯಿತು. ನಡೆದುದನ್ನು ಅದು ಅಳಿಲಿಗೆ ವಿವರಿಸಿತು.

ಅಳಿಲು ನಗುತ್ತಾ ಹೇಳಿತು, "ಓ ಅದು ನಮ್ಮ ರಾಜ ಸಿಂಹ ಅಲ್ಲವೆ?"

ಕೆಲದಿನಗಳ ನಂತರ ನರಿಗೆ ಮತ್ತೆ ಸಿಂಹ ಎದುರಾಯಿತು. ಆಗ ನರಿಗೆ ಪ್ರಾಣ ಹಾರಿದಂತೆ ಆಗಲಿಲ್ಲ. ತಲೆ ತಿರುಗಲೂ ಇಲ್ಲ. ಸಿಂಹವನ್ನು ದೂರದಿಂದಲೇ ನೋಡಿ ನರಿ ಆಚೆ ಹೋಯಿತು.

ಸಿಂಹ ಮೂರನೇ ಬಾರಿ ಕಾಣಿಸಿದಾಗ ನರಿ ಭಯವಿಲ್ಲದೆ, "ಮಹಾರಾಜ, ನಮಸ್ತೆ, ಪ್ರಣಾಮಗಳು" ಎಂದು ಮಾತನಾಡಿಸಿತು. ಸಿಂಹ ನರಿಯನ್ನು ನೋಡಿ ಮುಗುಳು ನಗೆ ಸೂಸಿತು.

ನಾಲ್ಕನೆ ಬಾರಿ ಭೇಟಿಯಾದಾಗ ನರಿ ಸಿಂಹದ ಸಮೀಪ ಹೋಗಿ ಮಾತನಾಡಿಸಿತು. ಈಗ ಅದಕ್ಕೆ ಸ್ವಲ್ಪವೂ ಭಯ ಇರಲಿಲ್ಲ. ಪ್ರತಿ ಭೇಟಿಯಲ್ಲೂ ಪರಿಚಯ ಗಾಢವಾಗುತ್ತಿತ್ತು. ಪರಿಚಯ ನಿಕಟವಾದಂತೆ ಭಯ ನಿವಾರಣೆ ಆಗತೊಡಗುವುದು.

89. ಹುಂಜ ಮತ್ತು ಸರ

ಒಬ್ಬ ರೈತನ ಬಳಿ ಒಂದು ಹುಂಜ ಇತ್ತು. ಪ್ರತಿದಿನವೂ ಅವನು ಅದಕ್ಕೆ ತಿನ್ನಲು ಧಾನ್ಯ ಕೊಡುತ್ತಿದ್ದ. ಒಂದು ದಿನ ರೈತ ಪಕ್ಕದ ಊರಿಗೆ ಹೋಗಬೇಕಿತ್ತು. ಅವನು ಹುಂಜವನ್ನು ನೆರೆಮನೆಯಲ್ಲಿ ಬಿಟ್ಟು ಅದಕ್ಕೆ ತಿನ್ನಲು ಧಾನ್ಯ ಕೊಡುವಂತೆ ತಿಳಿಸಿದ.

ನೆರೆ ಮನೆಯಾತ ಹುಂಜವನ್ನು ತನ್ನ ಹಿತ್ತಿಲಲ್ಲಿ ತಿರುಗಾಡಲು ಬಿಟ್ಟನೇ ಹೊರತು ಧಾನ್ಯವನ್ನೇನೂ ಕೊಡಲಿಲ್ಲ.

ಹುಂಜಕ್ಕೆ ಹಸಿವಾಗಿತ್ತು. ಅದು ಅಂಗಳದಲ್ಲಿಯೂ ಹಿತ್ತಿಲಲ್ಲಿಯೂ ತಿರುಗಾಡಿ ನೆಲವನ್ನು ಕೆದಕಿ ಧಾನ್ಯ, ಕಾಳು, ಹುಳ, ಹುಪ್ಪಟೆಗಾಗಿ ಹುಡುಕತೊಡಗಿತು.

ಅದು ನೆಲ ಕೆದಕುತ್ತಿರುವಾಗ ಅದಕ್ಕೆ ಹಿತ್ತಿಲಲ್ಲಿ ಒಂದೆಡೆ ವಜ್ರಖಚಿತವಾದ ಒಂದು ಬಂಗಾರದ ಸರ ದೊರೆಯಿತು. ಹುಂಜ ಇದೇನೆಂದು ಅದನ್ನು ತಿರುಗಿಸಿ ತಿರುಗಿಸಿ ನೋಡಿತು. ಹೊಳೆಯುವುದನ್ನು ನೋಡಿ ಅದು ಬಂಗಾರದ ಒಡವೆಯೆಂದು ಹುಂಜ ತೀರ್ಮಾನಿಸಿತು. ಇಂತಹ ಒಡವೆ ಬೆಲೆಬಾಳುವಂತಹದ್ದು, ಅದರಿಂದ ಶ್ರೀಮಂತಿಕೆ ಬರುತ್ತದೆ ಎಂದು ಅದಕ್ಕೆ ತಿಳಿದಿತ್ತು.

ಆದರೆ ಅದರಿಂದ ತನಗೇನೂ ಉಪಯೋಗವಿಲ್ಲವೆಂದು ಹುಂಜಕ್ಕೆ ತಿಳಿದಿತ್ತು. ಅದಕ್ಕೆ ಬೇಕಾಗಿದ್ದುದು ಧಾನ್ಯದ ಕಾಳು. 'ಸರವನ್ನು ತಿನ್ನುವುದಕ್ಕಾಗುತ್ತದೆಯೆ?' ಹೀಗೆ ಅಂದುಕೊಂಡು ಆ ಒಡವೆಯನ್ನು ಹುಂಜ ಪಕ್ಕಕ್ಕೆ ಎಸೆಯಿತು.

ಉಪಯೋಗಕ್ಕೆ ಬರುವುದಾದರೆ ಮಾತ್ರ ಅತ್ಯಮೂಲ್ಯ ಪದಾರ್ಥಗಳಿಗೆ ಬೆಲೆ.

90. ಜಾಣ ಕುರಿಮರಿ

ಒಬ್ಬ ಕುರಿಗಾಹಿಯು ಒಂದು ಬೆಟ್ಟದ ತಪ್ಪಲಲ್ಲಿ ವಾಸ ಮಾಡುತ್ತಿದ್ದ. ಅವನಲ್ಲಿ ತುಂಬಾ ಕುರಿಗಳು ಇದ್ದವು. ಅವು ಹುಲ್ಲುಗಾವಲಿನಲ್ಲಿ ಮೇಯುತ್ತಿದ್ದವು. ಆ ಕುರಿಮಂದೆಯಲ್ಲಿ ಒಂದು ಎಳೆಯ ಕುರಿಯೂ ಇದ್ದಿತು.

ಒಂದು ದಿನ ಮೇಯುತ್ತಿದ್ದಾಗ ಆ ಕುರಿಮರಿಯು ದಾರಿ ತಪ್ಪಿ ಕಾಡನ್ನು ಪ್ರವೇಶಿಸಿತು. ಅಲ್ಲಿ ಆ ಮರಿಯನ್ನು ಒಂದು ಗುಳ್ಳೆನರಿ ಬೆನ್ನಟ್ಟಿ ಬಂತು. ಕುರಿಮರಿ ಹೇಗೋ ಓಡಿ ತಪ್ಪಿಸಿಕೊಂಡಿತು.

ಸ್ವಲ್ಪ ದೂರ ಹೋದಾಗ ಆ ಮರಿಯನ್ನು ಒಂದು ದೊಡ್ಡ ನರಿ ನೋಡಿತು. ಅದು ಇನ್ನೇನು ಕುರಿಮರಿ ಮೇಲೆ ನೆಗೆಯಬೇಕು, ಅಷ್ಟರಲ್ಲಿ ಮರಿ ತಪ್ಪಿಸಿಕೊಂಡಿತು.

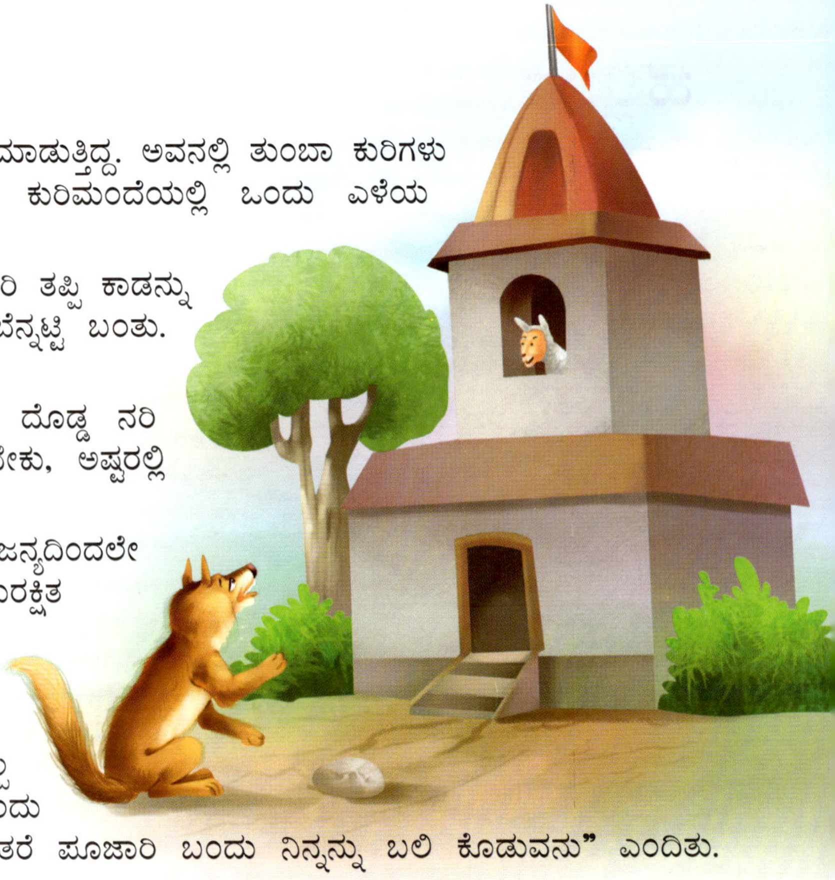

ನಂತರ ಮರಿಗೆ ಎದುರಾದದ್ದು ತೋಳ. ಅದು ಸೌಜನ್ಯದಿಂದಲೇ ಮಾತನಾಡಿತು, "ತಂಗೀ, ಹೆದರಬೇಡ. ನಾನು ನಿನ್ನನ್ನು ಸುರಕ್ಷಿತ ಜಾಗಕ್ಕೆ ತಲಪಿಸುತ್ತೇನೆ." ಅದು ಮರಿಯನ್ನು ಕರೆದೊಯ್ದು ಒಂದು ಮಂದಿರವನ್ನು ತೋರಿಸಿ, "ನಾನು ಬರುವವರೆಗೆ ಇಲ್ಲೇ ಇರು" ಎಂದು ಹೇಳಿತು.

ಕುರಿಮರಿ ಮಂದಿರದಲ್ಲಿ ಬಚ್ಚಿಟ್ಟುಕೊಂಡಿತು. ಸ್ವಲ್ಪ ಹೊತ್ತಿನಲ್ಲಿ ತೋಳ ಬಂತು. ಅದು ಕುರಿಮರಿಯನ್ನು ಕೊಂದು ತಿನ್ನಲು ಬಯಸಿತ್ತು. "ತಂಗೀ, ಹೊರಗೆ ಬಾ. ಅಲ್ಲಿ ಕುಳಿತರೆ ಪೂಜಾರಿ ಬಂದು ನಿನ್ನನ್ನು ಬಲಿ ಕೊಡುವನು" ಎಂದಿತು.

"ತೋಳಣ್ಣಾ, ನಿನ್ನಿಂದ ಸಾಯುವುದಕ್ಕಿಂತ ದೇವರಿಗಾಗಿ ಸಾಯುವುದೇ ಉತ್ತಮ" ಎಂದು ಕುರಿಮರಿ ಹೇಳಿತು.

91. ಕತ್ತೆಯ ಹಾಡುವ ಆಸೆ

ಒಂದು ಕತ್ತೆ ಹುಲ್ಲುಗಾವಲಿನಲ್ಲಿ ಮೇಯುತ್ತಿದ್ದಾಗ ಅದಕ್ಕೆ ಮಿಡತೆಗಳು ಮಾಡುವ ಝೇಂಕಾರ ಕೇಳಿಸಿತು. ಆ ಸದ್ದು ಅದಕ್ಕೆ ಬಲು ಇಷ್ಟವಾಯಿತು. ಕೆಲಕಾಲ ಈ ಗಾಯನ ಆಲಿಸಿದ ಅದು ಆ ಸದ್ದನ್ನು ಅನುಕರಿಸಲು ಪ್ರಯತ್ನ ಮಾಡಿತು. ಆದರೆ ಅದರಿಂದಾಗಲಿಲ್ಲ. ಮರುದಿನವೂ ಕತ್ತೆ ಬಯಲಿಗೆ ಹೋಯಿತು. ಅಲ್ಲಿ ಮಿಡತೆಗಳ ನಾದ ಕೇಳಿಸಿತು. ಕತ್ತೆ ಮಿಡತೆಗಳನ್ನು ಮಾತನಾಡಿಸಲು ಇಚ್ಛಿಸಿತು.

ಕತ್ತೆಯು ಮಿಡತೆಗಳು ಕುಳಿತಲ್ಲಿಗೆ ಹೋಗಿ, "ಗೆಳೆಯರೇ, ನಿಮ್ಮ ಕಂಠ ಎಷ್ಟು ಸುಂದರವಾದುದು, ಎಷ್ಟು ಇಂಪಾದ ಗಾಯನ, ನನಗೂ ನಿಮ್ಮಂತೆ ಹಾಡಬೇಕೆಂಬ ಆಸೆ" ಎಂದಿತು.

ಒಂದು ಮಿಡತೆ ಹೇಳಿತು, "ನಾವು ನಿನ್ನಂತೆ ಆಗಲು ಸಾಧ್ಯವಿಲ್ಲ ಹಾಗೂ ನೀನೂ ನಮ್ಮಂತೆ ಆಗಲು ಸಾಧ್ಯವಿಲ್ಲ. ಸೃಷ್ಟಿಕರ್ತ ನಮ್ಮನ್ನೆಲ್ಲ ಬೇರೆ ಬೇರೆ ಆಗಿಯೇ ಸೃಷ್ಟಿಸಿದ್ದಾನೆ."

ಕತ್ತೆಗೆ ಈ ಮಾತು ಇಷ್ಟವಾಗಲಿಲ್ಲ. ಅದು ಕೇಳಿತು, "ನಿಮ್ಮ ಧ್ವನಿ ಅಷ್ಟು ಮಧುರವಾಗಲು ನೀವು ಏನನ್ನು ತಿನ್ನುತ್ತೀರಿ?"

ಒಂದು ಮಿಡತೆ ಹೇಳಿತು, "ನಾವು ಇಬ್ಬನಿಯನ್ನು ಸೇವಿಸಿ ಜೀವಿಸುತ್ತೇವೆ."

ಅಂದಿನಿಂದ ಆ ಕತ್ತೆ ಇಬ್ಬನಿಯನ್ನು ಮಾತ್ರ ಸೇವಿಸತೊಡಗಿತು. ಅದು ಕೆಲವೇ ದಿನಗಳಲ್ಲಿ ಸಣಕಲು ಬಿದ್ದು ಏಳಲೂ ಆಗದೆ ಸತ್ತೇಹೋಯಿತು. ಒಬ್ಬನ ಮದ್ದು ಇನ್ನೊಬ್ಬನಿಗೆ ವಿಷ ಆಗುವುದುಂಟು.

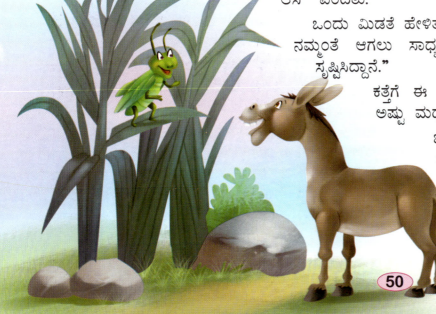

92. ಹಲ್ಲಿಲ್ಲದ ಪ್ರೇಮ

ಒಬ್ಬ ಮರ ಕಡಿಯುವವನು ಮರಗಳನ್ನು ಕಡಿಯಲು ದಿನಾಲೂ ಕಾಡಿಗೆ ಹೋಗುತ್ತಿದ್ದ. ಒಮ್ಮೊಮ್ಮೆ ಅವನೊಂದಿಗೆ ಅವನ ಮಗಳೂ ಹೋಗುತ್ತಿದ್ದಳು. ಒಂದು ದಿನ ಅವನ ಮಗಳನ್ನು ಒಂದು ಸಿಂಹವು ದೂರದಿಂದ ನೋಡಿತು. ಅದಕ್ಕೆ ಅವಳ ಮೇಲೆ ಮನಸ್ಸಾಯಿತು.

ಮರುದಿನ ಸಿಂಹ ಮರಕಡಿಯುವವನ ಮನೆಗೆ ಹೋಯಿತು. "ನಿನ್ನ ಮಗಳನ್ನು ನನಗೆ ಮದುವೆ ಮಾಡಿ ಕೊಡು" ಎಂದು ಸಿಂಹ ಅವನನ್ನು ಕೇಳಿತು.

ಮರಕಡಿಯುವವನಿಗೆ ಈ ಮಾತು ಕೇಳಿ ಆಘಾತವಾಯಿತು. ಸಿಂಹ ಬಂದುದನ್ನು ನೋಡಿಯೆ ಅವನು ಭಯದಿಂದ ನಡಗಿದ್ದ. ಅವನಿಗೆ ಅತ್ತಿತ್ತ ಅಲುಗಲೂ ಆಗಲಿಲ್ಲ. ಸ್ವಲ್ಪ ಹೊತ್ತು ಆದ ಮೇಲೆ ಅಲ್ಪಸ್ವಲ್ಪ ಧೈರ್ಯವನ್ನು ಕೈಗೆ ತೆಗೆದುಕೊಂಡು ಅವನು ಹೇಳಿದ, "ಮೃಗರಾಜ, ನೀನು ನಮ್ಮ ಮಗಳನ್ನು ಮದುವೆಯಾಗ ಬಯಸಿದ್ದು ನಮಗೆ ಅತ್ಯಂತ ಗೌರವದ ವಿಷಯ. ಆದರೆ ನಮ್ಮ ಮಗಳಿಗೆ ನಿನ್ನ ಪಂಜಗಳು ಹಾಗೂ ಹಲ್ಲುಗಳು ಇಷ್ಟವಿಲ್ಲ. ಅವುಗಳು ಇಲ್ಲದೇನೇ ನೀನು ಹೆಚ್ಚು ಸುಂದರನಾಗಿ ಕಾಣಿಸುವೆಯೆಂದು ಅವಳ ಭಾವನೆ."

ಸಿಂಹವು ಆ ಹುಡುಗಿಯ ಮೋಹದಲ್ಲಿ ಸಿಲುಕಿತ್ತು. ಆದ್ದರಿಂದ ಅದು ಮರುದಿನವೇ ತನ್ನ ಕೈಕಾಲುಗಳ ಉಗುರುಗಳನ್ನೂ ಬಾಯಿಯ ಹಲ್ಲುಗಳನ್ನೂ ತೆಗೆಸಿಹಾಕಿತು. ನಂತರ ಅದು ಕನಸು ಕಾಣುತ್ತಾ ಮರಕಡಿಯುವವನ ಮನೆಗೆ ಹೋಯಿತು. ಈಗ ಮರಕಡಿಯುವವನಿಗೆ ಸಿಂಹದ ಭಯ ಇರಲಿಲ್ಲ. ಅವನು ಒಂದು ಬಡಿಗೆಯಿಂದ ಆ ಸಿಂಹವನ್ನು ಬಡಿದು ಓಡಿಸಿದ.

93. ಸಿಂಹ ಮಾಡುವ ಸಾರು

ಒಂದು ಕಾಡಿನಲ್ಲಿ ಒಂದು ಸಿಂಹ ಇತ್ತು. ಅದು ಒಂದು ದಿನ ತನ್ನ ಗವಿಯ ಹೊರಗೆ ತಿರುಗಾಡುತ್ತಿದ್ದಾಗ ಪಕ್ಕದ ಹುಲ್ಲುಗಾವಲಿನಲ್ಲಿ ಒಂದು ದೊಡ್ಡದಾದ ಹೋರಿ ಮೇಯುವುದನ್ನು ನೋಡಿತು. ಈ ಹೋರಿಯನ್ನು ತಿನ್ನಬೇಕೆಂದು ಅದಕ್ಕೆ ಮನಸ್ಸಾಯಿತು. ಆ ಹೋರಿ ಕಟ್ಟುಮಸ್ತಾಗಿಯೂ ಬಲಶಾಲಿಯಾಗಿಯೂ ಇತ್ತು. ಅದನ್ನು ಕೊಲ್ಲಲು ಸಿಂಹ ಒಂದು ಉಪಾಯ ಮಾಡಿತು. ಅದು ಹೋರಿಗೆ, "ನೀನು ತುಂಬಾ ಒಳ್ಳೆಯವನು. ನಾವು ಸ್ನೇಹಿತರಾಗೋಣ. ಈ ದಿನ ನೀನು ನನ್ನಲ್ಲಿಗೆ ಊಟಕ್ಕೆ ಬಾ. ನಾನು ಒಳ್ಳೇ ತರಕಾರಿ ಸಾರು ಮಾಡುತ್ತೇನೆ" ಎಂದಿತು.

ಹೋರಿ ಒಪ್ಪಿತು. ಮಧ್ಯಾಹ್ನ ಅದು ಗವಿಯ ಬಳಿ ಬಂತು. ಒಳಗೆ ಬಾ ಎಂದು ಸಿಂಹ ಕರೆಯಿತು. ಹೋರಿ ಬಂದು ಊಟಕ್ಕೆ ಕುಳಿತೊಡನೆಯೇ ದಾಳಿ ಮಾಡಿ ಕೊಲ್ಲಬೇಕೆಂಬುದು ಸಿಂಹದ ಯೋಜನೆಯಾಗಿತ್ತು.

ಹೋರಿ ಒಳಗೆ ಬಂತು. ಒಂದು ಮೂಲೆಯಲ್ಲಿ ದೊಡ್ಡ ಕಡಾಯಿಯಲ್ಲಿ ನೀರು ಕೊತ ಕೊತನೆ ಕುದಿಯುತ್ತಿತ್ತು. ಆದರೆ ಅಲ್ಲೆಲ್ಲಿಯೂ ಅದಕ್ಕೆ ತರಕಾರಿಯ ಕುರುಹೇ ಕಾಣಿಸಲಿಲ್ಲ. ಸಿಂಹ ತನ್ನನ್ನು ಕೊಂದು ಕಡಾಯಿಯಲ್ಲಿ ಬೇಯಿಸಲಿದೆ ಎಂಬುದು ಹೋರಿಗೆ ಕೂಡಲೇ ಹೊಳೆಯಿತು.

ಹೋರಿ ಗವಿಯಿಂದ ಹೊರಗೆ ಬಂತು. ಸಿಂಹ ಅದನ್ನು ಕೂಗಿ ಕರೆಯುತ್ತಿದ್ದರೂ ಲೆಕ್ಕಿಸದೆ ಹೋಗಿಯೇ ಬಿಟ್ಟಿತು. ಸಿಂಹದ ಯೋಜನೆ ಫಲ ನೀಡಲಿಲ್ಲ.

94. ವೈದ್ಯನಾದ ಕಪ್ಪೆ

ಒಂದು ಜವುಗು ಪ್ರದೇಶದಲ್ಲಿ ಒಂದು ಕಪ್ಪೆ ವಾಸಮಾಡುತ್ತಿತ್ತು. ಒಂದು ರಾತ್ರಿ ಅದಕ್ಕೆ ಒಂದು ಕನಸು ಬಿತ್ತು. ಅದರಲ್ಲಿ ದೇವರು ಎಲ್ಲಾ ರೋಗಗಳನ್ನೂ ವಾಸಿ ಮಾಡುವ ಶಕ್ತಿಯನ್ನು ಅದಕ್ಕೆ ನೀಡಿದ. ಕಪ್ಪೆಗೆ ತುಂಬಾ ಸಂತೋಷವಾಯಿತು.

ಕಪ್ಪೆ ಹೆಂಡತಿಯನ್ನು ಕರೆದು, "ನೋಡೇ, ದೇವರು ನನಗೆ ಅದ್ಭುತ ಶಕ್ತಿ ಕೊಟ್ಟಿದ್ದಾನೆ." ಎಂದು ಹೇಳಿತು.

"ಹೌದೇನ್ರೀ, ಎಲ್ಲರಿಗೂ ಹೇಳಿ, ಇನ್ನು ಕಾಡಿನವರೆಲ್ಲರೂ ಇಲ್ಲಿ ಬಂದಾರು. ನೀವು ಹೆಸರುವಾಸಿ ಆಗುವಿರಿ" ಎಂದು ಹೆಂಡತಿ ಹೇಳಿದಳು.

ಕಪ್ಪೆ ಜವುಗಿನಿಂದ ಹೊರಗೆ ಬಂದು ಬಂಡೆಯೊಂದರ ಮೇಲೆ ಕುಳಿತು ಹೀಗೆ ಘೋಷಿಸಿತು, "ಮಿತ್ರರೇ, ರೋಗವನ್ನು ವಾಸಿಮಾಡಬಲ್ಲ ಅದ್ಭುತ ಶಕ್ತಿ ನನಗೆ ಸಿಕ್ಕಿದೆ. ಯಾವುದೇ ರೋಗವನ್ನಾದರೂ ಗುಣಪಡಿಸುವೆ, ಭೇಟಿಕೊಡಿ."

ಒಂದು ತೋಳ ಆ ದಾರಿಯಾಗಿ ಹೋಗುತ್ತಿತ್ತು. ಅದು ಹತ್ತಿರ ಬಂದು, "ಗೆಳೆಯ, ಅಂತಹ ಅದ್ಭುತ ಶಕ್ತಿ ನಿನಗಿದೆಯೇ? ಆದರೆ ನಿನ್ನ ಮೂಗಿನ ಮೇಲೆ ಬೆಳೆದ ನರವುಲಿ ಹಾಗೆಯೇ ಇದೆಯಲ್ಲಾ, ಅದನ್ನೇಕೆ ವಾಸಿ ಮಾಡಿಕೊಂಡಿಲ್ಲ ನೀನು?"

ಕಪ್ಪೆಗೆ ಮಾತೇ ಹೊರಡಲಿಲ್ಲ. ಅದು ಅಲ್ಲಿಂದ ಮೆತ್ತಗೆ ಕೆಳಗಿಳಿದು ಜವುಗಿನತ್ತ ಹೊರಟುಹೋಯಿತು.

95. ನಿಷ್ಠಾವಂತ ನಾಯಿ

ಶೇರೂ ಒಂದು ನಿಷ್ಠಾವಂತ ನಾಯಿ. ಅದು ಬೊಗಳಿದರೆ ಎಂತಹವರ ಎದೆಯೂ ಜಲ್ಲೆನ್ನುತ್ತಿತ್ತು. ಶೇರೂ ಇದ್ದ ಪರಿಸರದಲ್ಲಿ ಕಳ್ಳರ ಕಾಟವೇ ಇರಲಿಲ್ಲ. ಶೇರೂ ಚಿಕ್ಕ ಮರಿ ಇದ್ದಾಗಿನಿಂದಲೂ ಅದರ ಒಡೆಯನ ಮನೆಯವರು ಪ್ರೀತಿಯಿಂದ ಸಾಕಿದ್ದರು. ಅದು ರಾತ್ರಿಯಿಡೀ ಎಚ್ಚರವಿದ್ದು ಮನೆಯನ್ನು ಕಾಯುತ್ತಿತ್ತು.

ಒಂದು ರಾತ್ರಿ ಹಿತ್ತಿಲಬಾಗಿಲಲ್ಲಿ ಏನೋ ಶಬ್ದವಾಯಿತು. ಶೇರೂಗೆ ಅನುಮಾನ ಬಂದು ಅದು ಕೂಡಲೇ ಅಲ್ಲಿಗೆ ಧಾವಿಸಿತು. ಒಬ್ಬ ಕಳ್ಳ ಆವರಣದ ಬೇಲಿಯನ್ನು ದಾಟಿ ಹಿತ್ತಿಲ ಒಳಕ್ಕೆ ಬರುವುದನ್ನು ಅದು ನೋಡಿತು. ಕೂಡಲೇ ಅದು ಜೋರಾಗಿ ಬೊಗಳತೊಡಗಿತು. ಕಳ್ಳನು ಶೇರೂವನ್ನು ಕಂಡು ಓಡಿ ಹೋಗಲಿಲ್ಲ. ಅವನ ಕೈಯಲ್ಲಿ ಬುಟ್ಟಿಯಿತ್ತು. ಅವನು ರೊಟ್ಟಿಗಳನ್ನೂ ಎಲುಬಿನ ತುಂಡುಗಳನ್ನೂ ತೆಗೆದು ಶೇರುಗೆ ತಿನ್ನಲು ಕೊಟ್ಟ. ತಿಂಡಿಕೊಟ್ಟು ನಾಯಿಯನ್ನು ವಶ ಮಾಡಿಕೊಳ್ಳುವುದು ಅವನ ತಂತ್ರವಾಗಿತ್ತು.

"ತಿಂಡಿಯ ಲಂಚಕೊಟ್ಟು ನನ್ನ ಬಾಯಿ ಮುಚ್ಚಿಸುವೆಯಾ? ಇಲ್ಲಿಂದ ಸಂಪತ್ತು ಲಪಟಾಯಿಸಲು ಬಂದಿರುವೆಯಾ? ಕಳ್ಳನೇ, ಬೇಗ ಇಲ್ಲಿಂದ ಹೋಗು. ಇಲ್ಲವಾದರೆ, ನಿನಗೆ ಕಾದಿದೆ ಗಂಡಾಂತರ. ನಾನು ನನ್ನ ಒಡೆಯನಿಗೆ ದ್ರೋಹ ಮಾಡಲಾರೆ" ರೇಗಿತು ಶೇರೂ.

ನಂತರ ಅದು ಮತ್ತಷ್ಟು ಜೋರಾಗಿ ಬೊಗಳಲು ತೊಡಗಿತು. ಆಗ ಮನೆಯವರಿಗೆ ಎಚ್ಚರಾಯಿತು. ಕಳ್ಳ ಓಡಿಹೋದ.

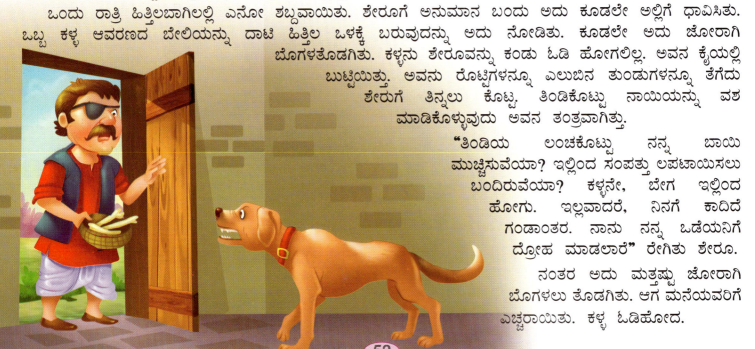

96. ಬುದ್ಧಿವಂತ ಕಾಡು ಹಂದಿ

ಒಂದು ಕಾಡಿನಲ್ಲಿ ಒಂದು ಕಾಡುಹಂದಿ ಇದ್ದಿತು. ಅದು ಹಿರಿಯ ವಯಸ್ಕನೂ ಬುದ್ಧಿವಂತನೂ ಆಗಿತ್ತು. ಒಂದು ದಿನ ಅದು ಆಹಾರವನ್ನು ಅರಸಿ ತಿರುಗುತ್ತಿದ್ದಾಗ ಮರವೊಂದರ ಬಳಿ ತನ್ನ ದಾಡೆಯನ್ನು ಮರಕ್ಕೆ ತಿಕ್ಕಿ ಹರಿತ ಮಾಡಿಕೊಳ್ಳತೊಡಗಿತು.

ಅಲ್ಲಿಯೇ ಒಂದು ನರಿ ಕುಳಿತಿತ್ತು. ಅದು 'ಹಂದಿಯ ಮೂರ್ಖತನ ನೋಡು, ಅಪಾಯವೇನೂ ಇಲ್ಲದಿರುವಾಗ ಹೋರಾಟಕ್ಕೆ ಸಿದ್ಧತೆ ಮಾಡಿಕೊಳ್ಳುತಿದ್ದಾನೆ' ಎಂದಾಲೋಚಿಸಿತು.

ಹಂದಿ ದಾಡೆಯನ್ನು ತಿಕ್ಕುತ್ತಲೇ ಇತ್ತು. ನರಿಗೆ ಇನ್ನು ತಡೆಯಲಾಗದೆ ಹೇಳಿತು. "ದಾಡೆಯನ್ನು ಯಾಕೆ ಹಾಗೆ ತಿಕ್ಕುತ್ತಿದ್ದೀಯ? ಈಗ ಇಲ್ಲಿ ಯಾರಿಗೂ ಏನೂ ಅಪಾಯವಿಲ್ಲ ಅಲ್ಲವೆ? ಕ್ರೂರ ಮೃಗವಾಗಲಿ ಬೇಟೆಗಾರನಾಗಲಿ ಇಲ್ಲವಲ್ಲ? ಅಪಾಯವೇ ಇಲ್ಲದಿರುವಾಗ ಯುದ್ಧಕ್ಕೆ ಸಿದ್ಧತೆ ಮಾಡಿಕೊಳ್ಳುವುದು ಹುಚ್ಚಾಟವಲ್ಲವೆ?"

ಹಂದಿ ಹೇಳಿತು, "ಗೆಳೆಯನೆ, ಯುದ್ಧದ ಕಹಳೆ ಮೊಳಗಿದ ಮೇಲೆ ಆಯುಧ ಹರಿತ ಮಾಡಿಕೊಳ್ಳುವುದಕ್ಕೆ ಆಗುತ್ತದೆಯೆ? ಅಪಾಯವು ಯಾವ ಮುನ್ಸೂಚನೆಯೂ ಇಲ್ಲದೆ ಬರುತ್ತದೆ. ಅದಕ್ಕೆ ನಾವು ಸದಾ ಸಿದ್ಧರಾಗಿರಬೇಕು. ಅಪಾಯ ಬಂದಾಗ ಮಾಡಬೇಕಾದ ಕಾರ್ಯಗಳು ಬೇರೆ ಇರುತ್ತವೆ."

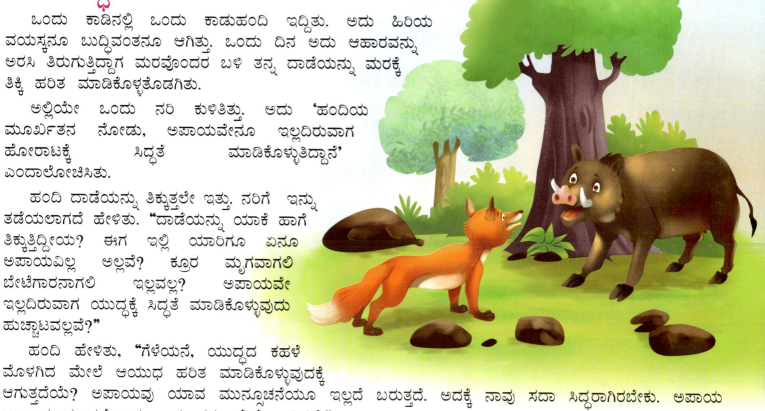

97. ಬಿಳಿ ಆಗಲು ಹೊರಟ ಹೊಳಪು ಕಪ್ಪಿನ ಕಾಗೆ

ಒಂದು ಕಾಡಿನಲ್ಲಿ ಒಂದು ಹೊಳಪು ಕಪ್ಪಿನ ಕಾಗೆ ವಾಸ ಮಾಡುತ್ತಿತ್ತು. ಅದು ಒಂದು ದಿನ ಕಾಡೊಂದರ ಮೇಲೆ ಹಾರುತ್ತಿದ್ದಾಗ ಒಂದು ಕೆರೆಯನ್ನು ನೋಡಿತು. ಆ ಕೆರೆಯಲ್ಲಿ ಹಂಸಗಳು ಇದ್ದವು. ಹಂಸಗಳ ಅಂದವನ್ನು ನೋಡಿ ಕಾಗೆ ಪ್ರಭಾವಿತವಾಯಿತು.

ಕಾಗೆ ತನ್ನನ್ನೇ ನೋಡಿಕೊಂಡು ಹೀಗೆ ಆಲೋಚಿಸಿತು, 'ನಾನು ಮಸಿಯಂತೆ ಕಪ್ಪಗಿದ್ದೇನೆ, ಆದರೆ ಆ ಹಂಸಗಳು ಎಷ್ಟು ಬೆಳ್ಳಗಿವೆ; ಅವು ಎಷ್ಟು ಚೆಂದವಾಗಿವೆ. ನಾನು ಮರಗಳ ನಡುವೆ ಇರುವ ಬದಲು ಆ ಕೆರೆಯಲ್ಲಿ ವಾಸಮಾಡಿದರೆ ಅವುಗಳಂತೆ ಬೆಳ್ಳಗೆ ಆಗಬಹುದೇನೋ?"

ಸರಿ, ಕಾಗೆ ಕೆರೆ ಬದಿಗೆ ಮನೆ ಬದಲಾಯಿಸಿತು. ಅದು ಕೆರೆಗೆ ಇಳಿದು ಪದೇ ಪದೇ ಸ್ನಾನ ಮಾಡತೊಡಗಿತು. ಹಂಸಗಳು ಮಾಡುತ್ತಿದ್ದುದೆಲ್ಲವನ್ನೂ ತಾನೂ ಅನುಕರಿಸತೊಡಗಿತು. ಆದರೆ ಕಾಗೆಯ ಬಣ್ಣ ಬಿಳಿಯಾಗಲಿಲ್ಲ; ನಿರಾಸೆಗೊಂಡ ಕಾಗೆ ಹಂಸಗಳ ಬಳಿ ಹೀಗೆ ಹೇಳಿತು, "ನಾನೂ ನಿಮ್ಮಂತೆ ಆಗಬೇಕೆಂದು ಆಸೆಪಟ್ಟು ಇಲ್ಲಿಗೆ ಬಂದೆ. ಆದರೆ ನಾನು ಇನ್ನೂ ಕಪ್ಪಾಗಿಯೇ ಇದ್ದೇನೆ."

"ಗೆಳೆಯಾ, ವಾಸಸ್ಥಾನ ಬದಲಾಯಿಸಿದ ಮಾತ್ರಕ್ಕೆ ಬಣ್ಣ ಕೂಡಲೇ ಬದಲಾಗದು. ಅಂದವು ಒಳಗಿಂದ ಬರುತ್ತದೆ. ನೀನು ಈಗ ಇರುವಂತೆಯೇ ಚೆಂದ ಇರುವೆ. ಸೃಷ್ಟಿಕರ್ತ ನಮ್ಮನ್ನೆಲ್ಲ ಬೇರೆ ಬೇರೆ ಆಗಿಯೇ ಸೃಷ್ಟಿಸಿದ್ದಾನೆ" ಎಂದವು ಹಂಸಗಳು. ಕಾಗೆ ಧನ್ಯವಾದ ಹೇಳಿ ಹಾರಿಹೋಯಿತು.

98. ಅಂಗಡಿಯವನು ಮತ್ತು ಕತ್ತೆ

ಒಬ್ಬ ಗಿರಣಿಗಾರ ಒಂದು ಊರಲ್ಲಿ ವಾಸಮಾಡುತ್ತಿದ್ದ. ಅವನಿಗೊಬ್ಬ ಮಗನಿದ್ದ. ಅವರಿಗೆ ಒಂದು ಕತ್ತೆ ಇತ್ತು. ಇಬ್ಬರೂ ಒಂದು ದಿನ ಪಕ್ಕದ ಊರಿನ ಸಂತೆಗೆ ಹೊರಟರು. ಸಾಮಾನು ಹೇರಿ ತರಲು ಕತ್ತೆಯನ್ನೂ ಜತೆಗೆ ಒಯ್ದರು.

ದಾರಿಯಲ್ಲಿ ಅವರಿಗೆ ಇಬ್ಬರು ಹೆಂಗಸರು ಎದುರಾದರು. ಅವರು ಮಾತನಾಡಿಕೊಳ್ಳುವುದನ್ನು ತಂದೆ-ಮಗ ಕೇಳಿಸಿಕೊಂಡರು, "ಕತ್ತೆಯ ಮೇಲೆ ಸವಾರಿ ಮಾಡುವ ಬದಲು ನಡೆಸಿಕೊಂಡು ಹೋಗುತ್ತಿದ್ದಾರೆ."

ಗಿರಣಿಗಾರನಿಗೆ ಮುಜುಗರವಾಯಿತು. ಅವನೂ ಮಗನೂ ಕತ್ತೆಯನ್ನೇರಿ ಸವಾರಿ ಹೊರಟರು. ಸ್ವಲ್ಪದರಲ್ಲೆ ಒಬ್ಬ ಮನುಷ್ಯ "ನಿಲ್ಲಿ" ಎಂದ.

ಆ ಮನುಷ್ಯ "ನಿಮ್ಮ ಕತ್ತೆ ತುಂಬಾ ದುರ್ಬಲವಾಗಿದೆ. ಅದು ದಣಿದಿದೆ. ನೀವೇ ಯಾಕೆ ಅದನ್ನು ನಿಮ್ಮ ಹೆಗಲಲ್ಲಿ ಹೊರಬಾರದು?" ಎಂದು ಕೇಳಿದ.

ಗಿರಣಿಗಾರನಿಗೆ ಮತ್ತೆ ನಾಚಿಕೆಯಾಯಿತು. ತಂದೆ--ಮಗ ಕತ್ತೆಯನ್ನು ಕೋಲಿಗೆ ಬಿಗಿದು ಹೆಗಲಲ್ಲಿ ಹೊತ್ತು ನಡೆದರು. ಸ್ವಲ್ಪ ದೂರ ಹೋದಾಗ ಒಂದು ನದಿ ಸಿಕ್ಕಿತು. ಅದನ್ನು ದಾಟುವಾಗ ತಂದೆ ಕಾಲು ಜಾರಿ ಬಿದ್ದ. ಮಗನೂ ಕತ್ತೆಯೂ ನೀರಿಗೆ ಬಿದ್ದರು.

ಎಲ್ಲರನ್ನೂ ಎಲ್ಲ ಕಾಲದಲ್ಲಿಯೂ ಸಂತೋಷ ಪಡಿಸುವುದಕ್ಕೆ ಆಗದು.

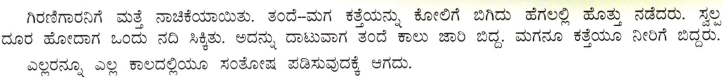

99. ಆಜನ್ಮ ಸ್ವಾತಂತ್ರ್ಯ

ಒಂದು ಕಾಡಿನಲ್ಲಿ ಒಂದು ತೋಳ ಇತ್ತು. ಅದು ಕೆಲವು ದಿನಗಳಿಂದ ಆಹಾರ ಸಿಗದೇ ಇದ್ದುದರಿಂದ ಊಟ ಮಾಡಿರಲಿಲ್ಲ. ಹೀಗಾಗಿ ಬಲು ಕೃಷವಾಗಿತ್ತು. ಅದು ಆಹಾರ ಅರಸುತ್ತ ಒಂದು ನಗರದ ಅಂಚಿಗೆ ಬಂತು. ಅಲ್ಲಿ ಅದಕ್ಕೆ ಒಂದು ದೊಡ್ಡ ಮನೆ ಕಾಣಿಸಿತು. 'ಇಲ್ಲಿ ನನಗೆ ಏನಾದರೂ ಆಹಾರ ಸಿಗಬಹುದು' ಎಂದು ಅದು ಭಾವಿಸಿತು.

ಅದಕ್ಕೆ ಹುಲ್ಲು ಹಾಸಿನಲ್ಲಿ ಒಂದು ನಾಯಿ ಕಾಣಿಸಿತು. ನಾಯಿ ತೋಳನನ್ನು ನೋಡಿ ಬೊಗಳಿತು. ತೋಳ ಹೇಳಿತು, "ಗೆಳೆಯಾ, ನೀನು ಗಟ್ಟಿಮುಟ್ಟಾಗಿರುವೆ. ಚುರುಕುತನವೂ ಇದೆ. ನೀನು ಸಾಮಾನ್ಯವಾಗಿ ಆಹಾರ ಸಂಪಾದಿಸುವುದು ಎಲ್ಲಿ?"

ನಾಯಿ ಹೇಳಿತು, "ನಾನು ಆಹಾರವನ್ನು ಹುಡುಕುವುದಿಲ್ಲ. ನಾನು ಇಲ್ಲಿ ಜೀವನ ಮಾಡುತ್ತೇನೆ. ನನ್ನ ಒಡೆಯ ನನಗೆ ಊಟ ಕೊಡುತ್ತಾನೆ." ತೋಳ ಹೇಳಿತು, "ನಾನೂ ಇಲ್ಲಿಯೇ ಇರುತ್ತೇನೆ. ನೋಡು, ತಿನ್ನಲು ಏನೂ ಇಲ್ಲದೆ ಎಷ್ಟು ಸೊರಗಿ ಹೋಗಿದ್ದೇನೆ. ಆದರೆ ಇರು, ನಿನ್ನ ಕುತ್ತಿಗೆಯಲ್ಲಿ ಅದೇನು ಪಟ್ಟಿ?"

"ಅದು ಒಂದು ಸರ. ನನ್ನಿಂದ ಇತರರಿಗೆ ತೊಂದರೆ ಆಗದಂತೆ ಹಾಗೂ ನಾನು ತಪ್ಪಿಸಿಕೊಳ್ಳದಂತೆ ಅದು ನೋಡಿಕೊಳ್ಳುತ್ತದೆ."

ತೋಳ ಹೇಳಿತು, "ಗೆಳೆಯಾ, ಬರುತ್ತೇನೆ. ಎಷ್ಟೇ ಊಟ ಸಿಕ್ಕಿದರೂ ಬೇರೆಯವರ ಗುಲಾಮ ಆಗಿರುವುದಕ್ಕಿಂತ ಹಸಿದು ಮಲಗಿದರೂ ಸ್ವತಂತ್ರ ನಾಗಿರುವುದೇ ನನಗಿಷ್ಟ." ಇಷ್ಟು ಹೇಳಿ ತೋಳ ಅಲ್ಲಿಂದ ಹೊರಟಿತು.

100. ಕುದುರೆಯ ವಿವೇಕ

ಒಂದು ಊರಿನಲ್ಲಿ ಒಬ್ಬ ಶ್ರೀಮಂತನಿದ್ದ. ಅವನಲ್ಲಿ ಒಂದು ಕುದುರೆ ಇತ್ತು. ಅವನು ಅದನ್ನು ತುಂಬಾ ಪ್ರೀತಿಸುತ್ತಿದ್ದ. ಅದರ ಪಾಲನೆ-ಪೋಷಣೆಗೆ ಅವನು ಒಬ್ಬ ಸೇವಕನನ್ನು ನೇಮಿಸಿದ್ದ. ಅವನು ಕುದುರೆಯನ್ನು ದಿನಾಲೂ ಮೀಯಿಸಿ ಮೈ ಉಜ್ಜಿ ಹೊಳೆಯುವಂತೆ ಮಾಡುತ್ತಿದ್ದ. ಆಮೇಲೆ ಅವನು ಹೆಣಿಗೆಯಿಂದ ಬಾಚಿ ಕುದುರೆಯ ಮೈಯನ್ನು ಒಪ್ಪ-ಓರಣ ಮಾಡುತ್ತಿದ್ದ.

ಆ ಲಾಯದಲ್ಲಿ ಕುದುರೆಗೆ ತಿನ್ನಲು ಬೇಕುಬೇಕಾದ ಧಾನ್ಯಗಳನ್ನೂ ಇತರ ತಿನಿಸುಗಳನ್ನೂ ಶ್ರೀಮಂತನು ವ್ಯವಸ್ಥೆ ಮಾಡಿದ್ದ. ಆದರೆ ಆ ಸೇವಕ ಕುದುರೆಗೆ ತಿನಿಸುಗಳನ್ನು ಸ್ವಲ್ಪವೇ ಕೊಟ್ಟು ಮಿಕ್ಕಿದ್ದನ್ನು ಕದ್ದು ಹೊರಗೆ ಸಾಗಿಸಿ ಮಾರಾಟ ಮಾಡುತ್ತಿದ್ದ. ಹೀಗೆ ಅವನು ಬಹಳಷ್ಟು ಹಣ ಸಂಪಾದಿಸಿದ್ದ. ಇದು ಬಹುದಿನಗಳಿಂದ ನಡೆಯುತ್ತಿತ್ತು.

ಸೇವಕನ ಕಳ್ಳ ವ್ಯವಹಾರ ಕುದುರೆಗೆ ತಿಳಿದಿತ್ತು. ಅದಕ್ಕೆ ಅವನ ಸೇವೆ ಇಷ್ಟವಾಗುತ್ತಿರಲಿಲ್ಲ. ಒಂದು ದಿನ ಬೆಳಿಗ್ಗೆ ಕುದುರೆ ಶ್ರೀಮಂತನೊಂದಿಗೆ ಮಾತನಾಡಿತು, "ಒಡೆಯಾ, ನಾನು ಆರೋಗ್ಯದಿಂದಲೂ ಚುರುಕಾಗಿಯೂ ಇರಬೇಕು ಎಂದಿದ್ದರೆ ನನ್ನನ್ನು ತಿಕ್ಕಿ, ಬಾಚಿ ಮಾಡುವುದನ್ನು ಬಿಟ್ಟು ನನಗೆ ತಿಂಡಿ-ತಿನಿಸು ಸರಿಯಾಗಿ ಕೊಡಿರಿ. ಆಹಾರವೇ ನನ್ನನ್ನು ಬಲಶಾಲಿಯಾಗಿಯೂ ಸುಂದರವಾಗಿಯೂ ಮಾಡುವುದು."

ಒಡೆಯ ಕುದುರೆಯ ಮಾತಿನ ಅರ್ಥವೇನೆಂದು ಚಿಂತಿಸುತ್ತ ಕುಳಿತ. ಅವನಿಗೆ ಎಲ್ಲವೂ ಅರ್ಥವಾಯಿತು.

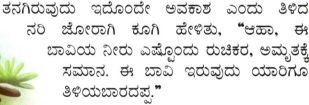

101. ಬಾವಿಗೆ ಬಿದ್ದ ನರಿ

ಅದು ಸುಂದರವಾದ ಶರತ್ಕಾಲದ ಮಧ್ಯಾಹ್ನವಾಗಿತ್ತು. ಕಾಡಿನ ನೆಲವೆಲ್ಲ ಎಲೆಗಳಿಂದ ತುಂಬಿಹೋಗಿತ್ತು. ಅಂತಹ ಸನ್ನಿವೇಶದಲ್ಲಿ ಒಂದು ನರಿ ತಿರುಗಾಟಕ್ಕೆ ಹೊರಟಿತು. ಅದು ಒಂದು ಹಾಡನ್ನು ಗುನುಗುತ್ತಾ ಸಾಗಿತ್ತು. ಹಠಾತ್ತನೆ ನರಿಯ ಕಾಲು ಜಾರಿ ಅದು ಒಂದು ಬಾವಿಯೊಳಗೆ ಬಿತ್ತು. "ತರಗೆಲೆಗಳು ನನ್ನನ್ನು ಬಾವಿಗೆ ಜಾರಿಸಿದವು. ಅಯ್ಯೋ ಇದೇನಾಯ್ತು, ಇನ್ನೇನು ನಾನು ಚಳಿಯಿಂದ ಸತ್ತೇ ಹೋಗುವೆ" ಎಂದು ನರಿ ದುಃಖ ಪಟ್ಟಿತು.

ಅಷ್ಟರಲ್ಲಿ ಒಂದು ಕಾಡಿನ ಆಡು ಆ ದಾರಿಯಲ್ಲಿ ಹೋಗುತ್ತಿರುವುದು ನರಿಗೆ ತಿಳಿಯಿತು. ಬಾವಿಯಿಂದ ಮೇಲೆ ಬರಲು ತನಗಿರುವುದು ಇದೊಂದೇ ಅವಕಾಶ ಎಂದು ತಿಳಿದ ನರಿ ಜೋರಾಗಿ ಕೂಗಿ ಹೇಳಿತು, "ಆಹಾ, ಈ ಬಾವಿಯ ನೀರು ಎಷ್ಟೊಂದು ರುಚಿಕರ, ಅಮೃತಕ್ಕೆ ಸಮಾನ. ಈ ಬಾವಿ ಇರುವುದು ಯಾರಿಗೂ ತಿಳಿಯಬಾರದಪ್ಪ."

ಆಡಿಗೆ 'ಇದೇನು ವಿಚಿತ್ರ?' ಅನಿಸಿತು. ಅದು ಬಾವಿಯ ಸಮೀಪ ಬಂದು ನರಿಯನ್ನು ನೋಡಿ "ನಿಜವಾಗಿಯೂ? ನಾನು ಒಂದು ಗುಟುಕು ರುಚಿ ನೋಡಲೇ" ಎಂದು ಕೇಳಿತು.

ನರಿಯು, "ಜಿಗಿದು ನೋಡು ಆದರೆ ಬೇರಾರಿಗೂ ಹೇಳಬೇಡ" ಎಂದಿತು. ಆಡು ಬಾವಿಗೆ ಜಿಗಿಯಿತು. ಆ ಕೂಡಲೇ ನರಿ ಆಡಿನ ಬೆನ್ನ ಮೇಲೆ ಏರಿ ಬಾವಿಯಿಂದ ಮೇಲೆ ಬಂದು ತನ್ನ ಪಾಡಿಗೆ ತಾನು ಹೊರಟುಹೋಯಿತು.

102. ಕೃತಘ್ನ ಕಡವೆ

ಒಬ್ಬ ರಾಜಕುಮಾರ ತನ್ನ ಸಹಾಯಕರನ್ನು ಕೂಡಿಕೊಂಡು ಕಾಡಿನಲ್ಲಿ ಬೇಟೆಗೆ ಹೋದ. ಅವರಿಗೆ ಒಂದು ಕಡವೆ ಕಾಣಿಸಿತು.

"ಅರಮನೆಯ ಗೋಡೆಯನ್ನು ಅಲಂಕರಿಸಲು ನನಗೆ ಆ ಕಡವೆಯ ತಲೆ ಬೇಕು" ಎಂದು ರಾಜಕುಮಾರ ತನ್ನ ಬೇಟೆಗಾರರಿಗೆ ಹೇಳಿದ.

ಬೇಟೆಗಾರರೂ ರಾಜಕುಮಾರನೂ ತಂತಮ್ಮ ಕುದುರೆಗಳ ಮೇಲೆ ಆ ಕಡವೆಯನ್ನು ಬೆನ್ನಟ್ಟಿದರು. ಕಡವೆಯ ವೇಗ ತುಂಬಾ ಜಾಸ್ತಿ ಇತ್ತು. ತುಂಬಾ ದೂರ ಓಡಿದ ಮೇಲೆ ಕಡವೆಗೆ ಕಿಕ್ಕಿರಿದ ಮರಗಳು ಇದ್ದ ಒಂದು ತೋಪು ಕಾಣಿಸಿತು. ಆ ಮರಗಳನ್ನು ದಟ್ಟವಾದ ಬಳ್ಳಿಗಳು ಸುತ್ತಿಕೊಂಡಿದ್ದವು. ಕಡವೆ ಅಲ್ಲಿ ಬಚ್ಚಿಟ್ಟುಕೊಂಡಿತು.

ಸ್ವಲ್ಪ ಹೊತ್ತಿನಲ್ಲಿ ರಾಜಕುಮಾರನೂ ಬೇಟೆಗಾರರೂ ಅಲ್ಲಿ ಬಂದರು. ಆದರೆ ಅವರಿಗೆ ಕಡವೆಯನ್ನು ಹುಡುಕಿ ಹಿಡಿಯಲಾಗಲಿಲ್ಲ. ಅವರು ಮರಳಿ ಹೋದರು. ಸ್ವಲ್ಪ ಸಮಯ ಕಾದು ಕಡವೆ ಸಮಾಧಾನ ತಂದುಕೊಂಡು ಬಳ್ಳಿಗಳಿಂದ ಎಲೆಗಳನ್ನು ಕಿತ್ತು ತಿನ್ನಲಾರಂಭಿಸಿತು. ಒಬ್ಬ ಬೇಟೆಗಾರ ಮಾತ್ರ ರಾಜನೊಡನೆ ಹಿಂದಿರುಗದೆ ಕಡವೆಯನ್ನು ಹುಡುಕುತ್ತ ಆ ಸ್ಥಳದಲ್ಲೆ ಕಾಯುತ್ತಿದ್ದ. ಅವನಿಗೆ ಕಡವೆಯ ಸುಳಿವು ಹತ್ತಿತು. ಅವನು ಕೂಡಲೇ ಕಡವೆಗೆ ಬಾಣ ಹೊಡೆದ.

ನಂತರ, ಅವನು ಕಡವೆಗೆ ಹೇಳಿದ, "ನೀನು ಬಳ್ಳಿ ಮರೆಯಲ್ಲಿ ರಕ್ಷಣೆ ಪಡೆದೆ. ಆದರೆ ಅದೇ ಬಳ್ಳಿಯ ಸೊಪ್ಪು ಕಿತ್ತು ತಿನ್ನಬಾರದೆಂಬ ಕೃತಜ್ಞತೆಯೂ ನಿನಗಿರಲಿಲ್ಲ. ನಿನಗೆ ನೀನೆ ಸಂಕಟ ತಂದುಕೊಂಡೆ."

103. ಕಾಯಿಲೆ ಬಿದ್ದ ತಂದೆ ಡೇಗೆ

ಒಂದು ಗಿಡುಗ (ಡೇಗೆ) ಕುಟುಂಬವು ಒಂದು ಎತ್ತರವಾದ ಮರದಲ್ಲಿ ವಾಸ ಮಾಡುತ್ತಿತ್ತು. ತಂದೆ ಡೇಗೆಯೂ ತಾಯಿ ಡೇಗೆಯೂ ಆಹಾರವನ್ನು ಸಂಗ್ರಹಿಸಿ ಗೂಡಿಗೆ ತರುತ್ತಿದ್ದವು. ಅದನ್ನು ಅವು ತಮ್ಮ ಮರಿ ಡೇಗೆಗಳಿಗೆ ಕೊಡುತ್ತಿದ್ದವು.

ತಾಯಿ ಗಿಡುಗವು ಆಹಾರವನ್ನು ಕಾಡಿನಲ್ಲಿಯೂ ಹೊಲ-ಗದ್ದೆಗಳಲ್ಲಿಯೂ ಹುಡುಕಿದರೆ ತಂದೆ ಗಿಡುಗವು, ದೇವಸ್ಥಾನಗಳಲ್ಲಿ ದೇವರಿಗೆ ಅರ್ಪಿಸಿದ ಆಹಾರವನ್ನು ಕದ್ದು ತರುವ ಪರಿಪಾಠವನ್ನು ಹೊಂದಿತ್ತು. ದಿನಾಲೂ ಅದಕ್ಕೆ ಇದೇ ಕೆಲಸ. ಅದಕ್ಕೆ ಅನೇಕ ದೇವಾಲಯಗಳ ಪರಿಚಯ ಇದ್ದಿತು.

ಒಂದು ದಿನ ತಂದೆ ಡೇಗೆ ಕಾಯಿಲೆ ಬಿದ್ದಿತು. ಹೀಗೆ ಮರಣಶಯ್ಯೆಯಲ್ಲಿರುವ ತಂದೆಗೆ ಮಗ ಡೇಗೆ ಹೇಳಿತು, "ಅಪ್ಪಾ, ನಿನ್ನ ಜೀವವನ್ನು ಉಳಿಸು ಎಂದು ನಾನು ದೇವರನ್ನು ಪ್ರಾರ್ಥಿಸುತ್ತೇನೆ."

ತಂದೆ ಡೇಗೆ ಹೇಳಿತು, "ಮಗಾ, ನನ್ನನ್ನು ಯಾವ ದೇವರೂ ಕ್ಷಮಿಸಲಾರ. ಜೀವಮಾನವಿಡೀ ನಾನು ದೇವರಿಗೆ ಅರ್ಪಿಸಿದ ನೈವೇದ್ಯವನ್ನೇ ಅಪಹರಿಸಿ ತರುತ್ತಿದ್ದೆ. ನನಗೆ ಪಶ್ಚಾತ್ತಾಪ ಆಗುತ್ತಿದೆ. ಆದರೆ ಕಾಲ ಮಿಂಚಿ ಹೋಗಿದೆ. ಜೀವನವಿಡೀ ಪಾಪವನ್ನೇ ಮಾಡಿ ಸಾವು ಬಂದಾಗ ದುಃಖಿಸುವುದರಿಂದ ಪಾಪಕಾರ್ಯ ತೊಳೆದು ಹೋಗದು."

104. ನಂಬಿಕೆಗೆ ಯೋಗ್ಯನಲ್ಲದ ಸ್ನೇಹಿತ

ಕಾಡಿನಲ್ಲಿ ಒಂದು ಮೊಲ ಇತ್ತು. ಅದಕ್ಕೆ ಒಂದು ಕಾಡುನಾಯಿ ಜತೆ ಸ್ನೇಹವಾಯಿತು. ನಾಯಿ ಪ್ರತಿದಿನವೂ ಮೊಲವನ್ನು ಭೇಟಿಯಾಗುತ್ತಿತ್ತು. ಅವು ಎರಡೂ ಕತ್ತಲಾಗುವವರೆಗೂ ಆಟವಾಡುತ್ತಿದ್ದವು.

ಒಂದು ದಿನ ಆಟವಾಡುತ್ತಿರುವಾಗ ಕಾಡುನಾಯಿಯು ಮೊಲದ ಕಾಲನ್ನು ಬಲವಾಗಿ ಕಡಿಯಿತು. ಮೊಲಕ್ಕೆ ಗಾಯವಾಯಿತು. ಅದು ನೋವನ್ನು ತಾಳಲಾರದೆ ಕಿಟಾರನೆ ಕಿರಿಚಿತು. ತಾನು ಸತ್ತೇ ಹೋಗುವೆನೆಂದು ಅದಕ್ಕೆ ಭಾಸವಾಯಿತು.

ಅಷ್ಟರಲ್ಲಿ ಕಾಡುನಾಯಿ ಮೊಲದ ಗಾಯವನ್ನು ನೆಕ್ಕತೊಡಗಿತು. ನಾಯಿಯ ಈ ಕಾರ್ಯದಿಂದ ಮೊಲಕ್ಕೆ ಆಶ್ಚರ್ಯವೂ ಆಘಾತವೂ ಆಯಿತು.

ಅದು ಹೇಳಿತು, "ನಾನು ನಿನ್ನ ಜತೆ ಆಟವಾಡುತ್ತಿರುವಾಗ ನೀನು ನನಗೆ ಬಲವಾಗಿ ಕಡಿದೆ. ನಾನು ಕಿರಿಚಿದಾಗ ನೀನು ನನ್ನ ಗಾಯವನ್ನು ನೆಕ್ಕತೊಡಗಿದೆ. ಇದರ ಅರ್ಥ ಏನು?"

ಕಾಡುನಾಯಿ ಉತ್ತರ ಕೊಡಲಿಲ್ಲ.

ಮೊಲ ಹೇಳಿತು, "ನಿನಗೆ ನನ್ನ ಸ್ನೇಹ ಬೇಡವಾದರೆ ನಾವು ಶಾಂತಿಯಿಂದಲೇ ಬೇರೆ ಆಗೋಣ. ಮಾತಿನಲ್ಲಿ ಒಂದು, ಕೃತಿಯಲ್ಲಿ ಇನ್ನೊಂದು ಎಂಬಂತಹ ನಡವಳಿಕೆ ಮಿತ್ರತ್ವದ ಸಂಕೇತವಲ್ಲ. ಅಂತಹ ಮಿತ್ರತ್ವ ನನಗೆ ಇಷ್ಟವಿಲ್ಲ."

ಕಾಡುನಾಯಿ ಮಾತನಾಡಲಿಲ್ಲ. ಸುಮ್ಮನೆ ಮೊಲವನ್ನು ನೋಡುತ್ತ ನಿಂತಿತು. ಮೊಲ ಅಲ್ಲಿಂದ ಹೊರಟುಹೋಯಿತು. ಮತ್ತೆ ಎಂದೂ ಅವುಗಳು ಭೇಟಿಯಾಗಲಿಲ್ಲ.

105. ಎರಡು ಮೂರ್ಖ ಕೋತಿಗಳು

ಒಮ್ಮೆ ಒಂದು ಕಾಡಿನಲ್ಲಿ ಹಲವಾರು ದಿವಸಗಳ ಕಾಲ ಎಡೆಬಿಡದೆ ಮಳೆ ಸುರಿಯಿತು.

ಎರಡು ಕೋತಿಗಳು ಎತ್ತರವಾದ ಮರವೊಂದರ ತುದಿಯಲ್ಲಿ ಆಶ್ರಯ ಪಡೆದಿದ್ದವು. ಮಳೆ ನಿಂತ ಮೇಲೆ ಅವು ಕೆಳಗೆ ನೋಡಿದಾಗ ಕೆರೆಯಲ್ಲಿ ಮೀನುಗಳು ಈಜುವುದನ್ನು ಕಂಡವು.

ಒಂದನೇ ಕೋತಿ ಹೇಳಿತು, "ಈ ಮೀನುಗಳು ಉಸಿರುಕಟ್ಟಿ ಸಾಯುತ್ತವೆ. ನೋಡು."

ಎರಡನೇ ಕೋತಿ ಕೂಡಲೇ ಮರದ ತುದಿಯಿಂದ ಸರಸರನೆ ಇಳಿದು ಬಂದು ಕೆಲವಾರು ಮೀನುಗಳನ್ನು ನೀರಿನಿಂದ ಮೇಲೆತ್ತಿ ಕೆರೆಯ ದಂಡೆಯ ಮೇಲೆ ಮಲಗಿಸಿತು.

ಒಂದನೇ ಕೋತಿ ಹೇಳಿತು, "ಅವುಗಳಿಗೆ ದಣಿವಾಗಿದೆ, ಅವು ನಿದ್ರೆ ಮಾಡುತ್ತಿವೆ, ಬೇಕಾದಷ್ಟು ಸಮಯ ನಿದ್ದೆ ಮಾಡಲಿ."

ಎರಡನೇ ಕೋತಿ, "ಅವು ಎಚ್ಚರಗೊಂಡಾಗ ತಮ್ಮ ಜೀವ ಉಳಿಸಿದ್ದಕ್ಕಾಗಿ ನಮಗೆ ಎಂದೆಂದೂ ಕೃತಜ್ಞರಾಗಿರುವವು."

ಮೀನುಗಳೆಲ್ಲ ಸತ್ತುಹೋಗಿವೆಯೆಂದು ಮೂರ್ಖ ಕೋತಿಗಳಿಗೆ ಹೇಳುವವರಾದರೂ ಯಾರು?

106. ಚಿನ್ನದ ಮೊಟ್ಟೆ ಇಡುವ ಕೋಳಿ

ಒಬ್ಬ ರೈತನಲ್ಲಿ ಒಂದು ಹೇಂಟೆ ಇತ್ತು. ಅವನು ಅದನ್ನು ಬೇರೊಬ್ಬ ರೈತನಿಗೆ ಕೊಟ್ಟು ಅವನಿಂದ ಒಂದು ಮೂಟೆ ಅಕ್ಕಿ ಪಡೆದ.

ಗಂಡ ಒಂದು ಮೂಟೆ ತುಂಬಾ ಅಕ್ಕಿ ಕೊಟ್ಟು ಒಂದು ಹೇಂಟೆ ತಂದ ಎಂಬುದನ್ನು ತಿಳಿದು ಹೆಂಡತಿಗೆ ಬೇಸರವಾಯಿತು.

ಆದರೆ ಆ ಹೇಂಟೆ ರಾತ್ರಿ ಕಾಲದಲ್ಲಿ ಒಂದು ಬಂಗಾರದ ಮೊಟ್ಟೆ ಇರಿಸಿದ್ದನ್ನು ಬೆಳಿಗ್ಗೆ ನೋಡಿದ ಅವಳಿಗೆ ಆಶ್ಚರ್ಯವೂ ಸಂತೋಷವೂ ಒಟ್ಟಿಗೇ ಆಯಿತು.

ಆ ಹೇಂಟೆ ದಿನಕ್ಕೆ ಒಂದು ಬಂಗಾರದ ತತ್ತಿಯನ್ನು ಇರಿಸುವ ಪವಾಡದ ಕೋಳಿಯಾಗಿತ್ತು. ಹೀಗೆ ತುಂಬ ವಾರಗಳ ಕಾಲ ನಡೆಯಿತು. ಆ ರೈತ ಬೇಗನೇ ಆ ಊರಿನ ದೊಡ್ಡ ಸಾಹುಕಾರನಾದ. ಮನೆ ಕಟ್ಟಿಸಿದ, ಜಮೀನು ಖರೀದಿ ಮಾಡಿದ, ಆಳುಕಾಳುಗಳಿಗೆ ಸಂಬಳ ಕೊಡುವ ಶ್ರೀಮಂತನಾದ.

ರೈತನ ಹೆಂಡತಿಗೆ ದುರಾಸೆ ಜಾಸ್ತಿ. ಒಂದು ದಿನ, ರೈತ ಮನೆಯಲ್ಲಿ ಇಲ್ಲದ ವೇಳೆ ಅವಳಿಗೆ ಒಂದು ಕೆಟ್ಟ ಆಲೋಚನೆ ಬಂತು. ಅವಳು ಒಂದು ಕತ್ತಿ ಎತ್ತಿಕೊಂಡು ಹೇಂಟೆಯ ಹೊಟ್ಟೆಯಲ್ಲಿನ ಎಲ್ಲಾ ಬಂಗಾರದ ತತ್ತಿಗಳನ್ನೂ ಒಮ್ಮೆಲೇ ತೆಗೆಯುವೆನೆಂದು ಅದರ ಹೊಟ್ಟೆಯನ್ನು ಸೀಳಿದಳು.

ಆದರೆ ಹೇಂಟೆಯ ಹೊಟ್ಟೆಯಲ್ಲಿ ಒಂದೇ ಒಂದು ಮೊಟ್ಟೆಯೂ ಇರಲಿಲ್ಲ. ಅವಳ ಲೆಕ್ಕಾಚಾರ ತಪ್ಪಾಗಿತ್ತು. ಹೇಂಟೆ ಸತ್ತುಹೋಯಿತು.

'ಅತಿ ಆಸೆ ಗತಿಗೇಡು' ಎಂಬ ನಾಣ್ಣುಡಿ ನಿಜವಾಯಿತು.

107. ಸಿಂಹಪಾಲು

ಒಂದು ಕಾಡಿನಲ್ಲಿ ಒಂದು ಆಲಸಿ ಸಿಂಹ ಇತ್ತು. ಅದಕ್ಕೆ ಚೆನ್ನಾಗಿ ಬೇಟೆಯಾಡಲು ಬರುತ್ತಿರಲಿಲ್ಲ. ಒಂದು ದಿನ ಅದಕ್ಕೆ ಒಂದು ಯೋಚನೆ ಹೊಳೆಯಿತು. ಅದು ಕಾಡಿನ ಪ್ರಾಣಿಗಳನ್ನು ಕರೆದು ಹೀಗೆ ಹೇಳಿತು, "ನಾನು ರಾಜನಾಗಿ ಬೇಟೆಯಾಡುವ ಒಂದು ತಂಡವನ್ನು ರಚಿಸುತ್ತಿದ್ದೇನೆ. ಯಾರಾದರೂ ತಯಾರಿದ್ದೀರಾ?"

ಒಂದು ನರಿಯೂ ಒಂದು ತೋಳವೂ ಮುಂದೆ ಬಂದವು. ಸಿಂಹ ಹೇಳಿತು, "ಬೇಟೆಗೆ ನನ್ನ ಜತೆ ಬರಬೇಕು, ನೀವೂ ನನ್ನೊಂದಿಗೆ ಸೇರಿ ಬೇಟೆಯಾಡಬೇಕು."

ಮೂವರೂ ಬೇಟೆಗೆ ಹೋದವು. ಸಿಂಹವೂ ನರಿಯೂ ತೋಳವೂ ಸೇರಿ ಕಡವೆಯೊಂದನ್ನು ಕೊಂದವು. ಸಿಂಹ ಹೇಳಿತು, "ನಾನು ಇದನ್ನು ಮೂರು ತುಂಡುಗಳಾಗಿ ಪಾಲು ಮಾಡುತ್ತೇನೆ."

ಮೂರು ಪಾಲು ಸಿದ್ಧವಾಯಿತು. ತೋಳ ಮತ್ತು ನರಿ ಮಾಂಸದ ತುಂಡುಗಳನ್ನು ಆಸೆಯಿಂದ ನೋಡತೊಡಗಿದವು. ಸಿಂಹ ಒಂದನೇ ಪಾಲನ್ನು ಎತ್ತಿಕೊಂಡು ಹೇಳಿತು: "ನಾನು ರಾಜ ಇದು ನನಗೆ". ಆಮೇಲೆ ಎರಡನೇ ಪಾಲನ್ನೂ ಎತ್ತಿಕೊಂಡು "ಬೇಟೆಯಾಡಿದ್ದು ನಾನು, ಆದ್ದರಿಂದ ಇದೂ ನನಗೆ" ಎಂದಿತು. ಮೂರನೇ ತುಂಡನ್ನು ಎತ್ತಿಕೊಂಡು "ನಿಮ್ಮಲ್ಲಿ ಯಾರಿಗೆ ಧೈರ್ಯ ಇದೆಯೋ ಅವರು ತೆಗೆದುಕೊಳ್ಳಬಹುದು" ಎಂದಿತು.

ತೋಳನೂ ನರಿಯೂ ತುಟಿಪಿಟಕ್ ಅನ್ನಲಿಲ್ಲ. ಅವು ಹಸಿದೇ ಇದ್ದವು.

108. ಆಟವಾಡಿ, ಕೊಲ್ಲಬೇಡಿ

ಒಂದು ಊರಿನಲ್ಲಿ ಮಳೆಗಾಲದ ನಿಮಿತ್ತ ಅಲ್ಲಿನ ಶಾಲೆಗಳಿಗೆ ರಜೆ ಕೊಟ್ಟರು. ಏಕೆಂದರೆ, ಆ ಊರಿನ ಹಳ್ಳ-ಕೆರೆಗಳು ತುಂಬಿ ಹರಿಯತೊಡಗಿದ್ದವು. ಆ ಊರಲ್ಲಿ ತುಂಟ ಮಕ್ಕಳ ಒಂದು ತಂಡವಿತ್ತು. ಇವರು ಸ್ಥಳದಿಂದ ಸ್ಥಳಕ್ಕೆ ಸಂಚರಿಸುತ್ತ ಏನಾದರೊಂದು ತಂಟೆ ಮಾಡುತ್ತಲೇ ಇರುತ್ತಿದ್ದರು.

ಒಂದು ದಿನ ಇವರು ಒಂದು ಕೆರೆಯ ದಂಡೆಯಲ್ಲಿ ಕುಳಿತು ಹರಟೆ ಕೊಚ್ಚುವುದು, ಹಾಡು ಹೇಳುವುದು, ಕತೆ ಹೇಳುವುದು ಇತ್ಯಾದಿ ಮಾಡುತ್ತಿದ್ದರು. ಹೆಚ್ಚು ಕಾಲ ಒಂದೇ ಕಡೆ ಕುಳಿತಿರಲು ಆಗದ ಇವರು ಕೆರೆಯಲ್ಲಿ ವಾಸಿಸುತ್ತಿರುವ ಕಪ್ಪೆಗಳಿಗೆ ಕಲ್ಲೆಸೆಯಲು ಪ್ರಾರಂಭಿಸಿದರು.

ಯಾರ ಕಲ್ಲು ಹೆಚ್ಚು ಕಪ್ಪೆಗಳಿಗೆ ತಗಲುತ್ತದೆ ಎಂದು ಹುಡುಗರು ಪಂಥ ಕಟ್ಟಿದರು. ಕಪ್ಪೆಗಳ ಮೇಲೆ ಕಲ್ಲುಗಳ ಸುರಿಮಳೆ ಆಯಿತು. ಹಲವಾರು ಕಪ್ಪೆಗಳು ಗಾಯಗೊಂಡವು. ಇನ್ನು ಕೆಲವು ಸತ್ತೇ ಹೋದವು.

ಒಂದು ಮುದಿ ಕಪ್ಪೆಗೆ ಇದನ್ನು ಸಹಿಸಲು ಆಗಲಿಲ್ಲ. ಅದು ಬೊಬ್ಬಿಟ್ಟಿತು, "ತುಂಟ ಮಕ್ಕಳೇ, ನಿಮ್ಮ ಆಟ ನಮಗೆ ಪ್ರಾಣಸಂಕಟ ತಂದಿದೆ. ಆಟದ ಹೆಸರಿನಲ್ಲಿ ಬೇರೆಯವರಿಗೆ ನೋವು ಕೊಡಬೇಡಿ."

ಮಕ್ಕಳಿಗೆ ಜ್ಞಾನೋದಯವಾಯಿತು. ಮುಂದೆ ಅವರು ತುಂಟಾಟ ಮಾಡಲಿಲ್ಲ.

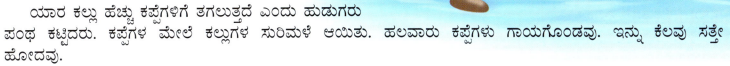

109. ಕಮ್ಮಾರನ ನಾಯಿ

ಒಂದು ಪಟ್ಟಣದಲ್ಲಿ ಒಬ್ಬ ಕಮ್ಮಾರನಿದ್ದ. ಅವನಿಗೆ ಒಂದು ಸಾಕು ನಾಯಿ ಇತ್ತು. ಕಮ್ಮಾರನಿಂದ ತಮ್ಮ ಕೆಲಸ ಮಾಡಿಸಿಕೊಳ್ಳಲು ಅನೇಕ ಜನ ಬರುತ್ತಿದ್ದರು. ಅವನು ಸದಾಕಾಲ ಕಾರ್ಯನಿರತನಾಗಿರುತ್ತಿದ್ದ.

ಅವನ ನಾಯಿ ಆಲಸಿಯಾಗಿತ್ತು. ಕಮ್ಮಾರನು ಕೆಲಸ ಮಾಡುವ ಕೊಠಡಿಯಲ್ಲಿ ಒಂದು ಮೂಲೆಯಲ್ಲಿ ಮಲಗಿ ಅದು ದಿನವಿಡೀ ನಿದ್ರಿಸುತ್ತಿತ್ತು.

ಕಬ್ಬಿಣವನ್ನು ಹೊಡೆದು ಮಾಡುವ ತನ್ನ ಕಾಯಕದಲ್ಲಿ ಠಣ್..ಠಣ್..ಠಣ್ ಸದ್ದಿನ ನಡುವೆ ಈ ನಾಯಿ ನೆಮ್ಮದಿಯಿಂದ ನಿದ್ರಿಸುವುದು ನೋಡಿ ಕಮ್ಮಾರನಿಗೆ ಆಶ್ಚರ್ಯವಾಗುತ್ತಿತ್ತು. ಆದರೆ ಕಮ್ಮಾರ ಊಟಕ್ಕೆ ಕುಳಿತ ಕೂಡಲೇ ನಾಯಿ ಥಂಗನೆ ನೆಗೆಯುತ್ತ ಅವನ ಬಳಿ ಬರುತ್ತಿತ್ತು. ಅವನ ತಟ್ಟೆಯ ಸಮೀಪವೇ ಕುಳಿತಿದ್ದು ತನಗೂ ಸ್ವಲ್ಪ ಆಹಾರ ದೊರೆಯದೆ ಅಲ್ಲಿಂದ ಕದಲುತ್ತಿರಲಿಲ್ಲ.

ಒಂದು ದಿನ ಕಮ್ಮಾರ ನಾಯಿಯನ್ನು ಪ್ರೀತಿಯಿಂದಲೇ ಹೀಗೆ ಬೈದ, "ಲೋ ಆಲಸಿ ಮಗನೇ, ನನ್ನ ಸುತ್ತಿಗೆಯ ಏಟಿನಿಂದ ನಿನಗೆ ಎಚ್ಚರಾಗುವುದಿಲ್ಲ; ಆದರೆ ನಾನು ಜಗಿಯುವುದು ಕೇಳಿಸಿದ ಕೂಡಲೇ ಠಣ್ಣನೇ ಎಚ್ಚರಗೊಳ್ಳುತ್ತಿ. ಸೋಮಾರಿತನ ಬಹಳ ಕೆಟ್ಟದ್ದು. ನೀನೂ ಕೂಡ ಇತರ ನಾಯಿಗಳಂತೆ ಚುರುಕಿನಿಂದ ಓಡಾಡುತ್ತ ಮನೆಯನ್ನು ಕಾಯಬೇಕು. ಆಗಲೇ ತಿಂದದ್ದು ಅರಗುವುದು, ತಿಳಿಯಿತೋ?" ನಾಯಿಗೆ ಬುದ್ಧಿ ಬಂದಿತು.

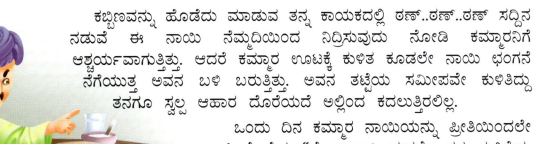

110. ಪೂಜೆಗೊಂಡ ಕತ್ತೆ

ಒಂದು ಊರಿನಲ್ಲಿ ಒಬ್ಬ ಮನುಷ್ಯನಿದ್ದ. ಅವನಿಗೆ ಒಂದು ಕತ್ತೆ ಇದ್ದಿತು. ಅವನು ಅದರ ಮೇಲೆ ಸಾಮಾನುಗಳನ್ನು ಊರಿಂದೂರಿಗೆ ಸಾಗಿಸಿ ಜೀವನ ನಿರ್ವಹಣೆ ಮಾಡುತ್ತಿದ್ದ. ಆದರೆ ಅವನು ಕತ್ತೆಗೆ ತಿನ್ನಲು ತುಂಬಾ ಕಡಿಮೆ ಆಹಾರ ಕೊಡುತ್ತಿದ್ದ. ಆ ಕತ್ತೆ ಸದಾ ಕಾಲ ಬೇಸರದಿಂದ ಇರುತ್ತಿತ್ತು. ಒಂದು ದಿನ ದೇವರ ವಿಗ್ರಹಗಳನ್ನು ಬೇರೆ ಊರಿಗೆ ಸಾಗಿಸುವ ಕೆಲಸ ಅವನಿಗೆ ದೊರೆಯಿತು. ಅವನು ವಿಗ್ರಹಗಳನ್ನು ಕತ್ತೆಯ ಬೆನ್ನ ಮೇಲಿಟ್ಟು ಹಗ್ಗದಿಂದ ಕಟ್ಟಿ ಭದ್ರಪಡಿಸಿ ಕತ್ತೆಯನ್ನು ನಡೆಸಿಕೊಂಡು ಹೊರಟ.

ದಾರಿಯಲ್ಲಿ ಅನೇಕರು ನಡೆಯುವುದನ್ನು ನಿಲ್ಲಿಸಿ ವಿಗ್ರಹಗಳಿಗೆ ನಮಸ್ಕಾರ ಮಾಡಿದರು. ಕೆಲವರು ಹೂಗಳನ್ನು ತಂದು ಕತ್ತೆಯ ಮೇಲೆ ಎರಚಿ ಪೂಜೆಯನ್ನೂ ಮಾಡಿದರು. ದಾರಿ ಸಾಗುತ್ತಿದ್ದಂತೆ ಹೆಚ್ಚು ಹೆಚ್ಚು ಜನ ಪೂಜಿಸಲಾರಂಭಿಸಿದರು.

ಜನರು ತನಗೆ ನಮಸ್ಕಾರ ಮಾಡಿ ಪೂಜಿಸುತ್ತಿದ್ದಾರೆ ಎಂದು ಭಾವಿಸಿ ಕತ್ತೆ ಹೆಮ್ಮೆಯಿಂದ ಬೀಗಿತು. ಜನರು ಸೇರುತ್ತಿದ್ದಂತೆ ಕತ್ತೆ ಪ್ರಯಾಣ ನಿಲ್ಲಿಸಿ ತಲೆಯನ್ನು ಅತ್ತಿಂದಿತ್ತ ಅಲ್ಲಾಡಿಸುತ್ತ ಮೋಜು ಅನುಭವಿಸುತ್ತಿತ್ತು.

ಇದನ್ನು ಗಮನಿಸಿದ ಒಡೆಯ ಹೇಳಿದ, "ಲೋ ಕತ್ತೆ, ಇವರೆಲ್ಲ ನಿನಗೆ ನಮಸ್ಕಾರ ಮಾಡುತ್ತಿದ್ದಾರೆ ಅಂದುಕೊಂಡೆಯಾ, ಇವರು ನಿನ್ನ ಮೇಲಿರುವ ದೇವರ ಮೂರ್ತಿಗಳಿಗೆ ನಮಸ್ಕರಿಸುತ್ತಿದ್ದಾರೆ. ಬೇರೆಯವರಿಗೆ ಸಲ್ಲಬೇಕಾದ ಕೀರ್ತಿ ನಿನ್ನದು ಎಂದು ತಿಳಿಯಬೇಡ, ಮೂರ್ಖ."

111. ದುಷ್ಟರಿಂದ ದೂರವಿರು

ಒಂದು ಊರಿನಲ್ಲಿ ಒಬ್ಬ ಶ್ರೀಮಂತ ರೈತನಿದ್ದ. ಅವನಿಗೆ ನೂರಾರು ಎಕರೆ ಜಮೀನು, ತೋಟ ಇದ್ದವು. ನೂರಾರು ಜಾನುವಾರು, ಕುರಿ ಮಂದೆ ಇತ್ಯಾದಿ ಇದ್ದವು. ಅವನ ಜಮೀನು ಒಂದು ಕಾಡಿನ ಅಂಚಿನಲ್ಲಿದ್ದು ಅದರೊಳಗೆ ಸಣ್ಣಪುಟ್ಟ ಕಾಡು ಪ್ರಾಣಿಗಳು ಸದಾಕಾಲ ಬಂದು ಹೋಗುತಿದ್ದವು. ಆದರೆ ಒಂದು ದಿನ ಒಂದು ಸಿಂಹ ಜಮೀನಿನ ಒಳಕ್ಕೆ ಬಂತು.

ಸಿಂಹ ಬಂದೊಡನೆಯೇ ಒಡೆಯ ಸದ್ದುಮಾಡದೆ ಹೋಗಿ ಮುಖ್ಯದ್ವಾರವನ್ನು ಮುಚ್ಚಿಬಿಟ್ಟ. ನಂತರ ಅವನು ಮನೆಗೆ ಬಂದು ಒಳಗೆ ಆಶ್ರಯ ಪಡೆದ.

ತಾನು ಸಿಲುಕಿ ಬಿದ್ದೆನೆಂದು ಅರಿವಾದ ಸಿಂಹ ಕೋಪಗೊಂಡು ನಿವೇಶನದ ಒಳಗಿದ್ದ ಜಾನುವಾರು, ಕುರಿ, ಆಡು, ನಾಯಿ ಇತ್ಯಾದಿಗಳನ್ನು ಮನಬಂದಂತೆ ಕೊಲ್ಲತೊಡಗಿತು. ಅನೇಕ ಪ್ರಾಣಿಗಳು ಗಾಯಗೊಂಡವು. ರೈತನಿಗೆ ಭಯವಾಯಿತು.

ಅವನು ಕಳ್ಳಹೆಜ್ಜೆಯಿಟ್ಟು ಹಿಂಬಾಗಿಲಿನಿಂದ ಹೋಗಿ ಜಮೀನಿನ ಹಿಂದಿನ ದ್ವಾರವನ್ನು ತೆರೆದ. ಪ್ರಾಣಿಗಳನ್ನು ಬೆನ್ನಟ್ಟುತ್ತಾ ಬಂದ ಸಿಂಹ ಹಿಂದಿನ ದ್ವಾರದ ಮೂಲಕ ತಪ್ಪಿಸಿಕೊಂಡು ಕಾಡಿಗೆ ಓಡಿತು.

ಸಿಂಹ ಮಾಡಿದ ವಿನಾಶವನ್ನು ಕಂಡು ರೈತ ತಲೆಮೇಲೆ ಕೈ ಹೊತ್ತು ಕುಳಿತ. ಅವನ ಹೆಂಡತಿ ಹೇಳಿದಳು, "ನೀನಾದರೂ ಬದುಕಿದ್ದೀಯಲ್ಲ, ಅದೇ ದೊಡ್ಡದು. ದ್ವಾರವನ್ನು ಮುಚ್ಚಿ ಸಿಂಹವನ್ನು ಬಂಧಿಸಿಟ್ಟದ್ದು ನಿನ್ನದೇ ತಪ್ಪು."

ಕಳ್ಳನನ್ನು ಒಳಗೆ ಬಿಟ್ಟುಕೊಂಡು ಹಾನಿ ಮಾಡಿಕೊಳ್ಳುವ ಬದಲು ಹೊರಗಿನಿಂದಲೇ ಓಡಿಸುವುದೇ ಬುದ್ಧಿವಂತಿಕೆ.

112. ಕಳ್ಳರ ಕಳ್ಳ

ಒಬ್ಬ ಕುರಿಗಾಹಿ ತನ್ನ ಕುರಿಗಳನ್ನು ಕಾಡಿಗೆ ಸಮೀಪದ ಹುಲ್ಲುಗಾವಲಿನಲ್ಲಿ ಮೇಯಿಸುತ್ತಿದ್ದ. ಒಂದು ಅಪರಾಹ್ನ ಕುರಿಗಾಹಿಯು ಮರದ ನೆರಳಲ್ಲಿ ನಿದ್ರಿಸುತ್ತಿದ್ದ ವೇಳೆ ಒಂದು ತೋಳ ಬಂದು ಒಂದು ಕುರಿಯನ್ನು ಕಾಡಿಗೆ ಎಳೆದುಕೊಂಡು ಹೋಯಿತು.

ಕುರಿಗಾಹಿ ಎಚ್ಚರಗೊಂಡು ಒಂದು ಕುರಿಯನ್ನು ಕಾಣದೆ ಹುಡುಕಿದ. ಅದು ಅವನಿಗೆ ಎಲ್ಲಿಯೂ ಸಿಗಲಿಲ್ಲ.

ಕುರಿಯನ್ನು ಎಳೆದೊಯ್ದು ತೋಳ ಅದನ್ನು ಮಾರ್ಗ ಮಧ್ಯೆ ಕೊಂದು ತನ್ನ ಗವಿಯತ್ತ ಎಳೆದೊಯ್ಯುತ್ತಿತ್ತು. ಅಷ್ಟರಲ್ಲಿ ಒಂದು ಸಿಂಹ ಅದರ ಮೇಲೆ ದಾಳಿಯಿಟ್ಟು, "ಈ ಕುರಿ ನನ್ನದು, ನಾನು ಒಯ್ಯುವೆ" ಎಂದಿತು.

"ನೀನು ಕಾಡಿನ ರಾಜ. ಬೇರೆಯವರ ಆಹಾರವನ್ನು ನೀನು ಅಪಹರಿಸಬಾರದು" ಎಂದಿತು ತೋಳ. ಅದಕ್ಕೆ ಕುರಿಯ ದೇಹವನ್ನು ಹೇಗಾದರೂ ಉಳಿಸಿಕೊಳ್ಳಬೇಕಿತ್ತು.

"ನಾನು ಅಪಹರಿಸಿದರೆ ಏನು ತಪ್ಪು? ಇದನ್ನು ನೀನು ಅಪಹರಿಸಿ ತಂದಿಲ್ಲವೆ? ನೀನು ಇದನ್ನು ಕುರಿಗಾಹಿಯಿಂದ ಕದ್ದು ತಂದೆ. ಒಬ್ಬ ಕಳ್ಳ ಇನ್ನೊಬ್ಬನಿಗಿಂತ ಉತ್ತಮನೆ? ಈಗ ಈ ಕುರಿ ನನ್ನದು, ಹೋಗಾಚೆ" ಎಂದು ಸಿಂಹ ಕುರಿಯನ್ನು ಕಬಳಿಸಿತು. ಇನ್ನು ಹೆಚ್ಚು ಮಾತನಾಡಿದರೆ ತನ್ನ ದೇಹಕ್ಕೇ ಕಂಟಕವಾಗುವುದೆಂದು ಅರಿತ ತೋಳ ತೆಪ್ಪಗಾಯಿತು.

113. ಆಡಿನ ಕೋಡು

ಒಂದು ಊರಿನಲ್ಲಿ ಒಬ್ಬ ಆಡುಗಾಹಿ ಇದ್ದ. ಅವನು ದಿನಾಲೂ ತನ್ನ ಆಡುಗಳನ್ನು ಬೇರೆ ಬೇರೆ ಹುಲ್ಲುಗಾವಲುಗಳಿಗೆ ಕರೆದೊಯ್ಯುತ್ತಿದ್ದ. ಆಡುಗಳಿಗೆ ಅವನೆಂದರೆ ಬಲು ಪ್ರೀತಿಯಿತ್ತು. ಒಂದು ದಿನ ಅವನು ಕಾಯಿಲೆ ಬಿದ್ದ. ಅವನು ತನ್ನ ತಮ್ಮನನ್ನು ಕರೆದು ಆಡು ಮೇಯಿಸಲು ತಿಳಿಸಿ, "ಈವತ್ತು ಬೆಟ್ಟದ ಬದಿಯ ಹುಲ್ಲುಗಾವಲಿಗೆ ಹೋಗು" ಎಂದ.

"ಸರಿ ಅಣ್ಣಾ" ಎಂದ ತಮ್ಮ. "ಆ ಕರಿ-ಬಿಳಿ ಆಡು ತಪ್ಪಿಸಿಕೊಳ್ಳುತ್ತದೆ, ಸರಿಯಾಗಿ ನೋಡಿಕೊ" ಎಚ್ಚರ ಹೇಳಿದ ಅಣ್ಣ.

ಆಡುಗಳು ಮೇಯುತ್ತಿದ್ದಾಗ ತಮ್ಮನು ಕರಿ-ಬಿಳಿ ಆಡಿನ ಮೇಲೆ ನಿಗಾ ಇರಿಸಿದ್ದ. ಸಾಯಂಕಾಲದ ವೇಳೆ ಹೊರಡಲು ಎದ್ದು ನಿಂತಾಗ ಆಡುಗಳೆಲ್ಲ ಆಗಲೇ ಮುಂದಕ್ಕೆ ಚಲಿಸಿದ್ದನ್ನು ನೋಡಿದ. ಆದರೆ ಕರಿ-ಬಿಳಿ ಆಡು ಇನ್ನೂ ಮೇಯುತ್ತಲೇ ಇತ್ತು.

ತಮ್ಮನಿಗೆ ಕೋಪ ಬಂತು. ಅವನು ಒಂದು ಸೀಟಿ ಹೊಡೆದ. ಆಡು ಲೆಕ್ಕಿಸಲಿಲ್ಲ. ತಮ್ಮ ಒಂದು ಕಲ್ಲನ್ನು ಎತ್ತಿ ಬೀರಿದ.

ಕಲ್ಲು ಆಡಿನ ಒಂದು ಕೋಡಿಗೆ ಬಡಿಯಿತು. ಕೋಡು ಮುರಿಯಿತು. ತಮ್ಮನಿಗೆ ಭಯವಾಯಿತು.

"ನಾನು ಕಲ್ಲು ಬೀರಿದೆ ಎಂದು ಅಣ್ಣನಿಗೆ ಹೇಳಬೇಡ" ಆಡಿನೊಡನೆ ಗೋಗರೆದ ತಮ್ಮ.

"ನಾನು ಏನೂ ಹೇಳದಿದ್ದರೂ ಮುರಿದ ಕೋಡು ಎಲ್ಲವನ್ನೂ ಹೇಳುವುದಲ್ಲವೆ?" ಆಡು ಮರು ಪ್ರಶ್ನೆ ಹಾಕಿತು. ಈ ಮಾತು ಸರಿ ಎನ್ನಿಸಿ ತಮ್ಮ ನಿಜವನ್ನೇ ನುಡಿಯಲು ಮುಂದಾದ.

114. ಹಗಲುಗನಸುಗಾತಿ

ಒಂದು ಊರಿನಲ್ಲಿ ಒಬ್ಬಳು ಹಾಲು ಮಾರುವವಳಿದ್ದಳು. ಅವಳಿಗೆ ಹಗಲುಗನಸು ಕಾಣುವ ಚಟವಿತ್ತು. ತಾನು ಶ್ರೀಮಂತಳಾಗಬೇಕೆಂದು ಅವಳು ಕನಸು ಕಾಣುತ್ತಿದ್ದಳು. ಅವಳು ಹಾಲು, ಮೊಸರು, ಬೆಣ್ಣೆ ಹೊತ್ತು ಸಂತೆಗೆ ಹೋಗುವ ದಾರಿಯಲ್ಲಿ ಮರದ ನೆರಳಲ್ಲೋ ಗುಡಿಸಲುಗಳ ಬಳಿಯೋ ವಿಶ್ರಮಿಸುತ್ತ ಹಗಲುಗನಸು ಕಾಣುತ್ತಿದ್ದಳು. ಈಚೆಗೆ ಅದು ಅತಿರೇಕಕ್ಕೆ ಹೋಯಿತು. ಹಾಲಿನ ಮಡಕೆ ಹೊತ್ತು ನಡೆಯುತ್ತಿರುವಾಗಲೇ ಅವಳು ಕನಸು ಕಾಣತೊಡಗಿದಳು.

ಒಂದು ದಿನ ಹಾಗೆಯೇ ಆಯಿತು.

"ಇಂದು ನಾನು ಹಾಲು ಮಾರಿ ಆ ಹಣದಿಂದ ಹೇಂಟೆ ಕೊಳ್ಳುವೆ. ನಂತರ ಹಾಲಿನೊಂದಿಗೆ ಮೊಟ್ಟೆಯನ್ನೂ ಮಾರುವೆ. ಅದರಿಂದ ಶ್ರೀಮಂತಳಾಗುವೆ. ಹಸು, ಆಡು ಕೊಳ್ಳುವೆ. ಹಾಲು, ಮೊಸರು, ಬೆಣ್ಣೆ, ತುಪ್ಪ ಎಲ್ಲ ಮಾರುವೆ. ಇನ್ನಷ್ಟು ಶ್ರೀಮಂತಳಾಗುವೆ. ರೇಶ್ಮೆ ಸೀರೆ, ಬಂಗಾರದ ಸರ, ಉಂಗುರ ಕೊಳ್ಳುವೆ. ನಾನು ನಡೆದು ಹೋಗುತ್ತಿದ್ದರೆ ಎಲ್ಲರೂ ತಿರುಗಿ-ತಿರುಗಿ ನೋಡುವವರೇ. ಆದರೆ ನಾನು ಲೆಕ್ಕಿಸಲಾರೆ-ನಾನು ಠೀವಿಯಿಂದ ಕತ್ತು ಕೊಂಕಿಸಿ ಹೋಗುವೆ."

ಅವಳು ನಿಜಕ್ಕೂ ಕತ್ತು ಕೊಂಕಿಸಿದಳು. ಕೂಡಲೇ ಹಾಲಿನ ಗಡಿಗೆ ಕೆಳಗೆ ಬಿದ್ದು ಒಡೆದೇ ಹೋಯಿತು.

ಕ್ರಿಯೆಯೇ ಇಲ್ಲದೆ ಬರೇ ಹಗಲುಗನಸು ಕಾಣುವುದು ತೊಂದರೆಯನ್ನೂ ತರಬಹುದು.

115. ಬೆಕ್ಕಿನ ಮರಿ ಮತ್ತು ಮುಖವಾಡ

ಒಂದು ಪಟ್ಟಣದಲ್ಲಿ ಒಬ್ಬ ನಾಟಕದ ಪಾತ್ರಧಾರಿ ಇದ್ದ. ಅವನಿಗೆ ಬೆಕ್ಕುಗಳೆಂದರೆ ಇಷ್ಟ. ಅವನು ಹಾಸಿಗೆ ಸೇರಿದಾಗಲೆಲ್ಲ ತುಪ್ಪಳ ತುಂಬಿದ ಮೈಯ ಆ ಜೀವಿಗಳು ಅವನ ಮಡಿಲಿಗೆ ಹಾರಿ ಅವನನ್ನು ಅಪ್ಪಿ ಮಲಗುತ್ತಿದ್ದವು. ಅವನಿಗೆ ಒಂದು ಕರಿ ಬೆಕ್ಕು ಹಾಗೂ ಒಂದು ಬಿಳಿ ಬೆಕ್ಕು ಇದ್ದವು. ಬಿಳಿ ಬೆಕ್ಕಿಗೆ ನಾಲ್ಕು ಮರಿಗಳಿದ್ದವು.

ಬೆಕ್ಕಿನ ಮರಿಗಳಿಗೆ ಆಟವೆಂದರೆ ತುಂಬಾ ಇಷ್ಟವಾಗಿತ್ತು. ಅವು ಮನೆ ತುಂಬಾ ಓಡಾಡಿಕೊಂಡಿದ್ದವು. ಒಂದು ದಿನ ಅವುಗಳಿಗೆ ಮುಖವಾಡಗಳು ಸಿಕ್ಕಿದವು. ಅವು ಮುಖವಾಡಗಳೊಂದಿಗೆ ಆಟವಾಡತೊಡಗಿದವು. ಅವು ಆ ನಟನು ಉಪಯೋಗಿಸುವ ಮುಖವಾಡಗಳಾಗಿದ್ದವು.

ಒಂದು ಮರಿ ಬೆಕ್ಕು ಮುಖವಾಡವನ್ನು ಮೋರೆಗಿಟ್ಟುಕೊಂಡು ಮನೆಯಲ್ಲ ಸುತ್ತಾಡಿತು.

ಇನ್ನೊಂದು ಮರಿ ಹೇಳಿತು, "ತುಂಬಾ ಚಂದ ಕಾಣಿಸುತ್ತೀಯಾ." ಮೊದಲ ಮರಿ ಬೆಕ್ಕು ಕನ್ನಡಿ ಮುಂದೆ ನಿಂತು ಬೀಗುತ್ತಾ ಹೇಳಿತು, "ಓ, ನಾನೆಷ್ಟು ಚೆಂದ." ಅದು ತಾಯಿ ಬಳಿಗೋಡಿ, "ಅಮ್ಮಾ, ನೋಡು ನಾನೆಷ್ಟು ಚಂದ?"

ಅಮ್ಮ ಬೆಕ್ಕು ಹೇಳಿತು, "ಆ ಮುಖವಾಡ ಎಲ್ಲಿ ಇತ್ತೋ ಅಲ್ಲೇ ಇಡು. ಬೇರೆಯವರ ಸಾಮಗ್ರಿಯನ್ನು ಮುಟ್ಟಬಾರದು. ನೆನಪಿರಲಿ, ಬುದ್ಧಿ ಇಲ್ಲದೇ ಹೋದರೆ ಬರೇ ಅಂದ-ಚಂದಗಳಿಂದ ಯಾವುದೇ ಉಪಯೋಗವಿಲ್ಲ."

116. ಹೋರಿಯ ದುರವಸ್ಥೆ

ಒಂದು ದಿನ ಸಾಯಂಕಾಲ ಒಂದು ಹೋರಿಯು ಕಾಡಿನ ಪಕ್ಕದ ಹುಲ್ಲುಗಾವಲಿನಲ್ಲಿ ತನ್ನ ಸ್ನೇಹಿತರ ಜೊತೆ ಹುಲ್ಲು ಮೇಯುತ್ತಿತ್ತು. ಸೂರ್ಯಾಸ್ತ ಆಗುತ್ತಲೇ ಹೋರಿಯ ಸ್ನೇಹಿತರೆಲ್ಲ "ಲೋ, ಬಾರೋ ಮನೆಗೆ ಹೋಗೋಣ" ಎಂದು ಹೊರಟುಬಿಟ್ಟವು. ಹೋರಿ ಅವರ ಮಾತನ್ನು ಕೇಳಿಸಿಕೊಳ್ಳಲಿಲ್ಲ.

ಹೋರಿ ಮೇಯುವುದನ್ನು ನಿಲ್ಲಿಸಿದಾಗ ಆಗಸದಲ್ಲಿ ಚಂದ್ರನೂ ನಕ್ಷತ್ರಗಳೂ ಹೊಳೆಯುತ್ತಿದ್ದವು. ಸುತ್ತಲೂ ಕತ್ತಲು ತುಂಬಿತ್ತು. ದೂರದಿಂದ ಎರಡು ಹೊಳೆಯುವ ಕಣ್ಣುಗಳು ಹೋರಿಯನ್ನು ನೋಡುತ್ತಿದ್ದವು.

ಅದಾವುದೋ ಕ್ರೂರ ಮೃಗವೆಂದು ಹೋರಿಗೆ ತಿಳಿಯಿತು. ಅದು ಓಡತೊಡಗಿತು. ಅಷ್ಟರಲ್ಲಿ ಸಿಂಹದ ಘರ್ಜನೆ ಕೇಳಿಸಿತು. ಸಿಂಹ ಬೆನ್ನಟ್ಟಿ ಬರುತ್ತಿದ್ದಂತೆ ಹೋರಿ ವೇಗದಿಂದ ಓಡಿತು. ಅದಕ್ಕೆ ಒಂದು ತೋಟದ ಮನೆ ಕಾಣಿಸಿತು. ಅದು ಒಂದು ಆಡುಗಳ ಹಟ್ಟಿಯಾಗಿತ್ತು. ಅಲ್ಲಿ ಬೆಳಕಿಗೆ ಪಂಜುಗಳನ್ನು ಉರಿಸಿದ್ದರು. ಹೋರಿಯು ಬೇಲಿಯನ್ನು ಜಿಗಿದು ಒಳಹೋಗಿ ಆ ಹಟ್ಟಿಯನ್ನು ಸೇರಿ, ಅಲ್ಲಿದ್ದ ಆಡಿಗೆ ಹೇಳಿತು, "ಗೆಳೆಯಾ, ನನ್ನನ್ನು ಸಿಂಹ ಬೆನ್ನಟ್ಟಿ ಬಂದಿದೆ. ಅದು ಹೋದಮೇಲೆ ನಾನು ಹೋಗುವೆ."

ಆಡು ತನ್ನ ಕೋಡುಗಳಿಂದ ಹೋರಿಯನ್ನು ತಿವಿಯತೊಡಗಿತು. ಸಹಾಯಕ್ಕಾಗಿ ಕ್ಷುಲ್ಲಕ ಜನರ ಬಳಿಗೆ ಹೋಗಬಾರದು ಎಂದು ಹೋರಿಗೆ ಅರ್ಥವಾಯಿತು.

117. ಬುದ್ಧಿವಂತೆಯಾದ ಹಳದಿ ಹೇಂಟೆ

ಒಬ್ಬ ರೈತ ಹಲವಾರು ಪ್ರಾಣಿಗಳನ್ನು ಸಾಕಿದ್ದ. ಅವುಗಳಲ್ಲಿ ಒಂದು ಹಳದಿ ಹೇಂಟೆಯೂ ಇತ್ತು. ಅದು ದಿನಾಲೂ ಕ್ಲಕ್, ಕ್ಲಕ್, ಕ್ಲಕ್ ಅನ್ನುತ್ತಾ ಅಂಗಳದಲ್ಲೂ, ಹಿತ್ತಿಲಲ್ಲೂ ಕಾಳು, ಹುಳ ಹುಪ್ಪಟೆ ತಿನ್ನುತ್ತಾ ಸಂಚರಿಸುತ್ತಿತ್ತು.

ಒಂದು ದಿನ ಮೂಲೆಯಲ್ಲಿನ ತನ್ನ ಹುಲ್ಲಿನ ಹಾಸಿಗೆಯಿಂದ ಹೇಂಟೆ ಎದ್ದು ಬರಲಿಲ್ಲ. ರೈತ ಅದನ್ನು ಕೂಗಿ ಕರೆದಾಗ "ಒಡೆಯಾ, ನನಗೆ ಮೈ ಹುಷಾರಿಲ್ಲ, ಕಾಲು ಎತ್ತಿ ಇಡಲೂ ಆಗುತ್ತಿಲ್ಲ, ಆಮೇಲೆ ಬರುವೆ" ಎಂದಿತು.

ಹೇಂಟೆಯ ಮಾತು ಪಕ್ಕದ ಮನೆಯ ಬೆಕ್ಕಿಗೆ ಕೇಳಿಸಿತು. ರೈತ ಹೊರಗೆ ಹೋಗಿದ್ದಾಗ ಅದು ಕಳ್ಳ ಹೆಜ್ಜೆ ಇಡುತ್ತಾ ಹೇಂಟೆಯ ಗೂಡಿನತ್ತ ಬಂತು. "ಹೇಂಟೆಯಕ್ಕ, ನಿನಗೆ ಹುಷಾರಿಲ್ಲವೆಂದು ತಿಳಿಯಿತು. ನನ್ನಿಂದ ಏನಾದರೂ ಸಹಾಯ ಬೇಕಿದ್ದರೆ ಹೇಳು. ದಾಕ್ಷಿಣ್ಯ ಮಾಡಬೇಡ."

ಬೆಕ್ಕಿನ ಅತಿಯಾದ ಸ್ನೇಹ ಹೇಂಟೆಗೆ ಇಷ್ಟವಾಗಲಿಲ್ಲ. ಅದಕ್ಕೆ ಅಪಾಯದ ಸೂಚನೆ ಕಾಣಿಸಿತು.

"ಹೌದು, ನಿನ್ನಿಂದ ಒಂದು ಕೆಲಸವಾಗಬೇಕು. ನೀನೀಗ ಒಳ್ಳೆಯ ಅತಿಥಿಯಂತೆ ನಡೆದುಕೊಳ್ಳಬೇಕು. ನಾನು ಅಸ್ವಸ್ಥಳಾಗಿದ್ದೇನೆ. ನಿನ್ನನ್ನು ಸತ್ಕಾರ ಮಾಡುವ ಸ್ಥಿತಿಯಲ್ಲಿಲ್ಲ. ಆದ್ದರಿಂದ ನೀನು ಕೂಡಲೇ ಹೊರಡು."

ಹೇಂಟೆಯ ಜಾಣತನ ನೋಡಿ ಬೆಕ್ಕಿಗೆ ಆಶ್ಚರ್ಯವಾಯಿತು. ಅದು ಅಲ್ಲಿಂದ ಕೂಡಲೇ ಕಾಲ್ತೆಗೆಯಿತು.

118. ಪುಟಾಣಿ ಹೇಸರಗತ್ತೆಗಳು

ಒಂದು ಊರಲ್ಲಿ ಎರಡು ಪುಟ್ಟ ಹೇಸರಗತ್ತೆಗಳು ಇದ್ದವು. ಅವುಗಳು ಅಲ್ಲಿ ಬೀಡಾಡಿಗಳಾಗಿದ್ದವು. ಅವುಗಳಿಗೆ ಹಸಿವಾದಾಗಲೆಲ್ಲ ಯಾರದೋ ಹೊಲದಲ್ಲಿ ಹುಲ್ಲು, ಬೆಳೆ ತಿಂದು ಎಲ್ಲೋ ನೀರು ಕುಡಿದು ಇನ್ನೆಲ್ಲೋ ಆಟವಾಡಿಕೊಳ್ಳುತ್ತ ಬದುಕುತ್ತಿದ್ದವು. ಸ್ವತಂತ್ರ ಜೀವನ ಅವಕ್ಕೆ ನೆಮ್ಮದಿ ತಂದಿತ್ತು.

ಒಂದು ದಿನ ಅವು ತಿರುಗಾಡುತ್ತ ಒಂದು ಹುಲ್ಲುಗಾವಲಿಗೆ ಬಂದವು. "ತಮ್ಮಾ, ಇಬ್ಬರೂ ಓಟದ ಪಂದ್ಯ ಆಡೋಣವೇ?" ದೊಡ್ಡ ಹೇಸರಗತ್ತೆ ಕೇಳಿತು.

ಇಬ್ಬರೂ ಓಡಿದರು. ಸ್ವಲ್ಪ ಓಡಿದ್ದರು. ಅಣ್ಣ ಹೇಸರಗತ್ತೆ ಮುಂದೆ ಇದ್ದಿತು. "ನೋಡು ನಾನು ಎಷ್ಟು ವೇಗವಾಗಿ ಓಡುತ್ತೇನೆ, ನಮ್ಮ ತಾಯಿ ಕುದುರೆ ಅಲ್ಲವೇ, ಅವಳ ಗುಣ ನಮಗೆ ಬಂದಿದೆ" ಎಂದು ಹೇಳಿತು ಅಣ್ಣ. ಇನ್ನೂ ಸ್ವಲ್ಪ ದೂರ ಓಡಿ ಅದು ಆಯಾಸದಿಂದ ನಿಂತಿತು. ಅಷ್ಟರಲ್ಲಿ ತಮ್ಮ ಏದುಸಿರು ಬಿಡುತ್ತಾ ಬಂದು ಸೇರಿಕೊಂಡಿತು. "ಅಣ್ಣ, ನಮ್ಮ ತಂದೆ ಒಂದು ಕತ್ತೆ ಎಂಬುದನ್ನು ಹೇಗೆ ಮರೆಯುತ್ತೀಯ? ನಾವು ಕುದುರೆಯಂತೆ ಓಡುವುದು ಅಸಾಧ್ಯ. ನಮ್ಮ ಶಕ್ತಿ ಸೀಮಿತವಾದದ್ದು" ಎಂದಿತು ಅದು.

ಪ್ರತಿಯೊಂದು ನಾಣ್ಯಕ್ಕೂ ಎರಡು ಮುಖಗಳಿರುತ್ತವೆ.

119. ಸಮುದ್ರಯಾನ ಮಾಡಿದ ಕುರಿಗಾಹಿ

ಒಂದು ಊರಿನಲ್ಲಿ ಒಬ್ಬ ಕುರಿಗಾಹಿ ಇದ್ದ. ಭೂಮಿಯ ಮೇಲಿನ ಜೀವನ ಅವನಿಗೆ ಬೇಸರವನ್ನು ತಂದಿತ್ತು. ತಾನು ಸಮುದ್ರಯಾನ ಮಾಡಬೇಕೆಂಬ ಹೆಬ್ಬಯಕೆ ಅವನಲ್ಲಿ ಬೆಳೆಯತೊಡಗಿತ್ತು. ದೋಣಿಯಲ್ಲಿ ಭೂಗೋಲಕ್ಕೆ ಸುತ್ತುಹಾಕಬೇಕೆಂಬುದು ಅವನ ಆಸೆಯಾಗಿತ್ತು. ಅವನು ತನ್ನ ಕುರಿಗಳನ್ನೆಲ್ಲ ಮಾರಾಟಮಾಡಿ ಒಂದು ದೋಣಿಯನ್ನೂ ಹತ್ತಾರು ಪೆಟ್ಟಿಗೆಗಳಷ್ಟು ಖರ್ಜೂರವನ್ನೂ ಖರೀದಿ ಮಾಡಿ ಸಮುದ್ರಯಾನಕ್ಕೆ ಸಿದ್ಧನಾದ. ಅವನ ಜೊತೆ ಅವನ ತಮ್ಮನೂ ಯಾನಕ್ಕೆ ಹೊರಟ.

ಅವರು ಸಮುದ್ರಯಾನ ಹೊರಟ ಕೆಲವೇ ದಿನಗಳಲ್ಲಿ ಸಮುದ್ರದಲ್ಲಿ ಒಂದು ದೊಡ್ಡ ಬಿರುಗಾಳಿ ಎದ್ದಿತು. ಆ ಬಿರುಗಾಳಿ ಇವರ ದೋಣಿಯನ್ನು ಅಡಿಮೇಲು ಮಾಡಿತು. ಕುರಿಗಾಹಿ ಸೋದರರ ಖರ್ಜೂರದ ಪೆಟ್ಟಿಗೆಗಳೂ ಸಮುದ್ರಕ್ಕೆ ಬಿದ್ದವು. ಸೋದರರು ಖಾಲಿ ಪೆಟ್ಟಿಗೆಯೊಂದರ ಸಹಾಯದಿಂದ ಹೇಗೋ ಈಜಿ ದಡವನ್ನು ತಲಪಿದರು.

ಕುರಿಗಾಹಿಯನ್ನು ಮತ್ತೆ ಬೇಸರ ಆವರಿಸಿತು. ಸಮುದ್ರಯಾನದ ಅವನ ಕನಸು ಭಗ್ನವಾಗಿತ್ತು.

ತಮ್ಮ ಹೇಳಿದ, "ಸಮುದ್ರ ಈಗ ತುಂಬಾ ಶಾಂತವಾಗಿದೆ. ಅದರ ಸೌಂದರ್ಯ ಕೈಬೀಸಿ ಕರೆಯುತ್ತಿದೆ."

"ತಮ್ಮಾ, ಸಮುದ್ರ ಶಾಂತವಾಗಿದೆಯೆಂದರೆ ಇದು ಕೆಳಗೆ ಹೋದ ಖರ್ಜೂರದ ಪೆಟ್ಟಿಗೆಗಳನ್ನು ಹುಡುಕಲು ಸಕಾಲ ಎಂದರ್ಥ" ಎಂದ.

120. ಸಣ್ಣ ಮೀನಿನ ದೊಡ್ಡ ವಾಗ್ದಾನ

ಒಂದು ಊರಿನಲ್ಲಿ ಒಬ್ಬ ಮೀನುಗಾರ ಇದ್ದ. ಅವನು ಊರಿನ ಸಮೀಪದ ನದಿಯಲ್ಲಿಯೂ ಕೆರೆಗಳಲ್ಲಿಯೂ ಮೀನು ಹಿಡಿದು ಸಂತೆಯಲ್ಲಿ ಮಾರಾಟ ಮಾಡಿ ಜೀವನ ಸಾಗಿಸುತ್ತಿದ್ದ.

ಒಂದು ದಿನ ಅವನು ಮೀನು ಹಿಡಿಯಲು ನದಿಗೆ ಹೋದ. ಅಲ್ಲಿ ಅವನು ಬಲೆಬೀಸಿ ಕಾದು ಕುಳಿತ. ತುಂಬಾ ಸಮಯ ಕಾದರೂ ಮೀನು ಸಿಗಲಿಲ್ಲ. ಸಂಜೆ ಹೊರಡುವ ವೇಳೆಗೆ ಬಲೆ ಎಳೆದಾಗ ಅದರಲ್ಲೊಂದು ಸಣ್ಣ ಮೀನು ಮಾತ್ರ ಹೊರಳಾಡುತ್ತಾ ಇತ್ತು.

ಆ ಮೀನು ಹೇಳಿತು, "ದಯವಿಟ್ಟು ನನ್ನನ್ನು ಬಿಟ್ಟುಬಿಡು, ನಾನು ತುಂಬಾ ಸಣ್ಣ ಗಾತ್ರದವನು, ನನ್ನನ್ನು ತಿನ್ನುವುದು ಬೇಡ. ನಾನು ದೊಡ್ಡವನಾದಾಗ ನೀನು ನನ್ನನ್ನು ಹಿಡಿಯಬಹುದು" ಎಂದು ಮೀನುಗಾರನೊಡನೆ ಕೇಳಿಕೊಂಡಿತು.

ಮೀನುಗಾರ ಹೇಳಿದ, "ನೀನು ದೊಡ್ಡವನಾದಾಗ ನಿನ್ನ ಬುದ್ಧಿಯೂ ಬೆಳೆದಿರುತ್ತದೆ. ನೀನು ನನ್ನ ಬಲೆಯ ಸಮೀಪಕ್ಕೂ ಬರಲಾರೆ. ಮುಂದೆ ಯಾವಾಗಲೋ ಜಾಸ್ತಿ ಮೀನು, ದೊಡ್ಡ ಮೀನು ಬರಬಹುದೆಂದು ಇಂದು ಸಿಕ್ಕಿದ ಚಿಕ್ಕ ಮೀನು ಬಿಟ್ಟುಬಿಡಲೇ, ಮೂರ್ಖ" ಎಂದು ಹೇಳಿ ಅದನ್ನು ಎತ್ತಿಕೊಂಡು ಮನೆಗೆ ನಡೆದ.

121. ಮಾತಿಗಿಂತ ಕೃತಿ ಮೇಲು

ಇಬ್ಬರು ಸ್ನೇಹಿತರು ಕಾಡಿನಲ್ಲಿ ಬೇಟೆಗೆ ಹೋದರು. ಅವರಿಗೆ ಒಂದು ನರಿ ಎದುರಾಯಿತು. ಅವರು ಅದನ್ನು ಬೆನ್ನಟ್ಟಿ ಹೋದರು. ಜೀವವಿದ್ದರೆ ಬೇಡಿ ತಿಂದೇನು ಎಂದು ನರಿ ಓಡಿತು. ಸ್ವಲ್ಪವೇ ಸಮಯದಲ್ಲಿ ಅವರಿಗೆ ನರಿಯ ಸುಳಿವೇ ಸಿಗದಂತೆ ಆಯಿತು.

ಕಾಡಿನಲ್ಲಿ ಒಬ್ಬ ಮರ ಕಡಿಯುವವನ ಮನೆ ಇತ್ತು. ನರಿಯು ಅವನ ಮನೆಗೆ ಹೋಗಿ "ಅಣ್ಣಾ, ಬೇಟೆಗಾರರು ಬೆನ್ನಟ್ಟುತ್ತಿದ್ದಾರೆ, ದಯವಿಟ್ಟು ಅಡಗಿಕೊಳ್ಳಲು ಜಾಗಕೊಡು" ಎಂದು ಕೇಳಿತು. ಅವನು ಗುಡಿಸಲಲ್ಲಿ ಒಂದು ಜಾಗ ತೋರಿಸಿದ. ನರಿ ಅಲ್ಲಿ ಬಚ್ಚಿಟ್ಟುಕೊಂಡಿತು. ಆದರೆ ಅದು ಅಲ್ಲಿ ಏನು ನಡೆಯುತ್ತಿದೆ ಎಂದು ಗಮನಿಸತೊಡಗಿತು.

ಸ್ವಲ್ಪ ಸಮಯದಲ್ಲಿ ಬೇಟೆಗಾರರು ಅಲ್ಲಿಗೆ ಬಂದು "ಈ ದಾರಿಯಾಗಿ ಒಂದು ನರಿ ಬಂದುದನ್ನು ನೋಡಿದೆಯಾ?" ಎಂದು ಕೇಳಿದರು. ಮರಕಡಿಯುವವ "ಇಲ್ಲ" ಎಂದ; ಆದರೆ ಅವನು ಬೆರಳಿನ ಸಂಜ್ಞೆ ಮೂಲಕ ಗುಡಿಸಲನ್ನು ತೋರಿಸಿದ.

ಆದರೆ ಆ ಮನುಷ್ಯ ಬೆರಳಿನಿಂದ ತೋರಿಸಿದ್ದನ್ನು ಬೇಟೆಗಾರರು ಗಮನಿಸಲಿಲ್ಲ. ಅವರು ಹೋದರು. ಸ್ವಲ್ಪ ಸಮಯದ ನಂತರ ನರಿ ಹೊರಗೆ ಬಂತು. ಅದು ಮರಕಡಿಯುವವನತ್ತ ತಿರುಗಿಯೂ ನೋಡದೆ ತನ್ನ ದಾರಿ ಹಿಡಿಯಿತು.

ಅವನು ನರಿಯನ್ನು ಕೂಗಿ ಕರೆದ, "ಏನು, ಒಂದು ಕೃತಜ್ಞತೆಯ ಮಾತನ್ನೂ ಹೇಳದೆ ಹೋಗುತ್ತಿದ್ದೀಯಾ?"

"ನಿನ್ನ ಕೃತಿಯೂ ಮಾತಿನಷ್ಟೇ ವಿಶ್ವಾಸಾರ್ಹವಾಗಿ ಇರುತ್ತಿದ್ದರೆ ಕೃತಜ್ಞತೆ ಹೇಳುತ್ತಿದ್ದೆ" ಎಂದು ಹೇಳಿ ನರಿ ಓಡಿತು.

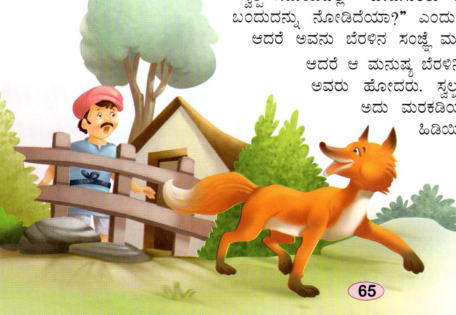

122. ಜವುಗಿನ ಹುಲಿ

ಒಂದು ಕಾಡಿನಲ್ಲಿ ಒಂದು ಹುಲಿ ಇತ್ತು. ಈಗ ಅದು ಮುದುಕನಾಗಿದ್ದು ಬೇಟೆಯಾಡಲು ಅಸಮರ್ಥವಾಗಿತ್ತು. ಅದು ಆಹಾರ ಅರಸಿ ತಿರುಗಾಡುತ್ತಾ ಒಂದು ಜವುಗು ಪ್ರದೇಶಕ್ಕೆ ಬಂತು. ಅಲ್ಲಿ ಒಂದು ಬಂಗಾರದ ಬಳೆ ಬಿದ್ದಿರುವುದನ್ನು ನೋಡಿ ಅದಕ್ಕೆ ಒಂದು ಉಪಾಯ ಹೊಳೆಯಿತು.

ಹುಲಿಯು ಸುತ್ತಲೂ ಜವುಗಿದ್ದು ಮಧ್ಯೆ ಗಟ್ಟಿಯಾಗಿದ್ದ ಒಂದೆಡೆ ಕುಳಿತು ಕೈಯಲ್ಲಿ ಬಳೆಯನ್ನು ಎತ್ತಿ ಹಿಡಿದು ಹೀಗೆ ಘೋಷಿಸಿತು, "ಇದೋ ಈ ಬಳೆಯನ್ನು ಧರಿಸಿದವರಿಗೆ ಅಲೌಕಿಕ ಶಕ್ತಿ ಬರುತ್ತದೆ. ಯಾರಿಗೆ ಬೇಕು?"

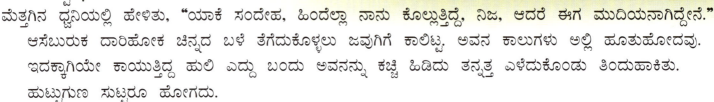

ದಾರಿಹೋಕನೊಬ್ಬ ಇದನ್ನು ಕೇಳಿ ಹತ್ತಿರ ಬಂದ, "ನನಗೆ ಬೇಕು" ಎಂದ. "ಇದೋ ಇದು ನಿನಗೇ, ತೆಗೆದುಕೋ" ಎಂದಿತು ಮುದಿಹುಲಿ. "ನೀನು ನನ್ನನ್ನು ಕೊಂದುಬಿಟ್ಟರೆ?" ದಾರಿಹೋಕ ಕೇಳಿದ. ಹುಲಿ ಮೆತ್ತಗಿನ ಧ್ವನಿಯಲ್ಲಿ ಹೇಳಿತು, "ಯಾಕೆ ಸಂದೇಹ, ಹಿಂದೆಲ್ಲಾ ನಾನು ಕೊಲ್ಲುತ್ತಿದ್ದೆ, ನಿಜ, ಆದರೆ ಈಗ ಮುದಿಯನಾಗಿದ್ದೇನೆ."

ಆಸೆಬುರುಕ ದಾರಿಹೋಕ ಚಿನ್ನದ ಬಳೆ ತೆಗೆದುಕೊಳ್ಳಲು ಜವುಗಿಗೆ ಕಾಲಿಟ್ಟ. ಅವನ ಕಾಲುಗಳು ಅಲ್ಲಿ ಹೂತುಹೋದವು.

ಇದಕ್ಕಾಗಿಯೇ ಕಾಯುತ್ತಿದ್ದ ಹುಲಿ ಎದ್ದು ಬಂದು ಅವನನ್ನು ಕಚ್ಚಿ ಹಿಡಿದು ತನ್ನತ್ತ ಎಳೆದುಕೊಂಡು ತಿಂದುಹಾಕಿತು.

ಹುಟ್ಟುಗುಣ ಸುಟ್ಟರೂ ಹೋಗದು.

123. ಯಾರ ಕಷ್ಟ ದೊಡ್ಡದು?

ಒಂದು ಕಾಡಿನಲ್ಲಿ ಒಂದೆಡೆ ಮೊಲಗಳ ವಾಸಸ್ಥಾನವಿತ್ತು. ಅಲ್ಲಿ ಅನೇಕಾನೇಕ ಮೊಲ ಕುಟುಂಬಗಳು ಬಿಲ ಮಾಡಿಕೊಂಡು ವಾಸಿಸುತ್ತಿದ್ದವು. ಆದರೆ ಅವುಗಳಿಗೆ ಬೇಟೆಗಾರರ ಉಪಟಳ ಇತ್ತು. ದಿನಾಲೂ ಬೇಟೆಗಾರರು ಬಂದು ಹತ್ತಾರು ಮೊಲಗಳನ್ನು ಹಿಡಿದು ಕೊಂಡೊಯ್ಯುತ್ತಿದ್ದರು.

ಒಂದು ದಿನ ಮೊಲಗಳ ನಾಯಕ ಹೇಳಿದ, "ನಾವು ಹೀಗೆ ದಿನಾಲೂ ಭಯದಿಂದ ಬದುಕುವುದು ಸಾಧ್ಯವಿಲ್ಲ. ಇದಕ್ಕೆ ಕೊನೆ ಹಾಡಲೇಬೇಕು. ಇಂತಹ ಜೀವನಕ್ಕಿಂತ ಸಾವೇ ಮೇಲು. ನಾವೆಲ್ಲರೂ ಕೆರೆಗೆ ಹೋಗಿ ಸಾಮೂಹಿಕವಾಗಿ ಹಾರೋಣ" ಎಂದಿತು.

ಎಲ್ಲರೂ ಒಪ್ಪಿದರು. ಮೊಲಗಳ ಗುಂಪು ಕೆರೆಯತ್ತ ಹೊರಟಿತು. ಅದು ಹುಣ್ಣಿಮೆಯ ರಾತ್ರಿಯಾಗಿತ್ತು. ಕಪ್ಪೆಗಳೆಲ್ಲ ದಂಡೆಯಲ್ಲಿ ಕೂತಿದ್ದವು. ಮೊಲಗಳು ಗುಂಪುಗೂಡಿ ಬರುವುದನ್ನು ನೋಡಿ ಕಪ್ಪೆಗಳು ಭಯದಿಂದ ಒಂದರ ನಂತರ ಒಂದು ಕೆರೆಗೆ ಹಾರಿದವು. ಮೊಲಗಳು ಇದನ್ನು ನೋಡಿದವು. ಅವು ದಂಡೆಯ ಮೇಲೆ ನಿಂತವು.

ಮೊಲಗಳ ನಾಯಕ ಹೇಳಿದ, "ಗೆಳೆಯರೇ, ಕಪ್ಪೆಗಳು ನಮ್ಮನ್ನು ನೋಡಿ ಎಷ್ಟು ಬೆದರಿದವು ಎಂದು ನೋಡಿದಿರಲ್ಲವೆ? ಹಾಗೆಯೇ ನಾವೂ ಬೇಟೆಗಾರಿಂದ ಬೆದರಿದ್ದೇವೆ. ಕಪ್ಪೆಗಳ ಭಯ ನೋಡಿದರೆ ನಮ್ಮ ಭಯ ಸಣ್ಣದು. ಅದನ್ನು ತಾಳಿಕೊಳ್ಳೋಣ, ಬನ್ನಿ ಹೋಗುವಾ."

ಮೊಲಗಳೆಲ್ಲಾ ವಾಪಸು ಹೋದವು.

124. ದಯಾಳು ದೊರೆ

ಒಬ್ಬ ರಾಜನಿದ್ದ. ಅವನು ಸರ್ವಾಧಿಕಾರಿಯೂ ಕ್ರೂರಿಯೂ ಆಗಿದ್ದ. ಅವನು ಪ್ರಜೆಗಳನ್ನು ಕ್ರೂರವಾಗಿ ದಂಡಿಸುತ್ತಿದ್ದ. ಪ್ರಜೆಗಳು ಅವನ ಭಯದಲ್ಲಿ ಬದುಕುತ್ತಿದ್ದರು.

ಒಂದು ದಿನ ಬೆಳಿಗ್ಗೆ ಅವನು ಬೇಟೆಯಾಡಲು ಹೋದ. ಅವನು ಸಾಯಂಕಾಲ ವಾಪಸು ಬಂದಾಗ ಸಂಪೂರ್ಣ ಬದಲಾದಂತೆ ಕಂಡುಬಂದ. ಮರುದಿನ ಅವನು ಆಸ್ಥಾನದಲ್ಲಿ ಹೀಗೆ ಹೇಳಿದ, "ಇಂದಿನಿಂದ ನಾನು ನಿಮಗೆ ಕರುಣಾಳುವೂ ದಯಾಮಯಿಯೂ ಆದ ರಾಜನಾಗುತ್ತೇನೆ. ಹಾಗೆ ಭಾಷೆ ಕೊಡುತ್ತೇನೆ."

ಅನೇಕ ದಿನಗಳು ಕಳೆದವು. ರಾಜನಲ್ಲಿ ಬದಲಾವಣೆ ಸ್ಪಷ್ಟವಾಗಿ ಕಾಣುತ್ತಿತ್ತು. ಪ್ರಜೆಗಳು ಅವನನ್ನು ಪ್ರೀತಿಸತೊಡಗಿದರು.

ಒಂದು ದಿನ ಆಸ್ಥಾನದಲ್ಲಿ ಒಬ್ಬ ಮಂತ್ರಿ ರಾಜನೊಡನೆ ಕೇಳಿದ, "ಮಹಾರಾಜ, ಕ್ಷಮಿಸಬೇಕು, ನನ್ನದೊಂದು ಪ್ರಶ್ನೆಯಿದೆ. ನಿಮ್ಮಲ್ಲಿನ ಈ ಹಠಾತ್ ಬದಲಾವಣೆಗೆ ಕಾರಣವೇನು?"

ರಾಜ ಉತ್ತರಿಸಿದ, "ನಾನು ಅಂದು ಬೇಟೆಗೆ ಹೋದಾಗ ಒಂದು ಸೀಳುನಾಯಿ ನರಿಯನ್ನು ಕಡಿಯುವುದನ್ನು ನೋಡಿದೆ. ಸ್ವಲ್ಪವೇ ಸಮಯದಲ್ಲಿ ಆ ಸೀಳುನಾಯಿಯನ್ನು ಒಬ್ಬ ಬೇಟೆಗಾರ ಬಾಣದಿಂದ ಕೊಂದ. ಆಮೇಲೆ ಆ ಬೇಟೆಗಾರನನ್ನು ಒಂದು ಕಾಡುಕೋಣ ಬೆನ್ನಟ್ಟಿತು. ಅದು ಅವನನ್ನು ಕೋಡಿನಿಂದ ತಿವಿದು ಕೊಂದಿತು. ಕಾಡುಕೋಣ ಹೆಚ್ಚು ದೂರ ಹೋಗಿರಲಿಲ್ಲ; ಅಷ್ಟರಲ್ಲಿ ಅದು ಒಂದು ಹೊಂಡಕ್ಕೆ ಬಿತ್ತು. ಇದರಿಂದ ದುಷ್ಟತನ ಮಾಡುವವರಿಗೆ ಸಂಕಟ ತಪ್ಪಿದ್ದಲ್ಲ ಎಂಬ ನಿದರ್ಶನ ದೊರೆಯಿತು."

125. ಕಾಡುಕೋಣ ಮತ್ತು ಗುಂಗಾಡು

ಆಗ ತಾನೇ ಮಳೆ ಬಂದಿತ್ತು. ಸೂರ್ಯನು ಮೋಡಗಳ ಎಡೆಯಿಂದ ಇಣಿಕಿ ನೋಡುತ್ತಿದ್ದ. ಒಂದು ಕಾಡುಕೋಣ ಹುಲ್ಲುಗಾವಲಿನ ಒಂದು ಕೆರೆಯ ಬದಿಯಲ್ಲಿ ಹುಲ್ಲು ಮೇಯುತ್ತಿತ್ತು. ಎಲ್ಲಿಂದಲೋ ಒಂದು ಗುಂಗಾಡು ಕೀಟ ಬಂದು ಗುಂಯ್... ಎಂದು ಸದ್ದು ಮಾಡುತ್ತಾ ಕಾಡುಕೋಣದ ಸುತ್ತ ಸುತ್ತತೊಡಗಿತು. ಕೊನೆಗೆ ಕೋಡಿನ ಮೇಲೆ ಕುಳಿತಿತು. ಗುಂಗಾಡು ಕಾಡುಕೋಣಕ್ಕೆ ಹೇಳಿತು, "ಅಣ್ಣಾ, ನನ್ನನ್ನು ಕ್ಷಮಿಸು. ನಿನಗೆ ತೊಂದರೆ ಮಾಡುವ ಉದ್ದೇಶ ನನಗಿಲ್ಲ. ನಿನಗೆ ನನ್ನಿಂದ ತೊಂದರೆಯಾಗುತ್ತಿದ್ದರೆ ಹೇಳು, ನಾನು ಬೇರೆ ಕಡೆ ಹೋಗಿಬಿಡುತ್ತೇನೆ."

ಕಾಡುಕೋಣಕ್ಕೆ ಆಶ್ಚರ್ಯವಾಯಿತು. ಅದು ಸುತ್ತಲೂ ನೋಡಿತು. ಯಾರೂ ಕಾಣಿಸಲಿಲ್ಲ. "ಯಾರದು, ನನ್ನೊಡನೆ ಮಾತನಾಡುತ್ತಿರುವುದು?" ಕೇಳಿತು ಕಾಡುಕೋಣ.

ಗುಂಗಾಡು ಹೇಳಿತು, "ಹೌದಣ್ಣ, ನಾನೇ. ಇಲ್ಲಿ ನಿನ್ನ ಕೋಡಿನಲ್ಲಿ ಕೂತಿದ್ದೇನೆ, ಇಲ್ಲಿ ನೋಡು."

ಕಾಡುಕೋಣ ಕತ್ತು ಹೊರಳಿಸಿ ನೋಡಿತು. ಕೋಡಿನಲ್ಲಿ ಕೂತದ್ದು ಅದರ ಕಣ್ಣಿಗೆ ಕಾಣಿಸುವುದೆಂತು? "ಓ, ಕೋಡಿನಲ್ಲಿದ್ದೀಯಾ? ಗೆಳೆಯಾ, ಚಿಂತೆ ಮಾಡಬೇಡ. ನೀನು ಕೋಡಿನಲ್ಲಿ ಕೂತಿರುವುದು ನೀನು ಹೇಳುವ ವರೆಗೂ ನನಗೆ ತಿಳಿದಿರಲಿಲ್ಲ. ನೀನು ಅಲ್ಲಿ ಕುಳಿತುಕೊ, ಇಲ್ಲವೇ ಎದ್ದು ಹೋಗು, ನನಗೇನೂ ಕಷ್ಟವಿಲ್ಲ. ನೀನು ಸ್ವತಂತ್ರ." ಗುಂಗಾಡಿಗೆ ನಾಚಿಕೆಯಾಯಿತು.

126. ಸಿಂಹವನ್ನು ಬೆನ್ನಟ್ಟಿದ ಕತ್ತೆ

ಒಂದು ಊರಲ್ಲಿ ಒಬ್ಬ ಅಗಸರವನು ಇದ್ದ. ಅವನಿಗೆ ಒಂದು ಕತ್ತೆ ಹಾಗೂ ಒಂದು ಹುಂಜ ಇದ್ದವು. ಕತ್ತೆ ದಿನಾಲೂ ಅಂಗಳದಲ್ಲಿ ಅಡ್ಡಾಡುತ್ತಿದ್ದರೆ ಹುಂಜವು ಕಿಟಕಿಯ ಸಜ್ಜಾದಲ್ಲಿ ಕುಳಿತು ನೋಡುತ್ತಿತ್ತು.

ದಿನಾಲೂ ಕತ್ತೆಯು ಬಟ್ಟೆ ಗಂಟು ಹೊತ್ತು ಒಡೆಯನ ಜೊತೆಗೆ ನದಿಗೆ ಹೋಗುತ್ತಿತ್ತು. ನದಿಯಿಂದ ಮರಳಿ ಬಂದಾಗ ಕತ್ತೆಯು ಹುಂಜಕ್ಕೆ ಹೊರಗಿನ ಪ್ರಪಂಚದ ವಿಷಯಗಳನ್ನು ಹೇಳುತ್ತಿತ್ತು.

ಒಂದು ದಿನ ಒಂದು ಸಿಂಹ ಬೇಲಿಯನ್ನು ಜಿಗಿದು ಒಳಗೆ ಬಂತು. ಆ ಸಿಂಹ ಇನ್ನೇನು ಕತ್ತೆಯ ಮೇಲೆ ದಾಳಿ ಮಾಡಬೇಕು – ಅಷ್ಟರಲ್ಲಿ ಹುಂಜ ದೊಡ್ಡದಾಗಿ ಕೆನೆಯಿತು. ಇದರಿಂದ ವಿಚಲಿತವಾದ ಸಿಂಹ ಇಲ್ಲಿ ಕೆಲಸ ಸಾಗದು ಅಂದುಕೊಂಡು ಓಡತೊಡಗಿತು.

ಇದನ್ನು ನೋಡಿದ ಕತ್ತೆ 'ಇದೇನು ತಮಾಶೆ, ಕ್ರೂರಿ ಸಿಂಹವೂ ಹೆದರಿ ಓಡತೊಡಗಿತಲ್ಲಾ, ನಾನು ಈಗ ಅದನ್ನು ಓಡಿಸಬೇಕು, ಇಡೀ ಹಳ್ಳಿ ನನ್ನ ಧೈರ್ಯವನ್ನು ಮೆಚ್ಚಿ ಹೊಗಳುವುದನ್ನು ನೋಡಬೇಕು' ಅಂದುಕೊಂಡು ಸಿಂಹವನ್ನು ಬೆನ್ನಟ್ಟತೊಡಗಿತು.

ಸ್ವಲ್ಪ ದೂರ ಓಡಿದ ಸಿಂಹ ತಿರುಗಿ ನೋಡಿತು. ಅದಕ್ಕೆ ಕತ್ತೆ ಓಡಿ ಬರುವುದು ಕಾಣಿಸಿತು. ಹಸಿದ ಸಿಂಹ ಇದೇ ಅವಕಾಶವೆಂದು ಕತ್ತೆಯನ್ನು ಹಿಡಿದು ಕೊಂದೇಬಿಟ್ಟಿತು. ಅಜ್ಞಾನದಿಂದ ಹಮ್ಮು ಉಂಟಾಗಿ ಅದು ಅನಾಹುತವನ್ನು ತರುತ್ತದೆ.

127. ಬಾಯುಪದೇಶದಿಂದ ಫಲವಿಲ್ಲ

ಒಮ್ಮೆ ಒಂದು ಊರಿನಲ್ಲಿ ಒಬ್ಬ ಬಾಲಕನಿದ್ದ. ಅವನಿಗೆ ಈಜು ಅಂದರೆ ಇಷ್ಟ. ಅವನು ಪ್ರತಿದಿನವೂ ತಾಯಿಯೊಂದಿಗೆ ಹೋಗಿ ಮನಸಾರೆ ಈಜುತ್ತಿದ್ದ. ತಾಯಿ ಅವನಿಗಾಗಿ ನದಿಯ ದಂಡೆಯಲ್ಲಿ ಕಾದು ಕುಳಿತಿರುತ್ತಿದ್ದಳು.

ಒಂದು ದಿನ ಆ ಬಾಲಕ ತಾನೊಬ್ಬನೇ ನದಿಗೆ ಹೋದ. ಈಜಲು ಇಳಿದ ಅವನಿಗೆ ಲೋಕದ ಪರಿವೆಯೇ ಇರಲಿಲ್ಲ. ಈಜುತ್ತಾ ಈಜುತ್ತಾ ಬಲುದೂರ ಹೋಗಿಬಿಟ್ಟ. ಪ್ರವಾಹ ಜೋರಾಗಿರುವ ಕಡೆ ಅವನು ಸಿಲುಕಿಬಿಟ್ಟ. ಅದರಿಂದ ತಪ್ಪಿಸಿಕೊಳ್ಳುವುದು ಕಷ್ಟಕರವೆನಿಸಿತು.

ಆಗ ನದಿಯ ದಂಡೆಯ ಮೇಲೆ ಒಬ್ಬ ಮನುಷ್ಯ ನಿಂತಿರುವುದು ಬಾಲಕನಿಗೆ ಕಾಣಿಸಿತು. ತನಗೆ ಸಹಾಯ ಮಾಡುವಂತೆ ಬಾಲಕ ಆ ಮನುಷ್ಯನಿಗೆ ಕೂಗಿ ಹೇಳಿದ.

ಮನುಷ್ಯ ಹೇಳಿದ, "ನೀನು ತುಂಬಾ ಚಿಕ್ಕವನು. ನೀನು ಒಬ್ಬನೇ ಈಜಬಾರದು. ನೀನು ಇಷ್ಟು ದೂರ ಈಜಿಕೊಂಡು ಬಂದದ್ದು ಯಾಕೆ? ಮುಂದಿನ ಬಾರಿ ಎಚ್ಚರಿಕೆ ವಹಿಸು." ದಂಡೆಯ ಮೇಲಿದ್ದುಕೊಂಡೇ ಅವನು ಉಪದೇಶ ಕೊಡಲಾರಂಭಿಸಿದ.

ಬಾಲಕ ಬೊಬ್ಬಿಟ್ಟ: "ಸ್ವಾಮಿ, ಮೊದಲು ನನ್ನನ್ನು ಪಾರು ಮಾಡಿ. ನೀವು ಇಲ್ಲಿ ಬಾರದೆ ಅಲ್ಲಿಂದ ಉಪದೇಶ ಮಾತ್ರ ಕೊಟ್ಟರೆ ನಾನಿಲ್ಲಿ ಮುಳುಗಿಹೋಗುವೆ."

ಸಹಾಯ ಬೇಕಾದವರಿಗೆ ತಕ್ಷಣವೇ ಅದನ್ನು ಕೊಡಬೇಕು. ಹಾಗೆ ಮಾಡದೆ ಬರೀ ಬಾಯುಪದೇಶ ಮಾಡುತ್ತಿದ್ದರೆ ಯಾವ ಉಪಯೋಗವೂ ಇಲ್ಲ.

128. ನಕ್ಷತ್ರ ವೀಕ್ಷಕ

ಒಂದು ಪಟ್ಟಣದಲ್ಲಿ ಒಬ್ಬ ಖಗೋಳ ವಿಜ್ಞಾನಿ ಇದ್ದ. ವಿವಿಧ ನಕ್ಷತ್ರಗಳು ಹಾಗೂ ಗ್ರಹಗಳ ಚಲನೆಯನ್ನು ನೋಡುವುದು ಅವನ ಹವ್ಯಾಸ. ಅವನು ತನ್ನ ಕೆಲಸದಲ್ಲಿ ತಲ್ಲೀನನಾಗಿಬಿಟ್ಟರೆ ಸುತ್ತಲಿನ ಪ್ರಪಂಚವನ್ನು ಮರೆತೇ ಬಿಡುತ್ತಿದ್ದ.

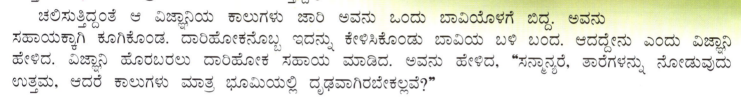

ಒಂದು ರಾತ್ರಿ ಅವನು ಒಂದು ನಕ್ಷತ್ರವನ್ನು ತನ್ನ ಮನೆಯ ಕೈತೋಟದಲ್ಲಿ ನಿಂತು ನೋಡುತ್ತಿದ್ದ. ಆದರೆ ಸುತ್ತಲೂ ಮರಗಳು ಇದ್ದುದರಿಂದ ಅವನಿಗೆ ಅದು ಸ್ಪಷ್ಟವಾಗಿ ಕಾಣಿಸಲಿಲ್ಲ. ಹಾಗಾಗಿ ಅವನು ಹೊರಹೋಗಿ ನೋಡಲು ತೀರ್ಮಾನಿಸಿದ. ರಸ್ತೆ ದಾಟಿ ಒಂದು ವಿಶಾಲ ಹೊಲದತ್ತ ಹೋದ. ಎಲ್ಲೇ ಹೋದರೂ ಅವನ ಕಣ್ಣುಗಳು ಮಾತ್ರ ಆಕಾಶದತ್ತಲೇ ಇತ್ತು. ಕಾಲುಗಳು ಮಾತ್ರ ತಾವಾಗಿಯೇ ಚಲಿಸುತ್ತಿದ್ದವು.

ಚಲಿಸುತ್ತಿದ್ದಂತೆ ಆ ವಿಜ್ಞಾನಿಯ ಕಾಲುಗಳು ಜಾರಿ ಅವನು ಒಂದು ಬಾವಿಯೊಳಗೆ ಬಿದ್ದ. ಅವನು ಸಹಾಯಕ್ಕಾಗಿ ಕೂಗಿಕೊಂಡ. ದಾರಿಹೋಕನೊಬ್ಬ ಇದನ್ನು ಕೇಳಿಸಿಕೊಂಡು ಬಾವಿಯ ಬಳಿ ಬಂದ. ಆದದ್ದೇನು ಎಂದು ವಿಜ್ಞಾನಿ ಹೇಳಿದ. ವಿಜ್ಞಾನಿ ಹೊರಬರಲು ದಾರಿಹೋಕ ಸಹಾಯ ಮಾಡಿದ. ಅವನು ಹೇಳಿದ, "ಸನ್ಮಾನ್ಯರೆ, ತಾರೆಗಳನ್ನು ನೋಡುವುದು ಉತ್ತಮ, ಆದರೆ ಕಾಲುಗಳು ಮಾತ್ರ ಭೂಮಿಯಲ್ಲಿ ದೃಢವಾಗಿರಬೇಕಲ್ಲವೆ?"

129. ಹೊಲ ಸುಟ್ಟ ನರಿ

ಒಂದು ಊರಿನಲ್ಲಿ ಒಬ್ಬ ಶ್ರೀಮಂತ ರೈತ ಇದ್ದ. ಅವನಿಗೆ ಹತ್ತಾರು ಎಕರೆ ಜಮೀನು, ಜಾನುವಾರು, ಒಂಟೆ, ಕೋಳಿ ಇತ್ಯಾದಿ ಇದ್ದವು.

ಒಂದು ದಿನ ಅವನು ಮಂಚದಲ್ಲಿ ಕುಳಿತು ಆಲೋಚನೆಯಲ್ಲಿ ಮುಳುಗಿದ್ದ.

ಅವನ ಹೆಂಡತಿ ಕೇಳಿದಳು, "ರೀ, ಏನು ಭಾರೀ ಯೋಚನೆ?"

"ಒಂದು ನರಿ ನಮ್ಮ ಕೋಳಿ ಗೂಡಿನಿಂದ ದಿನಾಲೂ ಒಂದೊಂದು ಕೋಳಿಯನ್ನು ಕದ್ದೊಯ್ಯುತ್ತಿದೆ. ಹೀಗೇ ಆದರೆ ನಮ್ಮ ಗೂಡು ಬೇಗನೇ ಖಾಲಿಯಾದೀತು" ಹೇಳಿದ ರೈತ.

ಕೆಲ ಸಮಯದ ನಂತರ ಅವನು ನರಿಗೆ ಒಂದು ಗೂಡು ಇರಿಸಿದ. ಕೆಲವು ದಿನಗಳಲ್ಲೇ ನರಿ ಆ ಗೂಡಿನಲ್ಲಿ ಬಿತ್ತು.

"ನಿನಗೆ ಈವತ್ತು ಬುದ್ಧಿ ಕಲಿಸುತ್ತೇನೆ" ಅಂದುಕೊಂಡು ರೈತ ನರಿಯ ಬಾಲಕ್ಕೆ ಬಟ್ಟೆ ಸುತ್ತಿ ಎಣ್ಣೆ ಹುಯಿದು ಬೆಂಕಿ ಹಚ್ಚಿಬಿಟ್ಟ.

ಗಾಬರಿಗೊಂಡ ನರಿ ತಪ್ಪಿಸಿಕೊಳ್ಳುವ ಗಡಿಬಿಡಿಯಲ್ಲಿ ಅಂಗಳದಲ್ಲೂ ರೈತನ ಹೊಲಗಳಲ್ಲೂ ಓಡಿತು. ರೈತನ ಕೊಟ್ಟಿಗೆಯೂ ಹೊಲಗಳಲ್ಲಿ ಬೆಳೆದು ನಿಂತಿದ್ದ ಪೈರೂ ಬೆಂಕಿಯಲ್ಲಿ ಸುಟ್ಟುಹೋದವು.

ರೈತನಿಗೆ ಅಪಾರ ನಷ್ಟವಾಯಿತು. ಮುಂದೆಂದೂ ಕೋಪದ ಕೈಗೆ ಬುದ್ಧಿಯನ್ನು ಕೊಡಬಾರದು ಎಂದು ಅವನು ನಿರ್ಧರಿಸಿದ.

130. ಮರ ಕಡಿಯುವವನ ಪ್ರಾಮಾಣಿಕತೆ

ಒಂದು ದಿನ ಮರ ಕಡಿಯುವವನೊಬ್ಬ ನದಿಯ ದಂಡೆಯ ಮೇಲೆ ಒಂದು ಮರವನ್ನು ಕಡಿಯುತ್ತಿದ್ದ. ಹಠಾತ್ತನೆ ಅವನ ಕೊಡಲಿ ಕೈಯಿಂದ ಜಾರಿ ನದಿಗೆ ಬಿತ್ತು.

ಅವನಲ್ಲಿ ಇದ್ದುದು ಒಂದೇ ಕೊಡಲಿ. ಅವನು ಬಡವನಾಗಿದ್ದುದರಿಂದ ಹೊಸತನ್ನು ಕೊಳ್ಳಲು ಅವನಲ್ಲಿ ಹಣವೂ ಇರಲಿಲ್ಲ. ಮುಂದೇನು ಎಂದು ತೋಚದೆ ಅವನು ನದಿಯ ದಂಡೆಯಲ್ಲಿ ಕುಳಿತು ಅಳತೊಡಗಿದ.

ಅವನು ಅಳುತ್ತಿರುವುದನ್ನು ನೋಡಿ ನದೀದೇವತೆಗೆ ಕರುಣೆ ಉಂಟಾಯಿತು. ಅವಳು ಪ್ರತ್ಯಕ್ಷಳಾಗಿ "ಮಗೂ, ಯಾಕೆ ಅಳುತ್ತಿದೀಯಾ?" ಎಂದು ಕೇಳಿದಳು. ಅವನು ಕೊಡಲಿಯ ವಿಚಾರ ಹೇಳಿದ.

ದೇವತೆ ನದಿಯಲ್ಲಿ ಮುಳುಗಿದಳು. ಅವಳು ಮೇಲೆ ಬಂದಾಗ ಅವಳ ಕೈಯಲ್ಲಿ ಒಂದು ಬಂಗಾರದ ಕೊಡಲಿ ಇತ್ತು. ಮರ ಕಡಿಯುವವ ತಲೆ ಅಲ್ಲಾಡಿಸಿ, "ನನ್ನ ಕೊಡಲಿ ಇದಲ್ಲ" ಎಂದ. ದೇವಿ ಮುಳುಗಿ ಬೆಳ್ಳಿ ಕೊಡಲಿ ತಂದಳು. ಅವನು ಅದೂ ಅಲ್ಲವೆಂದ. ಅವಳು ಮತ್ತೊಮ್ಮೆ ಮುಳುಗಿ ಕಬ್ಬಿಣದ ಕೊಡಲಿ ತಂದಳು. ಅವನು ಸಂತೋಷದಿಂದ ಕೈಜೋಡಿಸಿಕೊಂಡು ಅದೇ ತನ್ನ ಕೊಡಲಿ ಎಂದು ಅವಳಿಗೆ ನಮಸ್ಕಾರ ಮಾಡಿದ.

ದೇವಿ ಪ್ರಸನ್ನಳಾಗಿ "ಮಗೂ, ನೀನು ಬಡವನಾಗಿದ್ದರೂ ನಿನ್ನದಲ್ಲದ ವಸ್ತುವಿಗೆ ಆಸೆಪಡದ ನಿನ್ನ ಪ್ರಾಮಾಣಿಕತೆಗೆ ಮೆಚ್ಚಿದೆ. ಇದೋ ಈ ಮೂರೂ ಕೊಡಲಿಗಳನ್ನೂ ಇಟ್ಟುಕೊ" ಎಂದು ಹೇಳಿದಳು.

131. ವಂಚಕ ನರಿ

ಒಂದು ಕತ್ತೆಯೂ ಒಂದು ನರಿಯೂ ಒಂದು ಕಾಡಿನಲ್ಲಿ ತಿರುಗಾಡುತ್ತಿದ್ದವು. ಅವು ಎರಡೂ ಒಳ್ಳೆಯ ಸ್ನೇಹಿತರಾಗಿದ್ದವು. ಎರಡೂ ಹರಟೆ ಹೊಡೆಯುತ್ತಲೇ ಸಾಗುತ್ತಿದ್ದವು. ಲೋಕದ ಪರಿವೆಯೇ ಅವುಗಳಿಗೆ ಇರಲಿಲ್ಲ. ಥಕ್ಕನೆ ಸಮೀಪದಲ್ಲಿಯೇ ಸಿಂಹವೊಂದು ಪ್ರತ್ಯಕ್ಷವಾದಾಗ ಎರಡೂ ಗಾಬರಿಗೊಂಡವು. ಓಡೋಣವೆಂದರೆ ಕಾಲ ಮಿಂಚಿತ್ತು.

ನರಿಗೆ ಒಂದು ಉಪಾಯ ಹೊಳೆಯಿತು. ಅದು ಕತ್ತೆಯೊಡನೆ, "ಹೆದರಬೇಡ, ನಾನು ಸಿಂಹದ ಸ್ನೇಹ ಮಾಡುತ್ತೇನೆ. ಆಮೇಲೆ ನಮಗೆ ಭಯವಿಲ್ಲ."

ನರಿ ಸಿಂಹದ ಬಳಿಗೆ ಹೋಗಿ, "ಮಹಾರಾಜ, ನೀನು ನನ್ನ ಜೀವ ಉಳಿಸುವೆ ಎಂದು ಭಾಷೆ ಕೊಟ್ಟರೆ ನಾನು ಕತ್ತೆಯನ್ನು ಕರೆತರುವೆ, ನೀನು ಅವನನ್ನು ಕೊಲ್ಲಬಹುದು" ಎಂದಿತು.

"ಆಗಲಿ, ನೀನು ತುಂಬಾ ಬುದ್ಧಿವಂತ" ಹೇಳಿತು ಸಿಂಹ.

ನರಿ ಕತ್ತೆಯ ಬಳಿ ಬಂದು, "ಅಣ್ಣಾ, ಬಾ, ಈಗ ಭಯವಿಲ್ಲ, ಸಿಂಹ ನಮ್ಮ ಸ್ನೇಹಿತ" ಎಂದು ಸಿಂಹದ ಬಳಿ ಕರೆದೊಯ್ದಿತು.

ಸಿಂಹ ಕತ್ತೆಯನ್ನು ಕೊಂದು ತಿಂದಿತು. ನಂತರ ಅದು ನರಿಯತ್ತ ತಿರುಗಿ, "ಈಗ ನಿನ್ನ ಸರದಿ" ಎಂದು ಹೇಳಿ ನರಿಯನ್ನೂ ಕೊಂದಿತು.

ಯಾರೂ ಮಿತ್ರದ್ರೋಹ ಮಾಡಬಾರದು. ನಂಬಿಕೆದ್ರೋಹ ಸಂತೋಷ ತರುವುದಿಲ್ಲ.

132. ಬಂಗಾರದ ನಾಣ್ಯಗಳು

ಒಂದು ಹಳ್ಳಿಯಲ್ಲಿ ಒಬ್ಬ ಶ್ರೀಮಂತನಿದ್ದ. ಒಂದು ದಿನ ಅವನು ಮರದ ಬುಡವೊಂದರಲ್ಲಿ ಒಬ್ಬ ಸನ್ಯಾಸಿ ಕುಳಿತಿರುವುದನ್ನು ನೋಡಿ ಅವನನ್ನು ತನ್ನ ಮನೆಯಲ್ಲಿ ತಂಗುವಂತೆ ಕೇಳಿಕೊಂಡ. ಸನ್ಯಾಸಿ ಒಪ್ಪಿದ.

ಶ್ರೀಮಂತನಲ್ಲಿ ಒಂದು ದೊಡ್ಡ ಕುಡಿಕೆ ತುಂಬಾ ಚಿನ್ನದ ನಾಣ್ಯಗಳಿದ್ದವು. ಸನ್ಯಾಸಿಯ ಕೋಣೆಯಲ್ಲಿ ಹೂತಿಟ್ಟರೆ ಅದು ಸುರಕ್ಷಿತವಾಗಿರುವುದು ಎಂದು ಅವನು ಭಾವಿಸಿದ. ಕುಡಿಕೆಯನ್ನು ಆ ಕೋಣೆಯಲ್ಲಿ ಹೂಳುವಂತೆ ಅವನು ಸೇವಕನಿಗೆ ಹೇಳಿದ.

ಕೆಲವು ದಿನಗಳ ನಂತರ ಸನ್ಯಾಸಿ ಧನ್ಯವಾದ ಹೇಳಿ ಹೊರಟುಹೋದ. ಕೆಲವೇ ಸಮಯದಲ್ಲಿ ಅವನು ವಾಪಸು ಬಂದು, "ಇದೋ, ನನ್ನ ಚೀಲದಲ್ಲಿ ಇದು ಬಂದಿದೆ, ನನಗೆ ಬೇರೆಯವರ ಒಂದು ಹುಲ್ಲು ಕಡ್ಡಿಯೂ ಬೇಡ" ಎಂದು ಹೇಳಿ ಒಂದು ಸಣ್ಣ ಹುಲ್ಲುಕಡ್ಡಿ ತುಂಡನ್ನು ನೆಲದ ಮೇಲಿಟ್ಟು ಹೊರಡಲು ಸಿದ್ಧವಾದ.

ಸೇವಕನಿಗೆ ಅನುಮಾನ ಬಂತು. ಅವನು "ಒಡೆಯಾ, ಬಂಗಾರದ ನಾಣ್ಯಗಳು ಹೇಗಿವೆ ಎಂದು ನೋಡೋಣವೇ?" ಎಂದು ಕೇಳಿದ. ನೋಡಿದಾಗ ಅಲ್ಲಿ ಬಂಗಾರದ ನಾಣ್ಯಗಳು ಇರಲಿಲ್ಲ. ಸನ್ಯಾಸಿ ರೂಪದ ಕಳ್ಳ ಅದನ್ನು ಅಪಹರಿಸಿದ್ದ.

ಸನ್ಯಾಸಿ ತಪ್ಪೊಪ್ಪಿಕೊಂಡ. ಎಲ್ಲ ನಾಣ್ಯಗಳನ್ನೂ ಹಿಂದಿರುಗಿಸಿದ.

ಎಲ್ಲ ಸನ್ಯಾಸಿಗಳೂ ಸುಭಗರಲ್ಲ.

133. ನಂಬಿಕೆಯೇ ಸಾಧನೆಗೆ ದಾರಿದೀಪ

ಒಂದು ದಿನ ಬುದ್ಧನ ಒಬ್ಬ ಶಿಷ್ಯ ಒಂದು ಹಳ್ಳಿಗೆ ಹೋಗಿ ಸಾಯಂಕಾಲ ಬೌದ್ಧವಿಹಾರಕ್ಕೆ ವಾಪಸು ಬರುತ್ತಿದ್ದ. ದಾರಿಯಲ್ಲಿ ಒಂದು ನದಿ ಇತ್ತು. ಆಗಲೇ ಕತ್ತಲೆ ಆವರಿಸತೊಡಗಿತ್ತು. ಅಲ್ಲೆಲ್ಲೂ ದೋಣಿ ನಡೆಸುವ ಅಂಬಿಗನ ಸುಳಿವಿರಲಿಲ್ಲ.

ಆ ಶಿಷ್ಯನು ಗುರುವಿನ ಮೇಲಿನ ನಂಬಿಕೆಯಿಂದ, "ಓ ಗುರು ಬುದ್ಧನೇ, ನಾನು ನನ್ನನ್ನು ನಿನಗೆ ಸಮರ್ಪಿಸಿಕೊಂಡಿದ್ದೇನೆ. ಕಾಯುವುದೂ ಕೈ ಬಿಡುವುದೂ ನಿನಗೆ ಬಿಟ್ಟದ್ದು" ಎಂದು ಪ್ರಾರ್ಥಿಸಿದ.

ಆಮೇಲೆ ಅವನು ನದಿಗೆ ಇಳಿದು ದಾಟತೊಡಗಿದ.

ನದಿಯಲ್ಲಿ ನೀರು ತುಂಬಿತ್ತು, ಪ್ರವಾಹದ ಸೆಳೆತ ಜೋರಾಗಿತ್ತು. ಆದರೂ ಅದಾವುದನ್ನೂ ಲೆಕ್ಕಿಸದ ಶಿಷ್ಯ ಸುಲಭವಾಗಿಯೇ ನದಿಯ ಮಧ್ಯಭಾಗವನ್ನು ತಲಪಿದ.

ಅಲ್ಲಿ ಅವನ ಗಮನ ಬೇರೆಲ್ಲೋ ಹೋಯಿತು. ಕೂಡಲೇ ಅವನಿಗೆ ತಾನು ಮುಳುಗುತ್ತಿರುವೆ ಎಂದು ಭಾಸವಾಯಿತು. 'ಓಹ್! ನನ್ನ ಕುತ್ತಿಗೆಯ ತನಕ ನೀರು ಬಂದಿದೆಯಲ್ಲ' ಎಂದು ಆತಂಕಗೊಂಡ. ಮತ್ತೆ ಅವನು ಬುದ್ಧನನ್ನು ನೆನೆಸಿಕೊಂಡ, "ಬುದ್ಧನೇ ನಾನು ನಿನ್ನ ಶಿಷ್ಯ. ನೀನು ನನ್ನ ಸಮೀಪದಲ್ಲಿರುವೆ, ನಾನು ಸುರಕ್ಷಿತನಿದ್ದೇನೆ."

ನದಿಯ ಮಿಕ್ಕುಳಿದ ಭಾಗವನ್ನು ಶಿಷ್ಯ ಸರಾಗವಾಗಿ ದಾಟಿ ಆಶ್ರಮ ಸೇರಿದ. ಅಲ್ಲಿ ಬಾಗಿಲಲ್ಲಿ ಬುದ್ಧ ಮುಗುಳ್ನಗುತ್ತ ಅವನಿಗಾಗಿ ಕಾದಿದ್ದ.

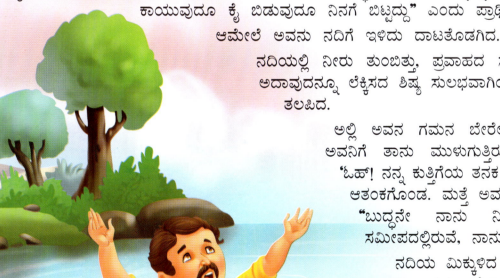

134. ಕುರಿಗಾಹಿಯ ಕುಚೇಷ್ಟೆ

ಒಂದು ಊರಿನಲ್ಲಿ ಒಬ್ಬ ಬಾಲಕನಿದ್ದ. ಅವನಿಗೆ ಅನೇಕ ಕುರಿಗಳಿದ್ದವು. ಪ್ರತಿದಿನವೂ ಅವನು ಕುರಿಗಳನ್ನು ಮೇಯಿಸಲು ಒಯ್ಯುತ್ತಿದ್ದ. ಚೇಷ್ಟೆ-ಕುಚೇಷ್ಟೆಗಳನ್ನು ಮಾಡುವುದೆಂದರೆ ಅವನಿಗೆ ಇಷ್ಟ.

ಒಮ್ಮೆ ಅವನು, "ಸಹಾಯ ಮಾಡಿರಿ, ಕುರಿಗಳನ್ನು ತೋಳ ಎಳೆದೊಯ್ಯುತ್ತಿದೆ" ಎಂದು ಬೊಬ್ಬಿಟ್ಟ.

ಗ್ರಾಮಸ್ಥರು ಬಡಿಗೆ, ದೊಣ್ಣೆಗಳನ್ನು ಹಿಡಿದು ತೋಳವನ್ನು ಓಡಿಸಲು ಧಾವಿಸಿಬಂದರು. ಅವರು ಹುಲ್ಲುಗಾವಲು ತಲಪಿದಾಗ ಆ ಹುಡುಗ ಹುಲ್ಲಿನ ಮೇಲೆ ಹೊರಳಾಡುತ್ತಾ ನಗುತ್ತಿದ್ದ.

"ಎಲ್ಲಿ ತೋಳ?" ಜನ ಕೇಳಿದರು.

"ತೋಳವೂ ಇಲ್ಲ ಮೋಳವೂ ಇಲ್ಲ. ನಾನು ಸುಳ್ಳಾಡಿದೆ" ಹೇಳಿದ ಅವನು ನಗುತ್ತಾ.

ಜನರಿಗೆ ಕೋಪ ಬಂತು, "ಮುಂದೆ ಹೀಗೆಲ್ಲ ಮಾಡಬೇಡ" ಎಂದು ಹೇಳಿ ಹೊರಟುಹೋದರು.

ಹುಡುಗ 'ತೋಳ ಬಂತು' ಕುಚೇಷ್ಟೆಯನ್ನು ಎರಡನೇ ಬಾರಿಯೂ ಮಾಡಿದ. ಆಗ ಗ್ರಾಮಸ್ಥರು, "ನೋಡು ಮಗ, ವಿನಾಕಾರಣ ಬೇರೆಯವರಿಗೆ ತೊಂದರೆ ಕೊಡಬಾರದು, ಎಚ್ಚರಿಕೆ" ಎಂದರು.

ಮೂರನೆಯ ಬಾರಿ ನಿಜಕ್ಕೂ ತೋಳ ಬಂತು. ಅವನು ಕೂಗಿದ. ಆದರೆ ಈ ಬಾರಿ ಒಬ್ಬ ನರಪಿಳ್ಳೆಯೂ ಬರಲಿಲ್ಲ.

135. ಗುಡಿಸಲ ಪಕ್ಕದ ಅರಮನೆ

ಒಬ್ಬ ರಾಜನು ತುಂಬಾ ಧರ್ಮನಿಷ್ಠನೂ ನ್ಯಾಯಪರನೂ ದಯಾಳುವೂ ಆಗಿದ್ದ. ಒಂದು ನದಿಯ ತೀರದಲ್ಲಿ ಅರಮನೆ ಕಟ್ಟಿಸಬೇಕೆಂದು ಅವನಿಗೆ ಬಯಕೆಯಾಯಿತು.

ಅರಮನೆಗೆ ಜಾಗ ನಿರ್ಧರಿಸಲು ಅರಮನೆಯ ತಜ್ಞರು ನದೀತೀರಕ್ಕೆ ಬಂದರು. ಅವರು ವಾಪಸು ಹೋಗಿ, 'ನದೀ ತೀರದಲ್ಲಿ ಜಾಗ ಚೆನ್ನಾಗಿದೆ. ಆದರೆ ಅಲ್ಲಿ ಒಂದು ಗುಡಿಸಲಿನಲ್ಲಿ ಒಬ್ಬಾಕೆ ಮುದುಕಿ ವಾಸಿಸುತ್ತಿದ್ದಾಳೆ' ಎಂದು ವರದಿ ಮಾಡಿದರು.

ರಾಜ ತಾನೇ ಬಂದು ಮುದುಕಿಯೊಡನೆ "ಅಮ್ಮಾ, ನಾನು ಇಲ್ಲಿ ಹೊಸ ಅರಮನೆ ಕಟ್ಟಿಸಬೇಕೆಂದಿದ್ದೇನೆ. ನಿನ್ನ ಗುಡಿಸಲಿನ ಜಾಗ ನನಗೆ ಕೊಡು. ನೀನು ಕೇಳಿದ ಬೆಲೆ ಕೊಡುತ್ತೇನೆ" ಎಂದ.

ಮುದುಕಿ ಹೇಳಿದಳು, "ಮಹಾರಾಜ, ಈ ಗುಡಿಸಲು ನನಗೆ ಜೀವಕ್ಕಿಂತಲೂ ದೊಡ್ಡದು. ನನ್ನ ಗಂಡನ ನೆನಪಿಗೆ ಇದೊಂದೇ ಉಳಿದಿರುವುದು. ನಾನಿಲ್ಲಿ ಅನೇಕ ವರ್ಷಗಳಿಂದ ಬದುಕಿದ್ದೇನೆ. ಇಲ್ಲೇ ನನ್ನ ಅಂತ್ಯವೂ ಆಗಬೇಕೆಂದು ನಾನು ಬಯಸಿದ್ದೇನೆ. ಈ ಗುಡಿಸಲು ಹಾಗೂ ಇಲ್ಲಿನ ನೆನಪುಗಳು ನನಗೆ ಪ್ರಪಂಚದ ಎಲ್ಲ ಬಂಗಾರಕ್ಕಿಂತಲೂ ಅಮೂಲ್ಯ."

ರಾಜ ಮರುಮಾತಾಡಲಿಲ್ಲ. ಅವನು ಅರಮನೆಯನ್ನು ಗುಡಿಸಲಿನ ಪಕ್ಕದಲ್ಲಿ ನಿರ್ಮಿಸಲು ನಿರ್ಧರಿಸಿದ.

136. ಮೂರ್ಖ ಸಹಾಯಕ

ಒಂದು ಊರಿನಲ್ಲಿ ಒಬ್ಬ ಬಡಗಿ ಇದ್ದ. ಅವನ ತಲೆ ಬೋಳಾಗಿತ್ತು. ಅವನಿಗೆ ಒಬ್ಬ ಸಹಾಯಕ ಇದ್ದ.

ಒಂದು ದಿನ ಬಡಗಿ ಕೆಲಸ ಮಾಡುತ್ತಿದ್ದಾಗ ಒಂದು ಸೊಳ್ಳೆ ಅವನಿಗೆ ತೊಂದರೆ ಕೊಡತೊಡಗಿತು. ಅದು ಅವನ ಮುಖದ ಬಳಿ ಸಂಗೀತ ಹೊರಡಿಸುತ್ತಾ ಹಾರಿ ಅವನ ಏಕಾಗ್ರತೆಯನ್ನು ಹಾಳುಮಾಡಿತು. ಅದು ಪದೇ ಪದೇ ಹತ್ತಿರ ಬರುತ್ತಿದ್ದುದರಿಂದ ಅವನಿಗೆ ಕೆಲಸ ಮಾಡಲು ಆಗಲಿಲ್ಲ.

ಅವನು ಕೈ ಬೀಸಿದಾಗ ಸೊಳ್ಳೆ ದೂರ ಹೋಗಿ ಆಮೇಲೆ ಹತ್ತಿರ ಬರುತ್ತಿತ್ತು.

ಆಮೇಲೆ ಸೊಳ್ಳೆ ಅವನ ಬೋಳು ತಲೆಯ ಮೇಲೆ ಕುಳಿತುಕೊಂಡಿತು. ಅವನು ಸಹಾಯಕನನ್ನು ಕರೆದು, "ತಮ್ಮಾ, ಈ ಸೊಳ್ಳೆಯ ಉಪದ್ರವ ಜಾಸ್ತಿಯಾಯಿತು ನೋಡು. ಅದನ್ನು ಆಚೆ ಹಾಕು" ಎಂದ.

ಸಹಾಯಕ ಒಂದು ಹಲಗೆಯ ತುಂಡನ್ನು ಎತ್ತಿಕೊಂಡು ಬಡಗಿಯ ತಲೆಯ ಮೇಲಿನ ಸೊಳ್ಳೆಗೆ ಬಡಿದ. ಬಡಿದ ರಭಸಕ್ಕೆ ಬಡಗಿ ಮೂರ್ಛೆ ಹೋಗಿ ಬಿದ್ದ.

ಮೂರ್ಛೆ ತಿಳಿದು ಎದ್ದ ಬಡಗಿ ಸಹಾಯಕನಿಗೆ ಹೇಳಿದ, "ಮೂರ್ಖಾ, ನಾನು ನಿನಗೆ ಹೇಳಿದ್ದು ಸೊಳ್ಳೆ ಕೊಲ್ಲಲು, ನನ್ನ ತಲೆಗೆ ಬಡಿಯುವುದಕ್ಕಲ್ಲ!"

137. ತೇಲುವ ಮಡಕೆಗಳು

ಒಂದು ಹಳ್ಳಿಯಲ್ಲಿ ಒಮ್ಮೆ ಪ್ರವಾಹ ಬಂತು. ಎರಡು ದಿನಗಳ ಕಾಲ ಬಿರುಗಾಳಿಯೂ ಮಳೆಯೂ ಬಂದು ಹಾವಳಿ ಉಂಟುಮಾಡಿತು. ಪ್ರವಾಹದ ನೀರು ಮನೆಗಳ ಒಳಗೆ ಬಂದು ಪಾತ್ರೆಗಳು ನೀರಲ್ಲಿ ತೇಲತೊಡಗಿದವು. ರಸ್ತೆಗಳಲ್ಲಿ ಮಂಚ, ಪಾತ್ರೆ, ಕುಡಿಕೆ, ಪೆಟ್ಟಿಗೆ ಮುಂತಾದವೆಲ್ಲ ತೇಲುತ್ತಿದ್ದವು.

ಇವೆಲ್ಲದರ ಜೊತೆ ಸ್ವಲ್ಪ ದೂರದಲ್ಲಿ ಎರಡು ಮಡಕೆಗಳು ತೇಲುತ್ತಿದ್ದವು. ಅವುಗಳಲ್ಲಿ ಒಂದು ಮಣ್ಣಿನದ್ದಾದರೆ ಇನ್ನೊಂದು ಹಿತ್ತಾಳೆಯದ್ದು.

ಹಿತ್ತಾಳೆ ಮಡಕೆ ಮಣ್ಣಿನ ಮಡಕೆಗೆ ಹೇಳಿತು, "ನನ್ನ ಸಮೀಪದಲ್ಲೇ ಇರು. ನಾನು ಬೇರೆಲ್ಲ ವಸ್ತುಗಳಿಂದ ನಿನ್ನನ್ನು ರಕ್ಷಿಸುತ್ತೇನೆ."

ಮಣ್ಣಿನ ಮಡಕೆ ಹೇಳಿತು, "ಗೆಳೆಯಾ, ನಿನ್ನ ಕಾಳಜಿಗೆ ಧನ್ಯವಾದ. ಆದರೆ ನಾನು ನಿನಗಿಂತ ದೂರದಲ್ಲಿದ್ದರೇನೇ ಸುರಕ್ಷಿತವಾಗಿರುತ್ತೇನೆ. ಬೇಗನೇ ನಾವು ನದಿಯಲ್ಲಿ ತೇಲುವ ಸಂದರ್ಭ ಬರಬಹುದು. ಆಗ ಪ್ರವಾಹ ವೇಗವಾಗುತ್ತದೆ. ಆಗ ನಾವೇನಾದರೂ ಪರಸ್ಪರ ಹತ್ತಿರದಲ್ಲಿದ್ದರೆ ನಾನು ನಿನಗೆ ಡಿಕ್ಕಿ ಹೊಡೆದರೆ ನಾನು ಒಡೆದು ಚೂರಾಗಬಹುದು."

ನೆರೆಮನೆಯವನು ನಿಮಗಿಂತ ತುಂಬಾ ಬಲಶಾಲಿಯಾಗಿದ್ದರೆ ಅವನಿಂದ ನೀವು ದೂರ ಇರುವುದೇ ಕ್ಷೇಮ. ಎಂದಾದರೊಂದು ದಿನ ಅವನಿಂದ ಅಪಾಯ ಎದುರಾಗಬಹುದು.

73

138. ಜವುಗಿಗೆ ಹೋದ ಆನೆ

ಒಂದು ಕಾಡಿನಲ್ಲಿ ನರಿಗಳ ಒಂದು ಗುಂಪು ಇತ್ತು. ಅವುಗಳಿಗೆ ಒಂದು ದಿನ ಒಂದು ಕೆರೆಯ ಬಳಿ ಒಂದು ಆನೆ ಕಾಣಿಸಿತು. ಆನೆಯನ್ನು ಕೊಂದು ತಿನ್ನಬೇಕೆಂದು ನರಿಗಳಿಗೆ ಆಸೆಯಾಯಿತು.

ನರಿಗಳ ನಾಯಕ ತನ್ನ ಗುಂಪಿಗೆ ಹೇಳಿತು, "ಸ್ನೇಹಿತರೇ, ನಾನು ಆನೆಯ ಸ್ನೇಹ ಬೆಳೆಸಿ ಅದನ್ನು ಬಲೆಗೆ ಬೀಳಿಸುತ್ತೇನೆ. ನೀವೆಲ್ಲ ನನಗಾಗಿ ಆ ಜವುಗಿನ ಹತ್ತಿರ ಕಾಯುತ್ತಿರಿ."

ನಾಯಕ ನರಿ ಆನೆಯ ಬಳಿ ಹೋಗಿ, "ಗೆಳೆಯಾ, ಈ ಕೆರೆ ಬತ್ತಲು ತೊಡಗಿದೆ. ಇಡೀ ವರ್ಷ ಬತ್ತದೇ ಇರುವ ಒಂದು ಸ್ಥಳ ನನಗೆ ತಿಳಿದಿದೆ. ನಿನ್ನನ್ನು ಅಲ್ಲಿಗೆ ಕರೆದೊಯ್ಯುವೆ, ಬಾ" ಎಂದು ಹೇಳಿತು.

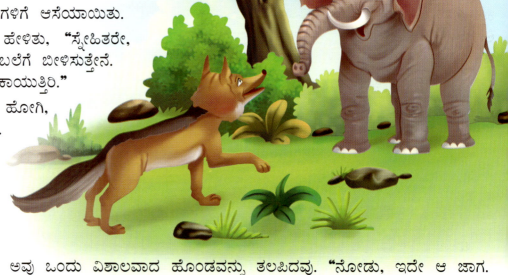

ಆನೆಗೆ ಆನಂದವಾಯಿತು, "ಆ ಜಾಗ ಎಲ್ಲಿದೆ?" ಎಂದು ಪ್ರಶ್ನಿಸಿತು.

ನರಿಯು ಆನೆಯನ್ನು ಕರೆದೊಯ್ದಿತು. ಅವು ಒಂದು ವಿಶಾಲವಾದ ಹೊಂಡವನ್ನು ತಲಪಿದವು. "ನೋಡು, ಇದೇ ಆ ಜಾಗ. ಇಳಿದು ನೋಡು" ಎಂದಿತು ನರಿ. ಆನೆ ಆ ಹೊಂಡಕ್ಕೆ ಇಳಿಯಿತು; ಇಳಿದೊಡನೆಯೇ ಅದರ ನಾಲ್ಕೂ ಕಾಲುಗಳು ಕೆಸರಲ್ಲಿ ಹೂತುಹೋದವು. ಮೇಲೆ ಬರಲು ಆನೆಯಿಂದಾಗಲಿಲ್ಲ. ಆನೆ ಘೀಳಿಟ್ಟಿತು, ಆದರೆ ಎಲ್ಲವೂ ನಿಷ್ಫಲವಾಯಿತು. ನರಿ ಹೇಳಿತು, "ನೀನು ನನ್ನಂತಹ ನಂಬಿಕೆಗೆ ತಕ್ಕುದಲ್ಲದವನನ್ನೂ ನಂಬಿದೆಯಲ್ಲ; ಅದಕ್ಕೆ ನೀನು ತೆರುವ ಬೆಲೆ ಇದು."

139. ರಾಜನೂ ಜ್ಯೋತಿಷಿಯೂ

ಒಂದಾನೊಂದು ಕಾಲದಲ್ಲಿ ಒಬ್ಬ ಜ್ಯೋತಿಷಿ ಇದ್ದ. ಅವನ ಭವಿಷ್ಯವಾಣಿ ಎಂದೂ ಸುಳ್ಳಾಗುತ್ತಿರಲಿಲ್ಲ. ಹೀಗಾಗಿ ಅವನು ದೇಶ–ವಿದೇಶಗಳಲ್ಲಿಯೂ ಹೆಸರುವಾಸಿಯಾಗಿದ್ದ. ಆ ದೇಶದ ರಾಜನಿಗೆ ಒಂದು ದಿನ ತನ್ನ ಭವಿಷ್ಯ ತಿಳಿಯಬೇಕೆಂಬ ಮನಸ್ಸಾಯಿತು. ಅವನು ಜ್ಯೋತಿಷಿಗೆ ಕರೆ ಕಳುಹಿಸಿದ. ಜ್ಯೋತಿಷಿ ಹೇಳಿದ, "ಮಹಾರಾಜ, ನಾನು ಶುಭ ಸಮಾಚಾರವನ್ನು ಮೊದಲು ಹೇಳುವೆ, ಅಶುಭ ವಿಚಾರಗಳನ್ನು ನಂತರ ಹೇಳುವೆ."

ಜ್ಯೋತಿಷಿಯು ರಾಜನ ಭವಿಷ್ಯದ ಕುರಿತಾದ ಶುಭ ಸಮಾಚಾರಗಳನ್ನು ಹೇಳಿದ. ಆಮೇಲೆ ಅವನು ಅಶುಭ ವಿಚಾರಗಳನ್ನು ಹೇಳಿದ. ಈ ವಿಚಾರಗಳನ್ನು ಕೇಳಿ ರಾಜನಿಗೆ ಸಂತೋಷವಾಗಲಿಲ್ಲ ಎಂಬುದು ಅವನ ಮುಖಚರ್ಯೆಯಿಂದ ಸ್ಪಷ್ಟವಾಗಿತ್ತು. ಒಂದು ಕ್ಷಣ ಯೋಚಿಸಿದ ರಾಜ ಹೇಳಿದ, "ನಿಮ್ಮ ಭವಿಷ್ಯವಾಣಿ ಕರಾರುವಾಕ್ಕಾಗಿರುತ್ತದೆ. ನೀವು ನಿಮ್ಮ ಸಾವು ಯಾವಾಗ ಎಂದು ಹೇಳಬಲ್ಲಿರಾ?"

ತನಗೇ ಅಪಾಯ ಬಂದಿರುವುದು ಜ್ಯೋತಿಷಿಗೆ ಕೂಡಲೇ ಅರ್ಥವಾಯಿತು. ತಾನು ತನ್ನ ಸಾವನ್ನು ಕುರಿತಂತೆ ಯಾವುದೇ ದಿನಾಂಕವನ್ನು ಹೇಳಿದರೂ ರಾಜನು ತನಗೆ ಮರಣದಂಡನೆ ವಿಧಿಸಿ ಬೇರೆಯೇ ದಿನಾಂಕದಲ್ಲಿ ಅದನ್ನು ಜಾರಿ ಮಾಡುವ ಮೂಲಕ ತನ್ನ ಭವಿಷ್ಯವಾಣಿಯನ್ನು ಸುಳ್ಳು ಮಾಡಬಹುದು ಎಂದು ಜ್ಯೋತಿಷಿಗೆ ಖಚಿತವಿದ್ದಿತು. ಜ್ಯೋತಿಷಿ ಬುದ್ಧಿವಂತಿಕೆಯ ಉತ್ತರ ನೀಡಿದ, "ಮಹಾರಾಜ, ನೀವು ಸಾಯುವ ಒಂದು ದಿನ ಮೊದಲು ನಾನು ಸಾಯುವೆ."

ಈ ಉತ್ತರದಿಂದ ರಾಜನಿಗೆ ಸಂತೋಷವಾಯಿತು. ಅವನು ಜ್ಯೋತಿಷಿಗೆ ಕೈತುಂಬ ಬಂಗಾರದ ನಾಣ್ಯಗಳನ್ನೂ ಒಡವೆಗಳನ್ನೂ ಕೊಟ್ಟು ಸನ್ಮಾನಿಸಿದ.

74

140. ಕೆಟ್ಟದ್ದರ ಮೇಲೆ ಒಳ್ಳೆಯದರ ವಿಜಯ

ಇಬ್ಬರು ಸ್ನೇಹಿತರಿದ್ದರು. ಅವರೇ ಸೋಜಲ್ ಮತ್ತು ಓಜಲ್. ಒಂದು ದಿನ ಓಜಲ್ ಸೋಜಲ್‌ಗೆ ಹೇಳಿದ, "ಗೆಳೆಯಾ, ನಮ್ಮ ಸಂಪತ್ತನ್ನು ಕಾಡಿನಲ್ಲಿ ಹೂತು ಹಾಕಿ ಬಚ್ಚಿಡೋಣ. ಅದು ನಮ್ಮೊಡನೆ ಇದ್ದರೆ ಅದನ್ನು ಕಳ್ಳರು ಅಪಹರಿಸಬಹುದು ಅಥವಾ ಅದು ವೆಚ್ಚವಾಗಿ ಹೋಗಬಹುದು."

ಸ್ನೇಹಿತರು ಹಣದ ಗಂಟನ್ನು ಕಾಡಿನಲ್ಲಿ ಒಂದು ಮರದ ಕೆಳಗೆ ಹೂತು ಹಾಕಿದರು. ರಾತ್ರಿಯಲ್ಲಿ ಆ ಧನವನ್ನು ಓಜಲ್ ಅಪಹರಿಸಿದ.

ಬೆಳಗ್ಗೆ ಅವನು ಸೋಜಲ್‌ಗೆ ಹೇಳಿದ, "ನಮ್ಮ ಹಣವನ್ನು ನೀನು ಕಳವು ಮಾಡಿದ್ದೀಯಾ. ನೋಡು, ಹೂತು ಹಾಕಿದ ಸಂಪತ್ತಿನ ಅರ್ಧಾಂಶ ನೀನು ನನಗೆ ಕೊಡಲೇಬೇಕು."

ಸೋಜಲ್ ಹೇಳಿದ, "ಗೆಳೆಯಾ, ನಾನು ಕದ್ದಿಲ್ಲ."

ಓಜಲ್: "ನಾನು ನ್ಯಾಯ ಪಂಚಾಯಿತಿಗೆ ಹೋಗುತ್ತೇನೆ."

ಅವನು ಅಂದು ರಾತ್ರಿ ತಂದೆಗೆ ಹೇಳಿದ, "ನಾನು ಸೋಜಲ್‌ನ ಹಣ ಕದ್ದಿದ್ದೇನೆ. ಪ್ರಕರಣ ನ್ಯಾಯ ಪಂಚಾಯಿತಿಗೆ ಹೋಗಲಿದೆ. ನಾಳೆ ನ್ಯಾಯಾಧೀಶರು ಕೇಳಿದಾಗ ಸೋಜಲ್ ಕಳ್ಳ ಎಂದು ನೀನು ಹೇಳಬೇಕು."

ಮರುದಿನ ನ್ಯಾಯಾಲಯದಲ್ಲಿ ಓಜಲ್‌ನ ತಂದೆ ಸಾಕ್ಷಿ ಹೇಳಿದ, "ಸ್ವಾಮೀ, ಓಜಲ್‌ನೇ ಕಳ್ಳ, ಅವನು ನನ್ನ ಮಗನೇ ಇರಬಹುದು, ಆದರೆ ಕಳ್ಳರನ್ನು ನಾನು ಬೆಂಬಲಿಸಲಾರೆ."

141. ವಿನಿಮಯ

ಒಂದು ದಿನ, ಒಬ್ಬ ಬೇಟೆಗಾರ ಕೆಲವು ಪಾರಿವಾಳಗಳನ್ನು ಹಿಡಿದುಕೊಂಡು ವಾಪಸು ಹೋಗುತ್ತಿದ್ದ. ಅವನು ಅಂದು ಒಳದಾರಿಯಲ್ಲಿ ಹೋದ. ದಾರಿಯಲ್ಲಿ ಅವನಿಗೆ ಒಬ್ಬ ಮೀನುಗಾರನ ಪರಿಚಯವಾಯಿತು. ಅವನಲ್ಲಿ ಒಂದು ಚೀಲ ತುಂಬಾ ಕೆರೆಯಲ್ಲಿ ಹಿಡಿದ ಮೀನು ಇತ್ತು.

ಮೀನುಗಾರ ಹೇಳಿದ, "ನನಗೆ ದಿನಾಲೂ ಮೀನು ತಿಂದು ಬೇಜಾರಾಗಿದೆ."

ಅದಕ್ಕೆ ಬೇಟೆಗಾರ ಹೇಳಿದ, "ಹೌದಣ್ಣ, ನನಗೂ ದಿನಾಲೂ ಮಾಂಸ ತಿಂದು ಬೇಜಾರಾಗಿದೆ. ನಾವು ನಮ್ಮ ಆಹಾರವನ್ನು ವಿನಿಮಯ ಮಾಡಿಕೊಳ್ಳೋಣ."

ಪ್ರತಿದಿನವೂ ಇಬ್ಬರೂ ಅರಣ್ಯದಲ್ಲಿ ಭೇಟಿಯಾಗಿ ಬೇಟೆಗಾರನ ಶಿಬಿರಕ್ಕೆ ಹೋಗಿ ಅಲ್ಲಿ ಮೀನು ಮತ್ತು ಮಾಂಸಗಳನ್ನು ಅಡುಗೆ ಮಾಡಿ ಬದಲಾಯಿಸಿಕೊಳ್ಳುತ್ತಿದ್ದರು.

ಒಂದು ದಿನ ಒಬ್ಬ ಬುದ್ಧಿವಂತ ವ್ಯಕ್ತಿ ಆ ದಾರಿಯಾಗಿ ಹೋಗುತ್ತಿದ್ದವನು ಇವರ ಆಹಾರ ವಿನಿಮಯ ಕಾರ್ಯಕ್ರಮದ ವಿಷಯ ತಿಳಿದ. ಅವನು ಬಾಯಾರಿಕೆ ಯಿಂದ ಒಳಬಂದು ನೀರು ಕೇಳಿ ಕುಡಿಯುತ್ತಿದ್ದಾಗ ಆಹಾರವನ್ನು ಬದಲಾಯಿಸಿಕೊಳ್ಳುತ್ತಿರುವುದನ್ನು ಕಂಡು ಆ ಬಗ್ಗೆ ವಿಚಾರಿಸಿದ.

ನಂತರ, ಅವನು ಹೇಳಿದ, "ಇದು ಒಳ್ಳೆಯದು. ಆದರೆ ನೀವಿದನ್ನು ದಿನಾಲೂ ಮಾಡುತ್ತಿದ್ದರೆ ನಿಮಗೆ ವಿನಿಮಯದ ಆಹಾರದಲ್ಲಿಯೂ ಬೇಜಾರು ಬಂದು ಬದಲಾಯಿಸುವುದನ್ನು ನಿಲ್ಲಿಸಬಹುದು."

142. ನಾಯಿಯ ಚೀಲ

ಒಂದು ಊರಿನಲ್ಲಿ ಒಬ್ಬ ಮನುಷ್ಯನಿದ್ದ. ಅವನು ಒಂದು ದಿನ ತನ್ನ ನಾಯಿಯನ್ನು ಮಡಿಲಲ್ಲಿ ಕೂರಿಸಿಕೊಂಡು ಮಂಚದಲ್ಲಿ ಅಡ್ಡಾಗಿದ್ದ. ಹಠಾತ್ತನೆ ಯಾರೋ ಬಾಗಿಲು ತಟ್ಟಿದರು. ಅಂಚೆಯಣ್ಣ ಬಂದಿದ್ದ. ಅವನು ಮನೆಯ ಒಡೆಯನಿಗೆ ಪತ್ರವೊಂದನ್ನು ನೀಡಿದ.

ಒಡೆಯ ಪತ್ರವನ್ನು ಓದಿ ತನ್ನ ನಾಯಿಯೊಡನೆ ಹೇಳಿದ, "ಮಗಾ, ನಾವು ಒಂದು ದೀರ್ಘ ಪ್ರಯಾಣ ಮಾಡಬೇಕಿದೆ."

ಕೆಲವು ವಾರ ಕಾಲ ಹೊರಗೆ ಇರಬೇಕಾದುದರಿಂದ ತನಗೆ ಬೇಕಾದ ವಸ್ತುಗಳನ್ನು ಒಡೆಯ ಚೀಲದಲ್ಲಿ ತುಂಬಿಸತೊಡಗಿದ. ತನ್ನ ಬಟ್ಟೆಗಳನ್ನು ಹಾಗೂ ಇತರ ಸಾಮಗ್ರಿಗಳನ್ನು ತೆಗೆದುಕೊಂಡ. ಎಲ್ಲ ಸಾಮಾನುಗಳನ್ನು ಚೀಲಗಳಲ್ಲಿ ತುಂಬಿಸಿದ. ಇದರಿಂದ ಅವನಿಗೆ ದಣಿವಾಯಿತು.

ಒಡೆಯ ಸಮಾಧಾನದ ನಿಟ್ಟುಸಿರು ಬಿಡುತ್ತಾ ಕುಳಿತ. ಆಗ ನಾಯಿ ತನ್ನ ಬಳಿ ಇರುವುದು ಅವನಿಗೆ ಕಾಣಿಸಿತು. ಅವನು ನಾಯಿಗೆ, "ಹೋಗು ಪಯಣಕ್ಕೆ ಸಿದ್ಧನಾಗು. ನಾನು ಚೀಲ ತುಂಬಿಸಿ ಸಿದ್ಧನಾಗಿರುವುದು ಕಾಣಿಸದೆ?' ಎಂದು ಬೈದ.

ನಾಯಿ ಹೇಳಿತು, "ಒಡೆಯಾ, ನನಗೆ ವಸ್ತುಗಳು ಏನೂ ಇಲ್ಲ. ನನಗಾವ ಚೀಲವೂ ಬೇಡ. ನಾನು ಆವಾಗಲೇ ಸಿದ್ಧನಾಗಿ ನಿಮಗಾಗಿ ಕಾಯುತ್ತಿದ್ದೇನೆ."

143. ಮರಗಳ ಕೋಪ

ಆ ದಿನ ಆಗಸದಲ್ಲಿ ಮುಗಿಲು ಕವಿದಿತ್ತು. ಕಾಡಿನ ಪ್ರಾಣಿಗಳೆಲ್ಲವೂ ಸುಮ್ಮನೆ ಕುಳಿತಿದ್ದವು. ಪ್ರಕೃತಿಯು ಬಿರುಗಾಳಿಗೆ ಸಿದ್ಧತೆ ನಡೆಸಿತ್ತು. ಆದ್ದರಿಂದ ಪ್ರಾಣಿಗಳು ಗವಿ, ಬಿಲ, ಪೊಟರೆ, ಪೊದೆಗಳಿಂದ ಹೊರಬರಲಿಲ್ಲ. ಕಾಡಿನ ಮರಗಳು ತಮ್ಮ ತಮ್ಮಲ್ಲಿ ಚರ್ಚೆ ನಡೆಸಿದ್ದವು.

"ಪ್ರಾಣಿಗಳೂ ಪಕ್ಷಿಗಳೂ ನಮ್ಮ ನೆರಳಿನಲ್ಲಿ ವಿಶ್ರಾಂತಿ ತೆಗೆದುಕೊಳ್ಳುತ್ತವೆ. ಆದರೆ ಸುತ್ತಲಿನ ಸ್ಥಳವನ್ನೆಲ್ಲ ಗಲೀಜು ಮಾಡಿ ಹೋಗುತ್ತವೆ; ಶುಚಿ ಮಾಡುವುದೂ ಇಲ್ಲ" ಎಂದು ಒಂದು ಮರ ಹೇಳಿತು. "ಹಾಗೆ ಮಾಡಬಾರದೆಂದು ನಾವು ಅವುಗಳಿಗೆ ಹೇಳಬೇಕು" ಇನ್ನೊಂದು ಮರ ಹೇಳಿತು. "ಅಲ್ಲ, ನಾವು ಅವುಗಳಿಗೊಂದು ಪಾಠ ಕಲಿಸಬೇಕು" ಮತ್ತೊಂದು ಮರ ಹೇಳಿತು.

ಮರುದಿನ ಪ್ರಾಣಿಗಳು ಮರಗಳ ನೆರಳಿನಲ್ಲಿ ಆಶ್ರಯ ಪಡೆಯಲು ಬಂದಾಗ ಮರಗಳು ಕೋಪದಿಂದ ಜೋರಾಗಿ ಅತ್ತಿಂದಿತ್ತ ಹೊಯ್ದಾಡಿದವು. ಎಲ್ಲ ಪ್ರಾಣಿಗಳು ಭಯದಿಂದ ದೂರಕ್ಕೆ ಓಡಿದವು. ತಮ್ಮ ಸ್ಥಳಗಳೆಲ್ಲ ಶುಚಿಯಾಗಿ ಶಿಸ್ತಿನಿಂದ ಉಳಿದದ್ದು ಕಂಡು ಮರಗಳಿಗೆಲ್ಲ ಸಂತೋಷವಾಯಿತು.

ಅಷ್ಟರಲ್ಲಿ ಇಬ್ಬರು ಮರಕಡಿಯುವವರು ಅಲ್ಲಿ ಬಂದರು. "ಓ, ಮರಗಳ ಕೆಳಗೆ ಈ ಹೊತ್ತು ಪ್ರಾಣಿಗಳೇ ಇಲ್ಲ; ಎಲ್ಲವೂ ಶುಚಿಯಾಗಿದೆ, ನಾವು ಆರಾಮಾಗಿ ಮರಗಳನ್ನು ಕಡಿಯಬಹುದು" ಎಂದು ಅವರಲ್ಲೊಬ್ಬ ಹೇಳಿದ.

ಮರಗಳಿಗೆ ಈಗ ಕಾಡಿನೊಳಗಣ ಪರಸ್ಪರ ಅವಲಂಬನೆಯ ಅಗತ್ಯ ಹಾಗೂ ಮಹತ್ವ ಅರ್ಥವಾಯಿತು.

144. ಜಾಣ ನ್ಯಾಯಾಧೀಶರು

ಒಂದು ಕಾಡಿನಲ್ಲಿ ಒಬ್ಬ ಬೇಟೆಗಾರ ಒಂದು ಪಂಜರ ಇರಿಸಿದ. ಅದರಲ್ಲಿ ಒಂದು ಸಿಂಹ ಬಿತ್ತು. ಅಲ್ಲಿಂದ ತಪ್ಪಿಸಿಕೊಳ್ಳಲು ಸಿಂಹ ಸಕಲ ಪ್ರಯತ್ನಗಳನ್ನೂ ಮಾಡಿತು. ಆದರೆ ಸಾಧ್ಯವಾಗಲಿಲ್ಲ. ಕೊನೆಗೆ ಹತಾಶೆಗೊಂಡು ಸುಮ್ಮನೆ ಕುಳಿತುಬಿಟ್ಟಿತು. ಸ್ವಲ್ಪ ಸಮಯ ಕಳೆದಾಗ ಒಬ್ಬ ವ್ಯಕ್ತಿ ಆ ದಾರಿಯಾಗಿ ಹೋಗುವುದನ್ನು ಸಿಂಹ ನೋಡಿತು. ಅದು ಅವನನ್ನು ಕೂಗಿ ಕರೆದು ತನ್ನನ್ನು ಪಂಜರದಿಂದ ಬಿಡುಗಡೆ ಮಾಡುವಂತೆ ಕೋರಿತು. "ನಾನು ನಿನಗೆ ಏನೂ ತೊಂದರೆ ಮಾಡಲಾರೆ" ಎಂದು ಭಾಷೆಯನ್ನೂ ನೀಡಿತು.

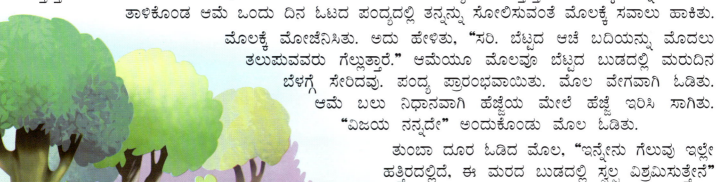

ವ್ಯಕ್ತಿ ಗೂಡಿನ ಬಾಗಿಲು ತೆರೆದು ಸಿಂಹವನ್ನು ಬಂಧಮುಕ್ತಗೊಳಿಸಿದ. ಆದರೆ ಸಿಂಹ ತನ್ನ ಭಾಷೆಯನ್ನು ಮರೆತು ವ್ಯಕ್ತಿಯನ್ನು ಕೊಲ್ಲುವುದಕ್ಕೆ ಮುಂದೊತ್ತಿ ಬಂತು.

ವ್ಯಕ್ತಿ ಹೇಳಿದ, "ನಾವು ಒಬ್ಬ ನ್ಯಾಯಾಧೀಶನನ್ನು ಕರೆಯೋಣ." ಒಂದು ನರಿ ಹೋಗುತ್ತಿತ್ತು. ವ್ಯಕ್ತಿ ನರಿಯನ್ನು ಕರೆದು ವಿಷಯ ತಿಳಿಸಿದ. ಎಲ್ಲವನ್ನೂ ಕೇಳಿಸಿಕೊಂಡ ಅದು ತನ್ನ ತಲೆಯನ್ನು ತುರಿಸುತ್ತಾ ಸಿಂಹದೊಡನೆ, "ನನಗೆ ಇದರ ತಲೆ ಬುಡ ಅರ್ಥವಾಗುತ್ತಿಲ್ಲ. ನೀನು ಪಂಜರದಲ್ಲಿ ಹೇಗೆ ಬಂಧಿಯಾಗಿದ್ದೆ, ತೋರಿಸು ನೋಡೋಣ?" ಎಂದಿತು.

"ಇದೋ ಹೀಗೆ" ಎಂದು ಸಿಂಹ ಪಂಜರದ ಒಳಕ್ಕೆ ಹೋಯಿತು. ವ್ಯಕ್ತಿ ಕೂಡಲೇ ಪಂಜರದ ಬಾಗಿಲು ಹಾಕಿ, ಬುದ್ಧಿವಂತ ನರಿಗೆ ಕೃತಜ್ಞತೆ ಹೇಳಿದ.

145. ಮೊಲ, ಆಮೆ ಓಟದ ಪಂದ್ಯ

ಒಂದಾನೊಂದು ಕಾಲದಲ್ಲಿ ಒಂದು ಮೊಲ ಒಂದು ಬೆಟ್ಟದ ತಪ್ಪಲಿನಲ್ಲಿ ವಾಸಿಸುತ್ತಿತ್ತು. ಅದರ ಪಕ್ಕದಲ್ಲೇ ಒಂದು ಆಮೆಯೂ ವಾಸಿಸುತ್ತಿತ್ತು. ಆಮೆಯ ನಡಿಗೆ ಬಲು ನಿಧಾನವೆಂದು ಮೊಲ ಯಾವಾಗಲೂ ಹಾಸ್ಯ ಮಾಡುತ್ತಿತ್ತು. ಈ ತಿರಸ್ಕಾರವನ್ನು ಬಹುದಿನ ತಾಳಿಕೊಂಡ ಆಮೆ ಒಂದು ದಿನ ಓಟದ ಪಂದ್ಯದಲ್ಲಿ ತನ್ನನ್ನು ಸೋಲಿಸುವಂತೆ ಮೊಲಕ್ಕೆ ಸವಾಲು ಹಾಕಿತು.

ಮೊಲಕ್ಕೆ ಮೋಜೆನಿಸಿತು. ಅದು ಹೇಳಿತು, "ಸರಿ. ಬೆಟ್ಟದ ಆಚೆ ಬದಿಯನ್ನು ಮೊದಲು ತಲುಪುವವರು ಗೆಲ್ಲುತ್ತಾರೆ." ಆಮೆಯೂ ಮೊಲವೂ ಬೆಟ್ಟದ ಬುಡದಲ್ಲಿ ಮರುದಿನ ಬೆಳಗ್ಗೆ ಸೇರಿದವು. ಪಂದ್ಯ ಪ್ರಾರಂಭವಾಯಿತು. ಮೊಲ ವೇಗವಾಗಿ ಓಡಿತು. ಆಮೆ ಬಲು ನಿಧಾನವಾಗಿ ಹೆಜ್ಜೆಯ ಮೇಲೆ ಹೆಜ್ಜೆ ಇರಿಸಿ ಸಾಗಿತು. "ವಿಜಯ ನನ್ನದೇ" ಅಂದುಕೊಂಡು ಮೊಲ ಓಡಿತು.

ತುಂಬಾ ದೂರ ಓಡಿದ ಮೊಲ, "ಇನ್ನೇನು ಗೆಲುವು ಇಲ್ಲೇ ಹತ್ತಿರದಲ್ಲಿದೆ, ಈ ಮರದ ಬುಡದಲ್ಲಿ ಸ್ವಲ್ಪ ವಿಶ್ರಮಿಸುತ್ತೇನೆ" ಎಂದು ಕುಳಿತುಕೊಂಡಿತು. ಅದಕ್ಕೆ ಜೊಂಪು ಹತ್ತಿ ಮಲಗಿತು.

ತುಂಬಾ ಸಮಯ ನಿದ್ರಿಸಿ ಎದ್ದ ಮೊಲ ಗಡಬಡಿಸಿಕೊಂಡು ಎದ್ದು ವಿಜಯದ ಗೆರೆಯತ್ತ ಓಡಿತು. ಆದರೆ ಆಗಲೇ ಅಲ್ಲಿಗೆ ತಲಪಿದ್ದ ಆಮೆ ವಿಜಯದ ಕುಣಿತದ ಹೆಜ್ಜೆಗಳನ್ನು ಹಾಕುತ್ತಿತ್ತು.

ಗೆಲುವಿಗೆ ವೇಗವೊಂದೇ ಸಾಧನವಲ್ಲ; ದೃಢಸಂಕಲ್ಪ, ಛಲ ಹಾಗೂ ಸಾಧಿಸಲು ಬೇಕಾದ ಶಿಸ್ತು – ಇವೆಲ್ಲವೂ ಸಹ ಮುಖ್ಯ.

146. ಕತ್ತೆ ಕಲಿತ ಪಾಠ

ಒಂದು ಹಳ್ಳಿಯಲ್ಲಿ ಒಬ್ಬ ವ್ಯಾಪಾರಿ ಇದ್ದ. ಅವನಿಗೆ ಒಂದು ಕತ್ತೆ ಇದ್ದಿತು. ಅವನು ಉಪ್ಪಿನ ಮೂಟೆಗಳನ್ನು ಕತ್ತೆಯ ಮೇಲೆ ಸಾಗಿಸಿ ಸಂತೆಯಲ್ಲಿ ಮಾರುತ್ತಿದ್ದ. ಆ ದಾರಿಯಲ್ಲಿ ಒಂದು ಹಳ್ಳವಿತ್ತು.

ಒಂದು ದಿನ ಆ ಹಳ್ಳದಲ್ಲಿ ಕತ್ತೆಯ ಕಾಲು ಜಾರಿ ಅದು ಉಪ್ಪಿನ ಮೂಟೆಗಳ ಸಹಿತ ನೀರಿಗೆ ಬಿದ್ದಿತು. ಅದರ ಒಡೆಯ ಅದನ್ನು ನೀರಿನಿಂದ ಎತ್ತಿ ನಿಲ್ಲಿಸಿದ. ಅವರ ಪ್ರಯಾಣ ಮುಂದುವರಿಯಿತು. ಸ್ವಲ್ಪ ದೂರ ಹೋಗುತ್ತಲೇ ಕತ್ತೆಯ ಆನಂದಕ್ಕೆ ಪಾರವೇ ಇರಲಿಲ್ಲ. ಅದರ ಬೆನ್ನಿನ ಹೊರೆ ಬಹುತೇಕ ಕಡಿಮೆಯಾಗಿತ್ತು. ಯಾಕೆಂದರೆ, ನೀರಿನಿಂದಾಗಿ ಮೂಟೆಗಳಲ್ಲಿ ಇದ್ದ ಉಪ್ಪು ಕರಗಿಹೋಗಿತ್ತು.

ಮುಂದೆ ಪ್ರತಿದಿನವೂ ಆ ಹಳ್ಳದಲ್ಲಿ ತನ್ನ ಕಾಲು ಜಾರಿತು ಎಂದು ಕತ್ತೆ ನಾಟಕವಾಡಲು ತೊಡಗಿತು. ದಿನಾಲೂ ವ್ಯಾಪಾರಿಯ ಉಪ್ಪು ಅರ್ಧಾಂಶಕ್ಕಿಂತಲೂ ಜಾಸ್ತಿ ನಷ್ಟವಾಗುತ್ತಿತ್ತು. ಅವನು ಕತ್ತೆಗೆ ಪಾಠ ಕಲಿಸಲು ನಿರ್ಧರಿಸಿದ.

ಮರುದಿನ ಅವನು ಕತ್ತೆಯ ಮೇಲೆ ಹತ್ತಿಯ ಮೂಟೆಗಳನ್ನು ಹೇರಿದ. ಕತ್ತೆ ಹಳ್ಳದಲ್ಲಿ ಕಾಲುಜಾರಿ ಬಿತ್ತು. ವ್ಯಾಪಾರಿ ಅದನ್ನು ಹಿಡಿದೆತ್ತಿ ನಿಲ್ಲಿಸಿದ.

ಆದರೆ ಕತ್ತೆಗೆ ಮುಂದೆ ಚಲಿಸಲಾಗಲಿಲ್ಲ. ಹತ್ತಿಯ ಮೂಟೆಗಳು ನೀರಿನಲ್ಲಿ ನೆನೆದು ಮಣ ಭಾರ ಹೊಂದಿದ್ದವು.

147. ದುರಾಸೆಯಿಂದ ನಷ್ಟ

ಒಬ್ಬ ಮಾಂಸ ಮಾರಾಟಗಾರ ತನ್ನ ಅಂಗಡಿಯಲ್ಲಿ ಕುಳಿತು ಮಾಂಸ ಮಾರಾಟ ಮಾಡುತ್ತಿದ್ದ. ಅಂಗಡಿಯಲ್ಲಿ ಕೆಲವು ಮಂದಿ ಗ್ರಾಹಕರು ಇದ್ದರು. ಅಂಗಡಿಯ ಹೊರಗೆ ಒಂದು ನಾಯಿ ಮಾಂಸ ಎಗರಿಸಲು ಹೊಂಚು ಹಾಕಿ ಕುಳಿತಿತ್ತು.

ಮಾರಾಟಗಾರ ಮಾಂಸವನ್ನು ಕತ್ತರಿಸಿದಾಗ ಒಂದು ತುಂಡು ನೆಲಕ್ಕೆ ಬಿತ್ತು. ಕೂಡಲೇ ನಾಯಿ ಛಂಗನೆ ಹಾರಿ ಆ ತುಂಡನ್ನು ಬಾಯಲ್ಲಿ ಗಬಕ್ಕನೆ ಕಚ್ಚಿಕೊಂಡು ಓಡಿತು.

ಅದು ಸ್ವಲ್ಪ ದೂರ ಓಡಿ, ಮಾಂಸವನ್ನು ತಿನ್ನಲು ಯಾರ ಉಪದ್ರವವೂ ಇಲ್ಲದ ಸ್ಥಳ ಯಾವುದು ಎಂದು ಆಚೀಚೆ ನೋಡಿತು. ಅದಕ್ಕೆ ಆಗ ನದಿಯಿಂದ ಆಚೆ ಇರುವ ನಿರ್ಜನ ಸ್ಥಳ ನೆನಪಾಯಿತು. ನಾಯಿ ನದಿ ದಾಟಲು ಸೇತುವೆಯನ್ನು ಏರಿತು. ಸೇತುವೆಯ ಮೇಲೆ ಹೋಗುತ್ತಿರುವಾಗ ನಾಯಿಗೆ ಅದರದ್ದೇ ಪ್ರತಿಬಿಂಬ ನೀರಿನಲ್ಲಿ ಕಾಣಿಸಿತು. ಅದು ಮಾಂಸ ಕಚ್ಚಿಕೊಂಡಿರುವ ಬೇರಾವುದೋ ನಾಯಿ ಎಂದೇ ಭಾವಿಸಿ, 'ಅದರ ಬಾಯಲ್ಲಿರುವ ಮಾಂಸವನ್ನೂ ಕಿತ್ತುಕೊಳ್ಳುತ್ತೇನೆ' ಎಂದುಕೊಂಡು ಬೌಬೌಬೌ ಎಂದು ಬೊಗಳಿತು. ಅದು ಬೊಗಳಲು ಬಾಯಿ ತೆರೆದದ್ದೇ ತಡ, ಆ ಮಾಂಸದ ತುಂಡು ಜಾರಿ ನೀರಿಗೆ ಬಿತ್ತು. ಅತಿಯಾಸೆ ಗತಿಗೇಡು ಎಂಬ ನಾಣ್ಣುಡಿ ನಿಜವಾಯಿತು. ಮತ್ತಷ್ಟು ಬೇಕೆಂಬ ದುರಾಸೆಗೆ ಬಲಿಯಾಗಿ ಕಷ್ಟಪಟ್ಟು ಕಾದು ಸಂಪಾದಿಸಿದ್ದ ಮಾಂಸವನ್ನು ಕಳೆದುಕೊಂಡೆನಲ್ಲ ಎಂದು ನಾಯಿ ಪರಿತಪಿಸಿತು.

148. ಸ್ನೇಹಕ್ಕೊಂದು ಸೂತ್ರ

ಒಂದು ಪರ್ವತಶ್ರೇಣಿಯ ಕಣಿವೆಯಲ್ಲಿ ಒಂದು ಸಿಂಹವೂ ಒಂದು ಹುಲಿಯೂ ಜೀವಿಸುತ್ತಿದ್ದವು. ಅವುಗಳೆರಡೂ ಅತ್ಯುತ್ತಮ ಸ್ನೇಹಿತರಾಗಿದ್ದವು. ಆ ಕಣಿವೆಯ ಬೆಟ್ಟದ ಕೋರೆಯ ಗವಿಯೊಂದರಲ್ಲಿ ಒಬ್ಬ ಸನ್ಯಾಸಿಯೂ ವಾಸ ಮಾಡುತ್ತಿದ್ದ. ಕೆಲವೊಮ್ಮೆ ಸಿಂಹ-ಹುಲಿ ಜೋಡಿ ಆ ಸನ್ಯಾಸಿಯನ್ನು ಭೇಟಿ ಮಾಡಿ ಲೋಕವ್ಯವಹಾರಗಳ ಬಗ್ಗೆ ಚರ್ಚೆ ಮಾಡಿ ಮಾರ್ಗದರ್ಶನ ಪಡೆಯುತ್ತಿದ್ದವು.

ಒಂದು ದಿನ ಆ ಮಿತ್ರರಲ್ಲಿ ಹವಾಮಾನದ ವಿಷಯದಲ್ಲಿ ಭಿನ್ನಾಭಿಪ್ರಾಯ ಉಂಟಾಯಿತು.

"ಚಂದ್ರನು ಬೆಳೆಯುತ್ತಿರುವಾಗ ನಮಗೆ ಚಳಿ ಆಗುತ್ತದೆ" ಸಿಂಹ ಹೇಳಿತು.

"ಅಲ್ಲ, ಚಂದ್ರನು ಕುಗ್ಗುತ್ತಿರುವಾಗಲೇ ನಮಗೆ ಚಳಿ ಆಗುತ್ತದೆ" ಹುಲಿ ಪ್ರತ್ಯುತ್ತರ ಕೊಟ್ಟಿತು.

ಈ ವಾದ-ವಿವಾದ ಹೀಗೆ ಸಾಗಿತು. ಕೊನೆಗೆ ಇವೆರಡೂ ಸನ್ಯಾಸಿ ಬಳಿ ಬಂದವು.

"ನೀವು ಇಬ್ಬರು ಹೇಳಿದ್ದೂ ಸರಿಯಾಗಿದೆ. ಚಂದ್ರನ ವೃದ್ಧಿ-ಕ್ಷಯ ಎರಡರಲ್ಲಿಯೂ ನಮಗೆ ಚಳಿಯಾಗುತ್ತದೆ; ಯಾಕೆಂದರೆ ಆ ಕಾಲದಲ್ಲಿ ಪೂರ್ವ, ಪಶ್ಚಿಮ ಅಥವಾ ಉತ್ತರದಿಂದ ಗಾಳಿ ಬೀಸುತ್ತಾ ಇರುತ್ತದೆ. ಹವಾಮಾನ ಬದಲಾಗುತ್ತಾ ಇರುತ್ತದೆ. ಆದರೆ ಸ್ನೇಹವು ಸದಾ ಇಂತಹ ಏರಿಳಿತಗಳನ್ನು ತಾಳಿಕೊಂಡು ಬೆಳೆಯುತ್ತದೆ. ಸಂಘರ್ಷವಿಲ್ಲದೆ ಬದುಕಿರಿ; ಹಾಗೂ ಏಕತೆಯಿಂದಿರಿ" ಸನ್ಯಾಸಿ ಹಿತವಾದ ಮಾತು ಹೇಳಿದ.

149. ಯಾರು ಹಿರಿಯ?

ಒಂದು ಕಾಲದಲ್ಲಿ ಒಂದು ಕಾಡಿನಲ್ಲಿ ಒಂದು ಕೋತಿ, ಒಂದು ಕಾಗೆ ಹಾಗೂ ಒಂದು ಆನೆ ತುಂಬಾ ಸ್ನೇಹದಿಂದಿದ್ದವು. ಅವುಗಳ ನಡುವಿನ ಗೆಳೆತನ ಆದರ್ಶಪ್ರಾಯವಾಗಿತ್ತು.

ಆದರೆ ಅವುಗಳೊಳಗೆ ಅನೇಕ ವಿಷಯಗಳಲ್ಲಿ ಭಿನ್ನಾಭಿಪ್ರಾಯಗಳೂ ಇದ್ದವು. ಆ ವಿಷಯಗಳಲ್ಲಿ ಕೊನೆಗೆ ಸರಿಯಾದ ನಿರ್ಧಾರ ಆಗುತ್ತಿರಲಿಲ್ಲ. ಅವು ಈ ಸಮಸ್ಯೆಗೆ ಪರಿಹಾರ ಕಂಡುಕೊಳ್ಳಲು ಪ್ರಯತ್ನಿಸುತ್ತಿದ್ದವು.

ಒಂದು ದಿನ ಮೂವರು ಸ್ನೇಹಿತರೂ ಒಂದು ದೊಡ್ಡ ಆಲದ ಮರದ ಬುಡದಲ್ಲಿ ಸೇರಿದವು. ಕೋತಿ ಮಾತು ಆರಂಭಿಸಿತು, "ನಾನು ಚಿಕ್ಕವನಿದ್ದಾಗ ಈ ಆಲದ ಮರ ಚಿಕ್ಕದಾಗಿತ್ತು. ನೀವಿಬ್ಬರೂ ಇದನ್ನು ಮೊದಲು ಕಂಡಾಗ ಅದು ಹೇಗಿತ್ತು?"

"ನಾನು ಚಿಕ್ಕವನಿದ್ದಾಗ ಇದು ಗಿಡವಾಗಿದ್ದು ಅದರ ಎಳೇ ಚಿಗುರಿಗೆ ನನ್ನ ಬೆನ್ನು ತಿಕ್ಕುತ್ತಿದ್ದ ನೆನಪಿದೆ" ಹೇಳಿತು ಆನೆ.

ಕಾಗೆ ಹೇಳಿತು, "ನಾನು ಚಿಕ್ಕವನಿದ್ದಾಗ ನಾಲ್ಕು ಹಣ್ಣುಗಳನ್ನು ತಿಂದು ಅವುಗಳ ಬೀಜಗಳನ್ನು ಇಲ್ಲಿ ಹಾಕಿದೆ. ಈ ಮರ ಆ ಬೀಜಗಳಿಂದಲೇ ಹುಟ್ಟಿದ್ದಾಗಿರಬೇಕು."

ಕೋತಿಗೂ ಆನೆಗೂ ಆಶ್ಚರ್ಯವಾಯಿತು. ಕೋತಿ ಕಾಗೆಗೆ ಹೇಳಿತು, "ಅಂದರೆ ನಮ್ಮಲ್ಲಿ ನೀನೇ ಹಿರಿಯವನು, ಇನ್ನು ಮುಂದೆ ಎಲ್ಲ ವಿಷಯಗಳಲ್ಲಿಯೂ ನಿನ್ನ ಮಾತಿಗೆ ಹೆಚ್ಚು ಬೆಲೆ ಕೊಡುತ್ತೇವೆ." ಆನೆಯೂ ಇದಕ್ಕೆ ಒಪ್ಪಿತು.

150. ಕ್ರೂರ ಹಾವಾಡಿಗ

ಒಬ್ಬ ಹಾವಾಡಿಗ ತನ್ನ ಸಾಕುಪ್ರಾಣಿಗಳನ್ನು ಊರಿಂದೂರಿಗೆ ಒಯ್ದು ಅವುಗಳಿಂದ ಆಟ ಆಡಿಸುವ ಮೂಲಕ ಜನರನ್ನು ರಂಜಿಸಿ ಜೀವನ ನಿರ್ವಹಣೆ ಮಾಡುತ್ತಿದ್ದ.

ಆದರೆ ಅವನು ಕ್ರೂರಿಯಾಗಿದ್ದ. ಒಂದು ರಾತ್ರಿ ಅವನು ತನ್ನ ಕೋತಿಗೆ ಚೆನ್ನಾಗಿ ಹೊಡೆದ.

ಮರುದಿನ ಬೆಳಗ್ಗೆ ಹಾವಾಡಿಗನಿಗೆ ಕೋತಿ ಓಡಿಹೋಗಿರುವುದು ತಿಳಿಯಿತು. ಆದರೆ ಅವನು ಅದಕ್ಕೆ ಹೆಚ್ಚು ತಲೆಕೆಡಿಸಿಕೊಳ್ಳಲಿಲ್ಲ. ಅವನ ಆಟಗಳು ಎಂದಿನಂತೆ ನಡೆದವು. ಆದರೆ ಕೋತಿ ಇಲ್ಲದಿರುವ ಕಾರಣದಿಂದ ಜನರು ಬರುವುದು ಕಡಿಮೆಯಾಗುತ್ತಿದೆ ಎಂದು ಅವನಿಗೆ ಕ್ರಮೇಣ ತಿಳಿಯತೊಡಗಿತು.

ಅವನು ಕೋತಿಯನ್ನು ಹುಡುಕಲು ಹೊರಟ. ಕೊನೆಗೆ ಅದು ಒಂದು ಮಾವಿನ ಮರದ ಮೇಲೆ ಕುಳಿತಿರುವುದನ್ನು ನೋಡಿದ.

"ಮಗ, ಬಾ ಮನೆಗೆ ಹೋಗೋಣ" ಎಂದು ಅವನು ಕೋತಿಯನ್ನು ಕರೆದ.

"ಹೋಗು, ಹೋಗು. ನಿನಗೆ ಸಂಪಾದನೆ ಕಡಿಮೆ ಆಗಿರಬೇಕು. ಅದಕ್ಕಾಗಿ ಬಂದಿದ್ದೀಯ. ನಾನು ಬರಲಾರೆ" ಎಂದಿತು ಕೋತಿ.

ಹಾವಾಡಿಗ ವಿಧಿಯಿಲ್ಲದೆ ಒಬ್ಬನೇ ಮನೆಗೆ ಹಿಂದಿರುಗಬೇಕಾಯಿತು. ಆದರೆ, ಪ್ರಾಣಿಗಳಿಗೂ ಹೃದಯವಿದೆ, ಅವೂ ಸಹ ಪ್ರೀತಿ ಅಕ್ಕರೆಗಳನ್ನು ಬಯಸುತ್ತವೆ ಎಂದು ಅವನಿಗೆ ತಿಳಿಯಿತು.

151. ಕಡವೆಯ ಗೆಳೆಯರು

ಒಮ್ಮೆ ಒಂದು ಕಾಡಿನಲ್ಲಿ ಒಂದು ಕಡವೆ ಇದ್ದಿತು. ಅದೆಂದರೆ ಎಲ್ಲರಿಗೂ ಇಷ್ಟ. ಎಲ್ಲ ಗೆಳೆಯ-ಗೆಳತಿಯರು ಹಾಗೂ ಕುಟುಂಬದವರು ತುಂಬಾ ಪ್ರೀತಿಸುತ್ತಿದ್ದರು. ಒಂದು ದಿನ ಆ ಕಡವೆ ಕಾಯಿಲೆ ಬಿದ್ದಿತು. ಸ್ಥಿತಿ ಇನ್ನಷ್ಟು ಬಿಗಡಾಯಿಸುವ ಮೊದಲೇ ಅದು ಬೇಟೆಗಾರರಿಗೆ ತಿಳಿಯದ ಒಂದು ಸ್ಥಳಕ್ಕೆ ಹೋಯಿತು. ಅಲ್ಲಿ ಹುಲ್ಲು ಹುಲುಸಾಗಿ ಬೆಳೆದಿತ್ತು.

ಕಡವೆಯ ಆರೋಗ್ಯ ಇನ್ನಷ್ಟು ಕೆಟ್ಟಿತು. ಎದ್ದು ನಿಲ್ಲಲೂ ಆಗದ ಸ್ಥಿತಿ ಉಂಟಾಯಿತು. ಅದು ತಲೆ ನೆಲಕ್ಕಿಟ್ಟು ಮಲಗಿಯೇ ಇತ್ತು. ಬಾಯಿಗೆ ಏನು ಸಿಕ್ಕಿತೋ ಅಷ್ಟು ಹುಲ್ಲನ್ನು ತಿನ್ನುತ್ತಿತ್ತು.

ಸುದ್ದಿ ತಿಳಿದ ಕಡವೆಯ ಆಪ್ತ-ಪ್ರಾಣಿಗಳು ಬಂದು, "ಬೇಗ ಹುಷಾರಾಗು" ಎಂದು ಹಾರೈಸತೊಡಗಿದವು. ಹಾಗೆ ಅಲ್ಲಿಗೆ ಬಂದ ಪ್ರಾಣಿಗಳು ಅಲ್ಲಿ ಬೆಳೆದಿರುವ ಹುಲ್ಲನ್ನು ನೋಡಿ ಆಸೆಪಟ್ಟು ತಾವೂ ಸಾಕಷ್ಟು ತಿಂದವು.

ತುಂಬಾ ಸಮಯ ಹೀಗೆಯೇ ಸಾಗಿತು. ಕಡವೆಯ ಆರೋಗ್ಯ ಸುಧಾರಿಸಲಿಲ್ಲ. ಅಲ್ಲಿಗೆ ಬಂದ ಪ್ರಾಣಿಗಳೆಲ್ಲ ಅಲ್ಲಿನ ಹಸಿರು ಹುಲ್ಲನ್ನು ತಿಂದು ಬರಿದು ಮಾಡುತ್ತಿದ್ದವು. ಒಂದೊಮ್ಮೆ ಹಚ್ಚ ಹಸುರಾಗಿದ್ದ ಹುಲ್ಲುಗಾವಲು ಬೆಂಗಾಡಾಯಿತು.

ಕೆಲವೇ ದಿನಗಳಲ್ಲಿ ತಿನ್ನಲು ಹುಲ್ಲೂ ಸಿಗದೆ ಕಡವೆ ಸತ್ತುಹೋಯಿತು. ಅದರ ಆರೋಗ್ಯದತ್ತ ಗಮನವೀಯದೆ ತಮ್ಮ ಸ್ವಾರ್ಥವನ್ನೇ ಮೊದಲು ಮಾಡಿಕೊಂಡ ಪ್ರಾಣಿಗಳು ಈ ದುರಂತಕ್ಕೆ ಪರೋಕ್ಷವಾಗಿ ಕಾರಣವಾದವು.